ஹிட்லர்

வாழ்வும் அரசியலும்

ஹிட்லர்

வாழ்வும் அரசியலும்

பா. ராகவன்

Title : HITLER

Author's Name : PA. RAGHAVAN
Copyright © R. RAMYA 2021
Published by Ezutthu Prachuram

Ezutthu Prachuram
(An imprint of Zero Degree Publishing)
No.55(7), RBlock,
6th Avenue, Anna Nagar
Chennai - 600040

Website: www.zerodegreepublishing.com
E Mail id: zerodegreepublishing@gmail.com
Phone : 98400 65000

Ezutthu Prachuram First Edition: February 2021
ISBN : 978-81-949735-2-2
TITLE NO EP : 164

Cover Art : Humshini
Layout : Vidhya Velayudham

Author's Home Page: https://writerpara.com
Email: writerpara@gmail.com

பொருளடக்கம்

அத்தியாயம் ஒன்று

மரணத்தில் சந்திப்போம்!

தமது ஐம்பத்தி ஆறாவது பிறந்த தினத்தன்று காலை குளித்துத் தயாரானபோதே ஹிட்லருக்குத் தோன்றிவிட்டது. அடுத்த பிறந்த நாள் கொண்டாட்டம் அநேகமாக இருக்காது.

அந்தப் பிறந்த நாளையே யாரும் கொண்டாடும் மன நிலையில் இல்லை. ஆனாலும் கூடியிருந்தார்கள். சந்தோஷம் கொப்பளிக்க வேண்டிய முகங்களைக் கலவரம் மூடியிருந்தது. எப்போதும் ஒலிக்கும் பேண்ட் வாத்தியங்கள் அப்போது இல்லை. வண்ண விளக்குகள் ஏற்றப்படவில்லை. பலூன்கள் பறக்க விடப்படவில்லை. அதுநாள் வரை ஒரு தேசியத் திருவிழாவாகவே கொண்டாடப்பட்டுவந்த ஹிட்லரின் பிறந்தநாள்தான். ஆனாலும் அவர் அறைக்கதவைத் திறந்துகொண்டு வரும்போது புன்னகை செய்வாரா, கோபத்தில் வெடிப்பாரா, குமுறி அழுவாரா, எதையும் காட்டிக்கொள்ளாமல் வழக்கம்போல் வீர உரை ஆற்றுவாரா என்று தெரியவில்லை. மரியாதைக்காக ஒருமுறை கைகுலுக்கி வாழ்த்து மட்டும் சொல்ல சந்தர்ப்பம் வாய்த்தாலும் போதும். அப்படியே நாலடி பின்னால் நகர்ந்து மறைந்து, ஒளிந்துவிடலாம்.

சொல்லிக்கொண்டு விடைபெறும் தருணமல்ல அது. சொல்லாமல் விடைபெற வேண்டிய நேரம் நெருங்கியிருந்தது. ஒன்று ஊரைவிட்டு. அல்லது உலகை விட்டு.

பல முக்கிய ராணுவ அதிகாரிகளும் அமைச்சர்களும் முன்னேற்பாடுகளுடன்தான் இருந்தார்கள். மனைவி

மக்களையும் மற்ற நெருங்கிய உறவினர்களையும் பாதுகாப்பான தொலைதூரங்களுக்கு முன்னதாக அனுப்பிவைத்திருந்தார்கள். முடிந்தவரை சொத்துகளை விற்று, பணத்தை மூட்டை கட்டிக் கையோடு கொடுத்தனுப்பியாகிவிட்டது. கிடைத்தவரை லாபம். யுத்தத்துக்குப் பிறகு அதிகாரமும் ஆட்சியும் தங்கியிருக்கப் போவதில்லை என்று அவர்களுக்குத் தோன்றிவிட்டது. உயிர் பிழைத்திருக்க முடியுமானால் மிகப்பெரிய ஆச்சர்யம். அருளப்பட்ட இரண்டாவது இன்னிங்ஸ். இன்னொரு ஆட்டம் ஆடலாம். அல்லது உலக உத்தமர்களாகிப் பார்க்கலாம். ஹிட்லரைத் தவிர்த்த உலகத்தினர் சொல்லிவந்த நன்னெறிகளைக் கடைப்பிடித்துப் பார்த்தால் என்ன? எதுவும் செய்யலாம்.

ஆனால் அது பற்றியெல்லாம் சிந்தித்துக்கொண்டோ, கனவு கண்டுகொண்டோ இருக்கும் நேரமல்ல இது. பெர்லினுக்கு நூறு கிலோமீட்டர் வெளியே ரஷ்யப் படைகள் வந்து கொண்டிருக்கின்றன. நகர மையத்தை அவர்கள் நெருங்குவதற்கு மிஞ்சிப்போனால் ஒரு வாரம் கூட ஆகாது. வெற்றி அல்லது வீர மரணம் என்று சிந்தித்த காலம் இறந்துவிட்டது. மரணம் அல்லது தப்பிப்பிழைத்தல் என்று யோசிக்கச் சொல்லி உள்ளுணர்வு குரல் கொடுத்துக்கொண்டிருக்கிறது.

சிந்திக்கலாம். அதற்குமுன் ஹிட்லருக்குப் பிறந்தநாள் வாழ்த்து சொல்லிவிட வேண்டும். கடந்த பன்னிரண்டு ஆண்டுகளாகத் தவறாமல் செய்கிற காரியம். ஒவ்வொரு பிறந்த நாளின்போதும் பிரசிடெண்ட் ஒரு குழந்தைபோல் ஆகிவிடுவார். எத்தனை மலர்ச்சி, எத்தனை குதூகலம், எத்தனை கொண்டாட்டம்! பொதுவாக விருந்துகளில் மது அருந்துகிற வழக்கம் இல்லாத ஹிட்லர், அன்று ஒருநாள் மட்டும் தம் அதிகாரிகளுக்காக, அவர்களுடன் ஷாம்பெய்ன் சாப்பிடுவார். அது, விசுவாசத்தை கௌரவிக்கும் நடவடிக்கை. கையை அழுத்திப் பற்றிக் குலுக்கும் மிடுக்கில் ஒவ்வொரு வருடமும் அவரது வயது குறைந்துகொண்டே போவதுபோலத்தான் அதிகாரிகளுக்குத் தோன்றும்.

ஒருபோதும் சோர்ந்து உட்காராத பிரசிடெண்ட். மணிக்கணக்கில் நின்று சொற்பொழிவாற்றும்போதுகூட ஓரிடத்தில் நிலை கொள்ளாமல் அவரது கால்கள் அலைபாய்ந்துகொண்டே இருக்கும். ஜிங்கு ஜிங்கென்று உடல் இப்படியும் அப்படியும்

ஆடிக்கொண்டே இருக்கும். குரல் ஏற்ற இறக்கங்களில் மாபெரும் விற்பன்னர். எந்தச் சொல்லுக்கு அழுத்தம் கொடுக்கவேண்டும், எந்தச் சொல்லை வருடிக்கொடுக்க வேண்டும், எப்போது குரலை உயர்த்தவேண்டும், எப்போது சொற்பொழிவைச் சங்கீதமாக்க வேண்டும் என்பதை எல்லாம் ஹிட்லரிடமிருந்துதான் உலகத் தலைவர்கள் ரகசியமாகக் கற்றுக்கொண்டார்கள்.

லட்சம் பேர் கூடியிருக்கும் பொதுக்கூட்டம் என்றால் கூட அத்தனை பேரும் தங்களை மட்டுமே அவர் பார்த்துப் பேசுகிறார் என்று நினைக்கிற வண்ணம் தன் பார்வையை அமைத்துக்கொள்ளக் கூடியவர் ஹிட்லர். பிறவிப் பேச்சாளர். பிறவித் தலைவர். பிறவி சர்வாதிகாரி. ஒட்டுமொத்த ஜெர்மன் சாம்ராஜ்ஜியத்து மக்களும் அவரது குட்டி மீசைக்குள் தாங்கள் பாதுகாப்பாக இருப்பதாகத்தான் பெரும்பாலும் நினைத்தார்கள்.

இனி ஒன்றும் செய்வதற்கில்லை. காலம் கைமீறிக் கொண்டிருக்கிறது. சுற்றிய பம்பரம் சுருண்டு விழும் நேரம். மாபெரும் அதிபர் மாளிகையின் வாசல்கள் மூடப்பட்டுவிட்டன. நூற்றுக்கணக்கான ஆடம்பர அறைகள் இருக்கின்றன. அத்தனையையும் விட்டுவிட்டுப் பதுங்குகுழிக்குள் போய்விட்டார் பிரசிடெண்ட். ரகசிய அறை என்று சற்றே கௌரவமாகச் சொல்லலாம்தான். ஆனாலும் பதுங்கியிருக்கும் தரையடித் தளத்தைக் குறிப்பிட வேறு பொருத்தமான சொல் கிடையாது.

‘ஐயா, நீங்கள் பெர்லினை விட்டு வெளியேறிவிடுவது நல்லதல்லவா?’

விசுவாசம் மிக்க அதிகாரிகள் சொல்லிப்பார்த்தார்கள். ஹிட்லர் மறுத்துவிட்டார். அது மக்களுக்குச் செய்யும் துரோகம். இறுதி வினாடிவரை ஜெர்மானியப் படைகள் எதிரிகளுடன் யுத்தம் செய்யும். வெல்வதோ வீழ்வதோ பொருட்டல்ல. போரிடுவது முக்கியம். எதிர்த்து நிற்பதே ஆண்மை. வீரர்கள் போர்முனையில் இருக்கும்போது தலைநகரைவிட்டுத்தான் மட்டும் வெளியேறுவது கோழைத்தனம்.

‘ஆனால் நீங்கள் விரும்பினால் போகலாம். நான் தடுக்கமாட்டேன்!’ என்றார் ஹிட்லர்.

அதிகாரிகளில் பலர் விரும்பத்தான் செய்தார்கள். பெர்லினை விட்டுப் போய்விடும் விருப்பம். ஆனாலும் தயக்கம் தடுத்தது. சிலருக்கு விசுவாசம் அளித்த தயக்கம். சிலருக்கு பயம் அளித்த தயக்கம். இன்னும் சிலருக்குப் போக்கிடமில்லாத தயக்கம். மிகச் சிலர்தான் உறுதியுடன் இருந்தார்கள். என்ன ஆனாலும் சரி. ஹிட்லருடனே இருப்பது. அல்லது ஹிட்லருடனே இறப்பது.

சடாரென்று கதவு திறந்து ஹிட்லர் வெளிப்பட்டார். மிகவும் தர்மசங்கடமான கணம். புன்னகையுடன் பிறந்த நாள் வாழ்த்து சொல்வதா? விரைப்புடன் அப்படியே நின்றுகொண்டிருப்பதா?

அதிகாரிகள் திணறினார்கள். ஹிட்லர் அவர்களை உணர்ச்சியற்ற முகத்துடன் உற்றுப்பார்த்தார். மெல்ல நடந்து அருகே வந்தார். ஒவ்வொருவர்கரத்தையும்தானே பற்றிக் குலுக்கினார். உணர்ந்தால் போதும். சொற்கள் எதற்கு? சொற்கள் தோற்கும் தருணங்களும் உண்டு. ஜெர்மனியே தோற்கிற தருணத்துக்கு வரவில்லையா?

கைகுலுக்கல்களை முடித்துவிட்டு ஹிட்லர் திரும்பவும் தன் அறைக்குச் சென்றுவிட்டார். அங்கே ஈவா ப்ரான் காத்திருந்தார். ஹிட்லரின் காதலி. மரணச் சமயத்தில் மனைவியான நீண்ட நாள் தோழி. அவருடன் அமர்ந்து தேநீர் அருந்தினார். மணி சரியாக ஒன்பது. சிற்றுண்டியை முடித்துவிட்டுக் கொஞ்ச நேரம் தூங்கலாம் என்று படுத்தார்.

முந்தைய இரவு மட்டுமல்ல. முந்தைய ஒருவார காலமாகவே அவர் படுக்கவில்லை. போர் முனையில் ஜெர்மன் வீரர்களுக்கு நேர்ந்துகொண்டிருந்த பின்னடைவில் அவர் தளர்ந்திருந்தார். ஏதாவது, ஏதாவது செய்யமுடியுமா என்று விதவிதமாக யோசித்தார். அதிகாரிகளுடன் மணிக்கணக்கில் பேசினார். புதிய புதிய வியூகங்கள். புதிய புதிய திட்டங்கள். எதிர்பாராத தாக்குதல் உத்திகள். என்ன செய்யலாம்? எப்படிச் செய்யலாம்?

முன்னேறி வரும் ரஷ்யப் படைகளை விரட்ட ஒரு நடவடிக்கை தேவை. அவசர நடவடிக்கை. ஆனால் படைபலம் குறைந்து கொண்டு வருகிறது. நாலா புறங்களில் இருந்தும் எதிரிகள் தாக்கிக் கொண்டிருக்கிறார்கள். இங்கே சோவியத் யூனியன். அங்கே அமெரிக்கா. எங்கும் பிரிட்டன். உயிரோடு கலந்துவிட்ட தோழர் முசோலினி கூட விலகி, தொலைதூரம் போய்விட்டமாதிரி இருக்கிறது. எதுவுமே நிச்சயமானதாக இல்லை. சரிவு ஒன்றைத்

தவிர. இந்தச் சரிவைத் தோல்வி என்னும் இறுதி எல்லையில்தான் கொண்டுபோய் நிறுத்தவேண்டியிருக்குமா? அதுதான். அது ஒன்றுதான் இப்போதைய கவலை.

இந்தக் கவலையுடன் தூங்குவது கஷ்டம். இறந்துவிடுவது ஒன்றுதான் சௌகரியம். உறங்குவது போலும் சாக்காடு. எனில் அதுவும் கஷ்டமாகத்தான் இருக்குமோ?

ஹிட்லர் புரண்டு படுத்தார். அறைக்கதவு தட்டப்பட்டது. ராணுவ ஜெனரல் பக்டாஃப் (General Burgdorf). தன்னைக்காட்டிலும் சற்றே கூடிய கவலையின் சதவீதத்தை ஹிட்லர் அவரது முகத்தில் கண்டார்.

'என்ன விஷயம்?'

'கெட்ட செய்தி பிரசிடெண்ட். அவர்கள் பெர்லினுக்கு அறுபது மைல் நெருக்கத்தில் வந்துவிட்டார்கள். நமது வீரர்கள் சிதறிக்கொண்டிருக்கிறார்கள்.'

ஹிட்லர் எழுந்துவிட்டார். பதற்றத்தை மறைக்கத் தன்னுடைய அல்சேஷன் நாய்க்குட்டியுடன் சில நிமிடங்கள் விளையாடினார். மீண்டும் ஒரு முறை தேநீர் அருந்தினார். அவருடைய செகரெட்டரி கையில் ஒரு சிறு மருந்து பாட்டிலுடன் அருகே வந்தார்.

கொகெய்ன் என்கிற போதைப்பொருள் அடங்கிய கண் மருந்து. இரண்டு கண்களிலும் இரண்டிரண்டு சொட்டுகள். கொஞ்சம் பதற்றத்தைத் தணிக்க அது உதவும். மேலும் உறக்கமற்ற விழிகளுக்கும் மூளைக்கும் சற்றே ஓய்வளிக்கும்.

சில நிமிடங்கள் மருந்தை ஏற்றுக்கொண்டு ஹிட்லர் அப்படியே சாய்ந்து அமர்ந்திருந்தார். சட்டென்று துள்ளி எழுந்து மாளிகையின் வெளி முற்றத்துக்கு வந்தார். காத்திருந்த நாஜிப் படையினர் அங்கே அவருக்கு வலது கையை முன்புறம் நீட்டி உயர்த்தி வீர வணக்கம் சொன்னார்கள். ஹிட்லரே உருவாக்கிய வணக்க முறை அது. நெற்றியில் கைவைத்து அடிக்கும் சல்யூட் முறையை அவர் நாஜிக்கட்சி தொடங்கப்பட்ட காலத்திலேயே மாற்றியிருந்தார். அனைத்திலும் அவருக்கு வித்தியாசம் வேண்டும். வீரம் கொப்பளிக்க வேண்டும். தனித்துத் தெரிவதில் அதிக ஆர்வம் கொண்டவராக இருந்தார். பேச்சு, நடை உடை பாவனைகள்,

எடுக்கிற முடிவுகள், விடுக்கிற அறிக்கைகள், நடத்துகிற யுத்தங்கள் அனைத்திலும்.

ஆனால் வாழ்த்து சொல்லக் கூடியிருந்த வீரர்களுக்கு அன்றைக்கு ஹிட்லரின் சோர்வுதான் முதலில் கண்ணில் பட்டது. தலைவா என்று கத்தவில்லை. உற்சாகக் குரல் ஒன்று கூட எழவில்லை. மாறாக, அவரவர் நின்ற கோலத்தில் அப்படியே கையை மட்டும் உயர்த்தியபடி இருந்தார்கள்.

ஹிட்லர் அவர்கள் மத்தியில் சென்றார். சிலரைப் பார்த்துப் புன்னகை செய்தார். சிலருக்குக் கை குலுக்கினார். சிலரது தோள்களில் தட்டினார். ஹிட்லர் இளைஞர் படை என்கிற பெயரில் தொடங்கியிருந்த மாணவர் அமைப்பிலிருந்தும் இருபது பேர் அங்கே வந்திருந்தார்கள். அவர்கள் அனைவரையும் பெருமை பொங்கப் பார்த்தார். தனக்காக உழைப்பவர்கள், தனக்காக உயிர்விடப் போகிறவர்கள்.

எழுச்சியூட்டும் சொற்பொழிவு ஒன்று சாத்தியமானால் அவர்களுக்கும் கொஞ்சம் உற்சாகமாக இருக்கும். ஆனால் ஹிட்லர் அன்றைக்குப் பேசுகிற மன நிலையில் இல்லை. சம்பிரதாயமாக ஒன்றிரண்டு சொற்களை மட்டும் பேசிவிட்டு உள்ளே போய்விட்டார். போகிற வேகத்திலேயே ராணுவத் தளபதிகளைத் தன் அறைக்கு வரச்சொல்லிவிட்டுத்தான் உள்ளே போனார்.

வருத்தம்தான். வேதனைதான். மனச்சோர்வுதான். ஆனாலும் யுத்தம் நடந்தாக வேண்டும். இறுதி வீரன் இருக்கிற வரை. அறுபது மைல் தொலைவில் வந்துகொண்டிருக்கும் எதிரிப்படையை எப்படித் தடுப்பது? வியூகம் வகுத்தாக வேண்டும். தேசத்துக்குள் நுழைந்துவிட்டவர்கள், தலைநகரை நெருங்குவதற்குப் பெரிய பிரயத்தனங்கள் செய்ய வேண்டியிருக்காது. ஆனாலும் திறந்துவைத்து வரவேற்பு விழா நடத்திக்கொண்டிருக்க முடியாது.

தளபதிகள் டைப் ரைட்டரின் வேகத்தில் நிலைமையை விளக்கிக்கொண்டிருந்தார்கள். பெர்லின் நகருக்கு வெளியே செல்லும் தெற்கு வாசல் பாதை ஒன்றைத் தவிர அனைத்துப் பாதைகளும் எதிரிகள் வசமாகிவிட்டன. அதையும் எப்போது வேண்டுமானாலும் கைப்பற்றிவிடும் சாத்தியங்களே அதிகம்.

‘வேறு வழியே இல்லையா?’

அவர்கள் பேசாமல் தலை குனிந்து நின்றார்கள். நகரம் சுற்றி வளைக்கப்பட்டுக் கொண்டிருக்கிறது. நான்கு திசைகளிலும் அறுபது மைல் தொலைவில் எதிரிகள். சோவியத் வீரர்கள். ஆயுத பலம் மிக்கவர்கள். ஆள் பலம் மிக்கவர்கள். தவிரவும் ஒரு வெறியுடன் முன்னேறிக்கொண்டிருப்பவர்கள். எப்படிக் கடந்த நான்காண்டு காலமாக ஜெர்மனி இதர ஐரோப்பிய தேசங்களில் முன்னேறிக்கொண்டிருந்ததோ அப்படி.

அடேயப்பா! நினைத்துப்பார்த்தால் பிரமிப்பாகத்தான் இருக்கிறது. போலந்து, செக்கஸ்லாவாக்கியா, நெதர்லாந்து, டென்மார்க், நார்வே, லக்ஸம்பர்க், பெல்ஜியம், பிரான்ஸ் என்று வலை வீசிய இடங்களிலெல்லாம் அவருக்கு மீன்களல்ல, குளங்களே வசமாயின. அனைத்தையும் வாரிச் சுருட்டித் தன் தொப்பிக்குள் வைத்தபோது எத்தனை பரவசம், எத்தனை பெருமை!

சந்தேகமில்லை. பூமி சுற்றிக்கொண்டுதான் இருக்கிறது. பகலைப் போலவே இரவும் வந்துதான் தீரும் போலிருக்கிறது.

‘திரும்பத் திரும்ப வற்புறுத்துகிறோம் என்று நினைக்காதீர்கள். நீங்கள் பெர்லினை விட்டு வெளியேறிவிடுவதுதான் நல்லது.’

தயங்கித் தயங்கிச் சொன்னார்கள் தளபதிகள். ஹிட்லர் முற்றிலும் மறுத்துவிட்டார்.

‘இல்லை. நான் ஊரைவிட்டுப் போய்விட்டால் பெர்லினுக்காக யாரும் இங்கே யுத்தம் செய்யமாட்டார்கள். கடைசி வினாடி வரை நான் இங்கேதான் இருப்பேன். ஒருவேளை பெர்லின் விழுந்துவிடுமானால் அடுத்தத் திட்டம் குறித்து அப்போது முடிவெடுக்கலாம்.’

உறுதியாகத்தான் சொன்னார். ஆனால் சில நிமிடங்களிலேயே அவரிடமிருந்து வேறு மாதிரியான கருத்தும் வந்தது. ‘பெர்லின் விழுந்தால் நான் இங்கேயே உயிர் துறப்பேன். அல்லது கடைசி வினாடியில் வேண்டுமானால் ஆபர்ஸால்ஸ்பெர்க் *(Obersalzberg)* போய்விடுகிறேன்.’

ஜெர்மனியின் தெற்கு எல்லைப் பிராந்தியமான பவேரியாவில் இருந்த ஒரு மலைவாசஸ்தலம் அது. ஹிட்லருக்கு இளம்

வயதிலிருந்தே மிகவும் பிடித்த இடம். சந்தர்ப்பம் கிடைக்கும் போதெல்லாம் அங்கே போய்விடும் வழக்கம் வைத்திருந்தார். ஏற்கெனவே பல ஜெர்மானிய அதிகாரிகள் தம் குடும்பங்களை அந்த இடத்துக்குத்தான் அனுப்பி வைத்திருந்தார்கள். நம்பகமான மக்கள். ஹிட்லருக்காக உயிரையும் கொடுக்கக்கூடிய கிராமவாசிகள். தவிரவும் எதிரிகள் அத்தனை சுலபத்தில் நெருங்கிவிட முடியாத புவியியல் சிக்கல்கள் நிறைந்த பிரதேசம்.

அத்தகைய சிக்கல்தான் ஹிட்லரின் மனநிலையாகவும் இருந்தது. வினாடிக்கு வினாடி அவர் தமக்குத்தாமே முரண்பட்டுக் கொண்டிருந்தார். பேசுவதற்கு மிகவும் தடுமாறினார். பேசாதிருப்பதே நல்லது என்று தோன்றிக்கொண்டே இருந்தது. ஆனால் எதைத் தவிர்க்க முடியும்?

தளபதிகள் விடைபெற்றுப் போய்விட்டார்கள். சிறிது நேரம் படுத்திருந்தார். ஆடம்பரமில்லாத எளிய பிற்பகல் உணவு. அவர் சுத்த சைவம். காய்கறிகளே உணவில் பிரதானம். பிறந்த நாளுக்காக விசேஷமாக ஏதும் சமைக்கலாமா, வேண்டாமா என்று அவரது சமையல்காரர்கள் முதலில் தயங்கினார்கள். இறுதியில் வேண்டாம் என்று முடிவுசெய்து வழக்கமான சாப்பாட்டையே தயாரித்திருந்தார்கள்.

சாப்பிட்டுவிட்டு ஹிட்லர் மீண்டும் சிறிதுநேரம் ராணுவ அதிகாரிகளுடன் ஆலோசனை நடத்தினார். அவரது இளநிலை உதவியாளர் டிராடல் ஜங் *(Traudl Junge)* ஏதோ சந்தேகம் கேட்க உள்ளேவந்தபோது 'எனக்கு வெற்றியடைவோம் என்று நம்பிக்கை இல்லை பெண்ணே!' என்று வருத்தமுடன் சொன்னார் ஹிட்லர்.

அதிர்ந்து போனார் ஜங். பேசுவது யார்? ஹிட்லரா? ஹிட்லர்தானா?

அவரால் நம்ப முடியவில்லை. அவருக்குத் தெரிந்த ஹிட்லருக்கு வெற்றியைத் தவிர வேறொன்று தெரியாது. தோல்வி? அது சாமானியர்களுக்கு. ஹிட்லருக்கல்ல. கண்டிப்பாகக் கிடையாது. என்னவோ ஆகிவிட்டது. யுகம் முடியப்போகிறதா? ஜெர்மனி விழுந்துவிடத்தான் போகிறதா?

ஹிட்லர் யாருடனும் மனம் விட்டுப் பேசுகிற நிலையில் இல்லை. உடனடியாகத் தமது முக்கியத் தளபதிகளில் சிலரை பெர்லினின்

தெற்கு எல்லைக்குப் போகும்படி உத்தரவிட்டார். ஒரு சிலரை வடக்குப் பக்கம் அனுப்பினார். மிகச் சிலர் மட்டுமே தன்னுடன் இருக்கும்படி பார்த்துக்கொண்டார்.

இரவு முழுவதும் உறங்காமல் யோசித்தபடியே இருந்தார். உறங்கியபோது விடிந்திருந்தது.

–

மறுநாள் ஹிட்லர் கண் விழித்தபோது காலை மணி 9.30. பல் துலக்கத் தொடங்கியபோதே அதிகாரிகள் தகவலுடன் வந்துவிட்டார்கள். பெர்லின் நகரின் மீது தாக்குதல் ஆரம்பமாகிவிட்டது. எதிரிகள் நெருங்கிவிட்டார்கள். பீரங்கிகள் முழங்கியபடி இருக்கின்றன.

ஹிட்லர் பதிலேதும் பேசவில்லை. அவரது உடலின் ஒவ்வொரு பாகமும் துடித்துக்கொண்டிருந்தது. எப்போதும் வீரத்தில் துடிக்கும். அப்போது அச்சத்தில் துடித்தது. பேச்சு துண்டாகித் துண்டாகி வெளிப்பட்டது. கைவிரல்கள் உதறின. அடிக்கடி இரண்டு கைகளையும் பிணைத்துக்கொண்டார். தண்ணீர் குடித்தார். முகத்தைத் திரும்பத் திரும்பத் துடைத்துக்கொண்டார். எந்தக் கணமும் தாம் உடைந்துவிடுவோம் என்று எல்லாக் கணமும் அவருக்குத் தோன்றியது.

ஒன்றுதான் பாக்கி. கண்ணீர். அவரது கண்ணிலிருந்து அது மட்டும் உதிர்ந்துவிட்டால் போதும். அந்தக் கணமே வீரர்கள் அத்தனை பேரும் உடைந்துவிடுவார்கள். அந்த ஒரே காரணத்துக்காகத்தான் அவர் அடக்கிக்கொண்டிருந்தார். தம் உணர்ச்சிகள் எந்த வகையிலும் வெளிப்பட்டுவிடக் கூடாது என்று நினைத்தார். அடிக்கடி எதிரே நிற்பவரின் முகத்தைப் பார்க்காமல் திரும்பி நின்றே பேசினார்.

ஆனாலும் அன்று பிற்பகல் தன்னைச் சந்திக்க வந்த தளபதிகளிடம் அவர் நம்பிக்கை தரும் விதத்திலேயே நடந்துகொண்டார். 'பொறுத்திருந்து பாருங்கள். ரஷ்யர்கள் தம் வாழ்நாளில் மறக்கமுடியாத பேரழிவை பெர்லின் அவர்களுக்குத் தரப்போகிறது. அடி என்றால் மரண அடி. எனக்கு என் வீரர்களைத் தெரியும். நான் மிகச் சரியாக அவர்களுக்கு உத்திகளை வகுத்துக் கொடுத்திருக்கிறேன். பின்னி எடுக்கப்போகிறார்கள் பாருங்கள்!'

அன்று முழுவதும் அவர் இப்படித்தான் பேசிக்கொண்டிருந்தார். வலுக்கட்டாயமாக வரவழைத்துக்கொண்ட நம்பிக்கை. ஓர் அதிசயம் நிகழ்ந்துவிடாதா என்கிற மாபெரும் எதிர்பார்ப்பு. தாம் தளர்ந்துவிடக்கூடாது என்கிற எச்சரிக்கை உணர்வு. அவரால் அழாமல் இருக்க முடிந்தது. ஆனால் உடைந்துபோகாமல் இருக்கமுடியவில்லை.

அது அதற்கடுத்த நாளே தெரிந்துவிட்டது. பிறந்த நாள் முடிந்த இரண்டாம் நாள். ஏப்ரல் 22. முற்றிலும் நிலைகுலைந்து போன மனிதராக அன்று அவர் காட்சியளித்தார். ராணுவ அதிகாரிகளுடன் பேசிக்கொண்டிருந்தபோது இரண்டு மூன்று முறை சொல்லாமல் எழுந்து தன் தனியறைக்குப் போய் சில நிமிடங்கள் கதவைச் சாத்திக்கொண்டு, மீண்டும் வெளியே வந்தார். உள்ளே அவர் அழுதிருப்பாரோ?

அப்படி நினைத்துப் பார்க்கவே அதிகாரிகளுக்குச் சங்கடமாக இருந்தது. அவர்கள் ஹிட்லரை நேசித்தவர்கள். மிகவும் நேசித்தவர்கள். அவரது அத்தனை குறைகளுடனும் சேர்த்து நேசித்தவர்கள். ஜெர்மனிக்காக உயிர்விடுவதும் ஹிட்லருக்காக உயிர் விடுவதும் அவர்களுக்கு வேறு வேறல்ல. ஜெர்மனி என்கிற அகண்ட சாம்ராஜ்ஜியத்தின் ஒற்றை ஸ்தூல மனித உருவத்தின் பெயர் ஹிட்லர். அவர்களது கடைசி நம்பிக்கை.

தொலைபேசி அழைத்தது. நிலைமை கைமீறிக்கொண்டிருக்கிறது. ரஷ்யர்கள் பெர்லினின் வடக்கு எல்லையைக் கடந்துவிட்டார்கள். அங்கிருந்த பாதுகாப்புப்படை போராடிக்கொண்டிருக்கிறது. எந்நேரமும் விழுந்துவிடும்.

மீண்டும் தொலைபேசி அழைத்தது. இம்முறை வேறுவிதமான செய்தி வந்தது. இல்லை. யாரும் எங்கும் போராடவில்லை. எல்லையில் நிறுத்திய வீரர்கள் அனைவரும் எங்கே போனார்கள் என்று தெரியவில்லை. எதிரிகள் மிகச் சுலபமாக முன்னேறி வந்துகொண்டிருக்கிறார்கள்.

தூளாகிப் போனார் ஹிட்லர். எத்தனை பெரிய துரோகம்! ஏமாந்துவிட்டோமா? ஏமாற்றிவிட்டார்களா? தேசத்துக்காக, தனக்காக உயிரையும் கொடுப்பார்கள் என்று நினைத்த தன்னுடைய வீரர்களா இப்படிச் செய்துவிட்டார்கள்? எங்கே போய்விட்டது

அவர்களுடையவீரம்? நெஞ்சுநிமிர்த்திபிரான்ஸைவென்றார்களே! பிரிட்டனின் வாசல் வரை போய் வெலவெலக்கச் செய்தார்களே! நெதர்லாந்தையும் பெல்ஜியத்தையும் நார்வேவையும் நசுக்கி எறிந்தார்களே!

'இல்லை. எனக்கு ஏதோ தவறாகத் தெரிகிறது. நான் உடைந்து கொண்டிருக்கிறேன். மீளமுடியும் என்று தோன்றவில்லை.'

மெல்ல அவரது உதடுகள் முணுமுணுத்தன. அதிகாரிகள் தலைகுனிந்து நின்றார்கள். கொஞ்சம் சுதாரித்துக்கொண்டு, 'அப்படி நினைக்காதீர்கள். நாம் இறுதிவரை போராடத்தான் போகிறோம். கண்டிப்பாக ஜெயிப்போம்.' என்று தங்களுக்கே இல்லாத நம்பிக்கையை ஹிட்லருக்கு விதைக்கப் பார்த்தார்கள்.

ஹிட்லர் தளர்ந்து போய் நாற்காலியில் அமர்ந்தார்.

–

23ம் தேதி காலை பெர்லினின் வடக்கு மற்றும் தெற்கு எல்லைகள் முற்றிலும் சோவியத் படைகளின் வசமாயின. நகரின் மையத்தை அவர்கள் நெருங்கிக்கொண்டிருந்தார்கள். எதிர்க்க ஒருவரும் இல்லை. அமெரிக்க வீரர்களும் தெற்குப் பகுதியில் முன்னேறத் தொடங்கியிருந்தார்கள். வினாடி நேர இடைவெளியில்லாமல் குண்டுகள் வெடித்துக்கொண்டே இருந்தன. சோவியத் படைகளும் அமெரிக்கப் படைகளும் ஒரு பிராக்டிஸ் போலத்தான் சுட்டுப் பார்த்துக்கொண்டிருந்தார்கள். எதிர்க்க யார் இருக்கிறார்கள்?

வீரதீரங்களுக்குப் புகழ்பெற்ற ஹிட்லரின் ராணுவமும் அவரது பிரத்தியேகப் பாதுகாப்புப் படைப்பிரிவும் இருந்த இடம் தெரியவில்லை. நகரம் கிட்டத்தட்ட காலியாகிக்கொண்டிருந்தது.

'இப்போதும் சொல்கிறோம். தயவுசெய்து நீங்கள் பெர்லினை விட்டுப் போய்விடுங்கள்! ராணுவத் தளபதியின் தலைமையில் யுத்தம் தொடரட்டும்!'

'இல்லை. அது சாத்தியமில்லை. பிரசிடெண்ட் ஊரில் இல்லை என்பது தெரிந்தால் யாரும் யுத்தம் செய்யமாட்டார்கள். ஏற்கெனவே..'

'அது எப்படி? இறுதி வினாடிவரை நாம் போராடுவதாகச் சபதம் எடுத்துக்கொண்டிருக்கிறோம். நினைவிருக்கட்டும்!'

அவர்கள்ஒவ்வொருவரும்தமக்குநன்குதெரிந்தவிஷயங்களையே பேசிக்கொண்டிருந்தார்கள். ஹிட்லர் இல்லாது போனால் யுத்தம் இல்லை. ஹிட்லர் இருந்தாலும் இனிமேல் வெற்றி இல்லை.

நகரம் எரியத் தொடங்கியிருந்தது. இடைவிடாத பீரங்கித் தாக்குதல்களில் பிரம்மாண்டமான கட்டடங்கள் இடிந்து விழுந்தன. நகரெங்கும் கற்குவியல்கள். கருகிய வாசனை. எங்கும் அழுகை ஓலம். எல்லா மூலைகளும் எரிந்துகொண்டிருந்தன. எல்லா வீடுகளும் அழுதுகொண்டிருந்தன. ஆனாலும் வெடிச்சத்தம் ஓயவில்லை. நாற்புறமும் கரகரத்து ராணுவ டாங்குகள் முன்னேறின. அணி வகுத்த சோவியத் வீரர்களின் பூட்ஸ் சத்தம் நாராசமாக ஒலித்தது. கண்ணில் பட்டவர்களையெல்லாம் சுட்டார்கள். திரும்பத் தாக்கியவர்களை விரட்டி விரட்டிச் சுட்டார்கள்.

வர்த்தகச் சாலைகள் அனைத்தும் அடித்து நொறுக்கப்பட்டன. முன்னதாக நகருக்குக் குடிநீர் சப்ளை செய்யும் பைப்லைனை மூடியிருந்தார்கள். மின்சாரம் துண்டிக்கப்பட்டுவிட்டிருந்தது. தொலைபேசி லைன்கள் உயிரிழந்தன. போக்குவரத்து அறவே சாத்தியமில்லாமலிருந்தது.

ஹிட்லருக்குப் புரிந்தது. இதுதான். இவ்வளவுதான்.

–

உடனடியாக அரசாங்க ரகசியங்கள் அடங்கிய ஃபைல்கள் அனைத்தையும் அழித்துவிட உத்தரவிட்டார் ஹிட்லர். ஒரு துண்டுக் காகிதம் கூட எதிரிகளிடம் அகப்பட்டுவிடக்கூடாது! மறைக்கப்பட வேண்டிய அனைத்தும் மறைக்கப்பட்டன. புகைப்படங்கள், சுற்றறிக்கைகள், ரகசியத் தகவல் குறிப்பேடுகள், டைரிகள், ஒலி நாடாக்கள் எல்லாம், எல்லாம்.

அசுர வேகத்தில் பணிகள் நடந்தன. மறுபுறம் ஹிட்லர் தம் பிரசார அமைச்சர் ஜோசப் கெப்பல்ஸை (Joseph Goebbels) அழைத்து அவர் சற்றும் எதிர்பாராத ஓர் உத்தரவைப் பிறப்பித்தார்.

'நண்பா! உடனடியாக ஒரு காரியம் நடந்தாகவேண்டும். நான் ஈவாவைத் திருமணம் செய்துகொள்ளப் போகிறேன்.'

கெப்பல்ஸ் அதிர்ச்சியடையவில்லை. இனிமேல் அதிர்ச்சிகொள்ள ஏதுமில்லை. ஒருவேளை இதுவே ஹிட்லரின் இறுதி விருப்பமாகவும் இருக்கக்கூடும். அல்லது ஈவாவின் விருப்பத்துக்கு இறுதிலாவது செவி சாய்க்கலாமே என்கிற எண்ணமாக.

மிகச் சிலருக்கு மட்டுமே விஷயம் தெரிவிக்கப்பட்டது.

அன்றைக்கு ஏப்ரல் 29. அதே பதுங்கு அறை. ஜோசஃப் கெப்பல்ஸ் மற்றும் ஹிட்லரின் அந்தரங்கச் செயலாளரான மார்ட்டின் பர்மன் (Martin Bormann) என்று இரண்டு பேர் மட்டும் சாட்சியாக நின்றார்கள். திருமணப் பதிவாளர் ஒருவர் இருண்ட முகத்துடன் மணமக்களை வரவேற்றார்.

கறுப்பு நிறப் பட்டாடை அணிந்து ஹிட்லரும் ஈவா ப்ரானும் அமைதியாக அறைக்குள் வந்தார்கள். யாரும் பேசவில்லை. சில நிமிடங்கள்தான். இருவரும் பதிவேட்டில் கையெழுத்திட்டார்கள். ஈவா கையெழுத்திடும்போது வழக்கம்போல 'ஈவா ப்ரான்' (Eva Braun) என்று கையெழுத்திட்டார். சட்டென்று என்ன நினைத்தாரோ, குடும்பப் பெயரான 'ப்ரானி'ன் குறுக்கே அடித்துவிட்டு 'ஈவா ஹிட்லர்' என்று மாற்றிக் கையெழுத்திட்டார்.

ஹிட்லர், ஈவாவின் வலக்கரத்தை ஏந்தி, புறங்கையில் முத்தமிட்டார். கெப்பல்ஸ் மட்டும் சத்தமெழாமல் மெல்லக் கைதட்டினார். ஹிட்லரும் ஈவாவும் தனியறைக்குப் போய் இரண்டு நிமிடங்களில் ஹிட்லர் மட்டும் திரும்பி வந்தார்.

கெப்பல்ஸ் பெருமூச்சு விட்டார். தேசமே கொண்டாட வேண்டிய திருமணம். உலகமே கண்டு களிக்க வேண்டிய திருமணம். இத்தனை சுருக்கமாக, இத்தனை எளிமையாக நடந்தேறியது என்று சொன்னால் யார் நம்புவார்கள்? ஒரு மெல்லிய பின்னணி சங்கீதம் கூடக் கிடையாது. விருந்து கிடையாது. விருந்தினர்கள் யாரும் கிடையாது. சந்தேகமில்லாமல் ரகசியத் திருமணம். எப்படியும் பகிரங்கமாகப் போகிற திருமணம்.

அந்தக் கணத்திலும் அவர்களுக்கு ஹிட்லரின் கடமை உணர்வுதான் வியப்பூட்டும் விஷயமாக இருந்தது.

தமது கமிட்மெண்ட்களிலிருந்து அவர் ஒருபோதும் பின்வாங்கியதில்லை. பதவியேற்ற கணத்திலிருந்து பதவியையும் உயிரையும் ஒருங்கே துறக்கும் கணம் வரை. ஒரு நல்ல ஆட்சியாளராக உலகம் அவரைக் கொண்டாடாமல் போனாலும் நல்ல காதலனாக ஈவாவின் ஆன்மா அவரை அரவணைத்தே தீரும்.

–

மறுநாளும் விடிந்தது. அநேகமாக முழு பெர்லினும் சோவியத் படைகளின் வசம் விழுந்துவிட்டது. பிரசிடெண்ட் மாளிகைக்குச் சில நூறு மீட்டர் தூரத்தில் படைகள் வந்துவிட்டன. இதுதான் இறுதிக்கட்டம். இதற்கு மேல் ஏதுமில்லை. சில நூறு ஜெர்மானிய வீரர்கள் மட்டும் உக்கிரமாகப் போராடிக்கொண்டிருந்தார்கள். வெடிச்சத்தம் விண்ணைப் பிளந்துகொண்டிருந்தது. ஊர் அடங்கி விட்டது. ஓலம் மட்டுமே வெளியில் மிதந்து கொண்டிருந்தது.

ஹிட்லர் முடிவு செய்திருந்தார். முன்னதாகத் தம் காதல் மனைவி ஈவாவுடன்கலந்து பேசியிருந்தார். பேசியதை அறிவிக்க வேண்டிய தருணம் வந்துவிட்டது.

அறைக் கதவைத் திறந்துகொண்டு அவர் வெளியே வந்தபோது அதிகாரிகள் அத்தனை பேரும் பதைப்புடன் காத்திருந்தார்கள். வேண்டியது ஒரு சொல். ஒரே ஒரு சொல். அவ்வளவுதான்.

நாம் தோற்றுவிட்டோமா? நாம் சரணடையப் போகிறோமா?

ஹிட்லர் வாய் திறந்து அதைச் சொல்லவில்லை. ஆமாம். தோற்றுத்தான் போனோம்.

விடை பெறுகிறேன் நண்பர்களே. இத்தனை நாள் எனக்காக நீங்கள் விசுவாசம் காத்ததற்கும் உழைத்ததற்கும் என் மனமார்ந்த நன்றி. எங்கே டாக்டர்? ஆ, டாக்டர்.. ஒன்று சொல்ல மறந்துவிட்டேன். என்னுடைய நாயை மறந்துவிடாதீர்கள். அதற்கொரு கிண்ணத்தில் விஷம் வைத்துவிடுங்கள். யாரங்கே, என்னுடைய ஃபைல்கள், குறிப்புப் புத்தகங்கள், டைரி அனைத்தையும் எரித்துவிட்டீர்களா? நல்லது. வா, ஈவா.. நாம் ஓய்வெடுக்கப் போகலாம்..

அவர்கள் உள்ளே போனார்கள். அடுத்த சில நிமிடங்களுக்கு முதல் முறையாக அமைதி அந்தப் பிராந்தியத்தை ஆட்சி செய்தது.

சட்டென்று அதுவும் கலைந்தது. ஒரு குண்டு வெடித்தமாதிரி இல்லை?

ஒன்றுதானா?

ஆம். ஒன்றுதான். ஹிட்லர், ஈவாவுக்கு விஷம்தான் கொடுத்திருந்தார். சயனைட் கேப்ஸ்யூல். தற்கொலைக்குத் தயாராகிவிட்டபோதிலும் ஈவாவைச் சுட்டுக்கொல்லவோ, அவள் தன்னைத்தானே சுட்டுக்கொள்வதைப் பார்க்கவோ அவருக்கு விருப்பமில்லை. விஷம் சிறந்தது. அருந்தியதும் மயக்கம் வரும். மயக்கத்தில் மரணம் வரும். மரணத்தில் மீண்டும் நான் உன்னருகே வருவேன் கண்ணே.

அதன்பிறகு ஹிட்லர் தன் நெற்றிப்பொட்டில் வைத்து அழுத்திய துப்பாக்கியின் சத்தம்தான் முன்னர் கேட்டது.

ஏப்ரல் 30, 1945 அன்று ஹிட்லர் இறந்துபோனார்.

அத்தியாயம் இரண்டு

வன்மம் வளர்ந்த வழி

எல்லா கொடுமைக்காரத் தகப்பன்களின் மகன்களும் சர்வாதிகாரிகள் ஆவதில்லை. ஆனால் பெரும்பாலான சர்வாதிகாரிகளின் தந்தைமார்கள் கொடுமைக்காரர்களாகவே இருந்திருக்கிறார்கள். ஹிட்லர். ஸ்டாலின். சதாம் ஹுசைன். வாழ்க்கைத் திரைக்கதைகளின் முதல் காட்சி பெரும்பாலும் இவர்களுக்கு ஒரே மாதிரி அமைந்திருப்பது தற்செயல்தான். வன்முறை. வறுமை. அவலங்களின் அணிவகுப்பு.

ஹிட்லருக்கு இன்னொரு சிக்கலும் இருந்தது. அவருடைய தந்தையின் பிறப்பு மற்றும் வாழ்க்கை முறை தொடர்பானது அது.

ஹிட்லரின் தந்தை அலாய்ஸ் ஹிட்லரின் ஆரம்பகாலப் பெயர் அலாய்ஸ் ஹிட்லர் அல்ல. அலாய்ஸ் ஷிக்கெல்கிரபர் *(Alois Schicklgruber)*. அது அவரது தாய்வழி குடும்பப் பெயர். பிறந்ததிலிருந்து அவருக்குத் தன் தந்தை யார் என்று தெரியாது. அம்மா தான். அவரது வளர்ப்புதான். அலாய்ஸின் தாய், குழந்தை பிறப்புக்குப் பிறகு வேறொரு திருமணம் செய்துகொண்ட பிறகு ஜோஹன் ஜார்ஜ் ஹீட்லர் *(Johann Georg Hiedler)* என்பவர் அலாய்ஸின் வளர்ப்புத் தந்தையாக ஆனார். (இந்த ஹீட்லர் இல்லை, இவரது சகோதரரான இன்னொரு ஹீட்லர்தான் அலாய்ஸின் தந்தை என்றும் ஒரு வதந்தி உண்டு.)

எனில் அலாய்ஸின் நிஜத் தந்தை யார்? அதாவது ஹிட்லரின் தாத்தா?

ஹிட்லரின் நிரந்தர தர்மசங்கடம் இங்கே ஆரம்பிக்கிறது. தனது

திருமணத்துக்கு முன்பு அலாய்ஸின் தாய் ஆஸ்திரியாவில் ஒரு யூதக் குடும்பத்தில் வீட்டு வேலை செய்து வந்தார். அந்தக் காலத்தில்தான் அவர் கர்ப்பமானது. அதனால்தான் அவர் அந்த வேலையை விட்டுவிட்டு ஊரைவிட்டே வெளியேறவும் செய்தார்.

ஊரை விட்டு வெளியேறி, குழந்தை பிறந்து, இன்னொரு திருமணமும் செய்துகொண்டவர், இறுதிவரை அலாய்ஸின் தந்தை யார் என்று சொல்லவில்லை. வலுவான யூகம், அவர் வேலை பார்த்த யூதக் குடும்பத்தைச் சேர்ந்த யாரோ ஒருவர்தான் என்பது.

யாரும் சொல்லிக்காட்டத் தேவையே இல்லை. ஹிட்லருக்கே இது மிகப்பெரிய பிரச்னை. எந்த யூத குலத்தை வேறோடு அழிக்க அவர்தம் வாழ்நாள் முழுதும் உழைத்தாரோ, அதே யூத வம்சத்தில் வந்தவர்தானா தனக்குத் தந்தையாக வந்து சேரவேண்டும்?

அவருக்கு ஆரம்பத்திலிருந்தே தந்தை விஷயத்தில் மகிழ்ச்சியில்லாமல் போய்விட்டது.

அலாய்ஸும், தன் மகன் எந்த வகையிலும் சந்தோஷப்படுவதற்கான சந்தர்ப்பங்களைத் தரவில்லை. அடி, அடி, அடி என்று இருபத்தி நான்கு மணிநேரமும் அடித்துக்கொண்டே இருக்கும் மனிதர் அவர். குடி வெறியில் அடிக்கும்போது வீரியம் அதிகமிருக்கும். கெட்ட வார்த்தைகள் அநாயாசமாக இறைபடும். இதற்குத் தான் அடிப்பார், இதற்கு அடிக்கமாட்டார் என்று சொல்லமுடியாது. நின்றால் அடி, அமர்ந்தால் அடி, படுத்தால் அடி, சாப்பிட உட்கார்ந்தால் அடி. அவர் உடைத்த கழிகளுக்குக் கணக்கில்லை. இளம் ஹிட்லரின் உடலில் அந்த அடிகள் உருவாக்கிய தழும்புகளுக்கும் கணக்கில்லை.

அப்பா என்றால் அடிப்பவர் என்பதுதான் இளம் வயதில் ஹிட்லரின் மனத்தில் பதிந்த பிம்பம். அதனாலேயே அவர் அம்மாவின் பின்னால் பதுங்கிக்கொண்டார். நிஜத்திலும் மனத்துக்குள்ளும். தன்னை அடிக்காத, தனக்காகவே வாழ்கிற ஒரே உயிர் தன் அம்மா தான் என்று அவர் நினைத்தார். எத்தனை நல்லவள்! எத்தனை புத்திசாலி! ஆனாலும் ஏன் இந்தக் கொலைகாரப் பாவிக்கு மூன்றாவது மனைவியாவதற்குச் சம்மதித்தாள்?

விதி என்று ஹிட்லரின் தாய் க்ளாரா பதில் சொன்னார். அந்தச் சொல் ஹிட்லரின் மனத்தில் பதிந்தது. வாழ்நாள் முழுதும் பல்வேறு

சந்தர்ப்பங்களில் அவர் மிக அதிகம் பயன்படுத்திய சொல் அது. விதி. நல்ல விதி. கெட்ட விதி. ஒட்டுமொத்த ஐரோப்பாவும் ஜெர்மானியப் படையெடுப்புக்கு அடிபணிந்தபோது ஹிட்லர் சொன்னது, அது அவர்களின் விதி. இறுதியில் சோவியத் ஆக்கிரமிப்பின்போது ஜெர்மனி விழ நேர்ந்தபோதும் அவர் சொன்னது, இது நம் விதி.

சந்தேகமில்லாமல் அவர் அம்மா பிள்ளை. ஒரு சமூகப் பாதுகாப்புக்காகத் தந்தையின் வம்சப் பெயரான ஹீட்லர் என்பதைத் தன் பெயருடன் அவர் இணைத்துக்கொள்ள நேர்ந்தாலும் (அதுதான் பின்னால் யாராலோ தவறான ஸ்பெல்லிங் போட்டு, ஹிட்லர் என்றாக்கப்பட்டுவிட்டது.) மனத்தளவில் அவர் தாயின் குழந்தையாக மட்டுமே இருந்தார்.

அலாய்ஸ், ஒரு சுங்கத்துறை அதிகாரி. அடிக்கடி அவருக்கு டிரான்ஸ்பர் தொல்லைகள் இருந்தன. ஹிட்லர் பிறந்த பிரானோ நகரிலிருந்து (ஆஸ்திரியாவின் வடமேற்கு எல்லைப்புற நகரம். ஜெர்மனியின் எல்லையோரப் பிரதேசம்.) லம்பாக், லியாண்டிங், லின்ஸ் என்று அலுவல் அவரை நகர்த்திக்கொண்டே போனது. ஹிட்லர் பல பள்ளிகளில் படித்தார். முளையில் தெரிந்த விளையும் பயிராகவெல்லாம் அவர் இல்லை. மிகவும் சாதுவான மாணவர். சுமாராகப் படித்தார்.

ஆனால் 1900ம் ஆண்டு அவர் உயர் நிலைப்பள்ளியைத் தொட்டபோது முதல் வருடமே ஃபெயில் ஆனார். ஹிட்லருக்குப் படிக்கும் ஆர்வமே இல்லை என்று ஆசிரியர்கள் அவரது அம்மாவைக் கூப்பிட்டுச் சொன்னார்கள்.

பின்னாளில் ஹிட்லர் இதற்கான காரணத்தைச் சொன்னார். தனக்குப் படிப்பு வராமல் இல்லை. படிக்கும் ஆர்வம் இல்லாமல் இல்லை. ஆனால் தன் தந்தைக்கு எதிரான ஓர் எளிய எதிர்ப்பு நடவடிக்கையாக மட்டுமே படிக்கவில்லை.

அலாய்ஸுக்கு எப்படியாவது தன் மகனும் ஒரு கஸ்டம்ஸ் ஆபீசராகிவிட வேண்டுமென்கிற விருப்பம். ஹிட்லருக்குப் படிப்பைப் போலவே ஓவியத்திலும் நாட்டமும் தேர்ச்சியும் இருந்தது.

படித்தால், அப்பாவின் விருப்பம்போல் அதிகாரி ஆகலாம். பெரிய கஷ்டமில்லை. ஆனால் ஏன் அவர் சொல்வதைக் கேட்கவேண்டும்?

நான் ஓர் ஓவியனாகப் போகிறேன் என்று வீட்டில் அறிவித்தார் ஹிட்லர்.

அடுத்த மூன்று வருடங்கள் இதன்பொருட்டு ஹிட்லரை மேலும் அடித்துத் தீர்த்துவிட்டு 1903ம் ஆண்டு அலாய்ஸ் இறந்து போனார்.

அவர் இறந்தபிறகாவது ஹிட்லர் படித்திருக்கலாம். ஆனால் மூன்று வருடங்களாக அலட்சியம் காட்டிவந்த விஷயம், அதன்பிறகு அவருக்கு ஆட்டம் காட்ட ஆரம்பித்துவிட்டது. அவரது ஆசிரியர் சொன்னபடி உண்மையிலேயே அப்போது அவருக்குப் படிப்பு ஏறவில்லை. போராடிப் பார்த்தார். ம்ஹூம். பதிமூன்று வயதில் தந்தையை இழந்த பிறகு மேலும் மூன்று வருடங்கள் பாடங்களுடன் மல்யுத்தம் நடத்திவிட்டுத் தமது பதினாறாவது வயதில் எந்தத் தகுதியும் பெறாமல் பள்ளிக்கூடத்திலிருந்து விடை பெற்றார் ஹிட்லர்.

இந்தக் காலங்களில் ஹிட்லருக்குத் தன்னுடைய ஓவியத் திறமை மீது மிகுந்த நம்பிக்கை ஏற்பட்டிருந்தது. சந்தேகமில்லை. நான் ஒரு ஓவியன் தான். இந்தச் சிறு நகரத்தில் எனக்கு எதிர்காலம் என்று ஏதுமில்லை. ஆகவே அம்மா, நான் ஏன் வேலை தேடி வெளியூர் போகக் கூடாது?

அம்மா என்றால் அன்பு. ஹிட்லரின் தாய்க்குத் தன் மகனின் திறமை மற்றும் உற்சாகத்தின் மீது நம்பிக்கை இருந்தது. எப்படியும் பிழைத்துக்கொள்ளக் கூடிய பையன். தவிரவும் குடும்பத்தின் ஏழைமை அவனது சம்பாத்தியத்தால்தான் தீரவேண்டும். படிக்க மாட்டேன், வரையத்தான் செய்வேன் என்பவனிடம் என்ன வாதாடுவது? மேலும் அவர் அப்போது நோய்வாய்ப் பட்டிருந்தார். மருந்துக்குப் பணம் வேண்டியிருக்கிறது. மற்ற அனைத்துக்கும் பணம் வேண்டியிருக்கிறது. அடி உதைகள் இருந்தாலும் கணவர் இருந்தவரை காசுப் பிரச்னை இருந்ததில்லை.

ஆகவே அவர் ஹிட்லரின் விருப்பத்துக்கு மறுப்பேதும் சொல்லவில்லை. ஹிட்லர் முதன்முதலாக வியன்னா சென்றது அப்போதுதான். வருடம் 1907.

அங்கே ஒரு நுண்கலைக் கல்லூரியில் சேருவதற்காகத் தேர்வு எழுதினார். முதல் முறை எழுதியபோது தோல்வி. இரண்டாம் முறை எழுதினார். அப்போதும் தோல்வி.

தன்னுடைய ஓவியத் திறமையின்மீது அவருக்கு அபார நம்பிக்கை இருந்தது. நம்பிக்கையைவிட, அதில்தான் அவருக்கு ஆர்வம் இருந்தது. ஆனாலும் கல்லூரி ஆசிரியர்களுக்கு அது ஏன் தெரியவில்லை?

ஹிட்லருக்குப் புரியவில்லை. ஓவியத்தைவிட உனக்கு கட்டடக் கலை, சிற்பக்கலையில் வாய்ப்பு இருக்கும் என்று தோன்றுகிறது. வேண்டுமானால் முயற்சி செய்து பார் என்று அங்கிருந்த ஆசிரியர் ஒருவர் சொன்னார்.

உடனடியாக அவரால் அம்முயற்சியை மேற்கொள்ள முடியவில்லை. ஹிட்லரின் தாய் அந்த வருடமே இறந்து போனார். மார்பகப் புற்றுநோய்.

தனது வாழ்வில் முதலும் கடைசியுமாக ஹிட்லர் அதிர்ச்சியடைந்தது அப்போதுதான். அவரால் தன் தாயின் மரணத்தைப் பலகாலம் நம்பமுடியாமல்இருந்தது. உண்மையின்தகிப்புஅவரதுபுத்தியைத் தீண்டிய சமயத்தில், இதற்குமேல் ஒன்றுமில்லை என்று மற்ற அனைத்தையும் அவரால் மிகச் சுலபமாக விலக்கிவிட முடிந்தது.

ஆனால், உயிர்வாழ உணவு அவசியம். உணவுக்குப் பணம் அவசியம். பணத்துக்கு உத்தியோகம் அவசியம். எல்லாமே ஒன்றையொன்று சார்ந்து நிற்கும் விஷயங்கள்தான். அதுசரி, எதற்கு உயிர்வாழ வேண்டும்? சித்திரம் வரைவதற்கா?

ஹிட்லருக்கு அது நிச்சயமாகத் தெரியவில்லை. ஆனால் வாழ வேண்டுமென்கிற வேட்கை மட்டும் அவருக்குள் நிறைந்திருந்தது. தவிரவும் விதி என்கிற அந்தச் சொல். அது உண்டாக்கிய பாதிப்பு. இழப்பும் ஏழைமையும்தான் தன் விதியா என்கிற கேள்வி. அதை மாற்றிப்பார்க்கிற ஆவல்.

தன்னை நிராகரித்த வியன்னாவுக்கு மீண்டும் அவர் வந்தார். இம்முறை பரீட்சை எழுதும் உத்தேசம் ஏதுமில்லை. மாறாக, ஆட்டம் காட்டும் விதியுடன் ஒரு முழு நீள ஆட்டம் ஆடிப்பார்த்துவிடும் அடங்காத வேட்கை.

–

ஹிட்லரின் அரசியல் வாழ்க்கை, அவரது வாலிபப் பருவத்தில் தொடங்குவதாகப் பெரும்பாலான சரித்திர ஆசிரியர்கள் எழுதுகிறார்கள். சற்றே நுணுக்கமாகப் பார்த்தால், உண்மையில் அவரது அரசியல் சார்ந்த எண்ணங்கள் ஐந்து வயதிலிருந்தே தொடங்கிவிடுவதைக் காண முடிகிறது.

அவர் பிறந்த சிறு நகரமான பிரானோவின் புவியியலில் தொடங்குவது அது. ஜெர்மனியின் எல்லையோர ஆஸ்திரிய நகரம். அங்கும் ஜெர்மானியர்கள்தான் வசித்துவந்தார்கள். ஆனால் பிஸ்மார்க்கின் அகண்ட ஜெர்மானியக் கனவுக்குள் ஐக்கியமாகிற ஜெர்மானியர்கள் அல்லர். இவர்கள் ஆஸ்திரிய ஜெர்மானியர்கள். வேர் ஒன்றுதான். ஆனால் பிடுங்கி நடப்பட்ட தலைமுறையிலிருந்து உதித்தவர்கள். பிழைப்புக்காக வந்தவர்கள். பல்வேறு யுத்தங்களிலிருந்து தப்பித்து அடைக்கலம் தேடி வந்து ஆஸ்திரியர்களானவர்கள். பத்தொன்பதாம் நூற்றாண்டு முழுவதும் அலையலையாக இப்படி ஜெர்மனியிலிருந்து புலம் பெயர்ந்து ஆஸ்திரியாவுக்கு வந்தவர்கள் பலர்.

ஆஸ்திரியாவுக்கு வந்த பிறகும் ஜெர்மனியின் நினைவுகளை ஏக்கப் பெருமூச்சுடன் வெளிப்படுத்திக்கொண்டிருந்தவர்கள். எத்தனை புராதனமான சாம்ராஜ்ஜியம்! எத்தனை சரித்திரப் பெருமைகள் கொண்ட மண்! ஆனால், விதி நம்மை இப்படித் துரத்திவிட்டது.

சிறு வயதிலேயே ஹிட்லர் இம்மாதிரியான திண்ணைப் பேச்சுகளைப் பல சமயம் கேட்டிருக்கிறார். அவரது தந்தை வைத்திருந்த சில புத்தகங்களை அவ்வப்போது படித்துவந்தபோது பத்தொன்பதாம் நூற்றாண்டின் இறுதியில் பிரான்ஸுக்கும் ஜெர்மனிக்கும் நடந்த ஒரு யுத்தம் குறித்துத் தற்செயலாக அவர் அறியும்படி ஆனது. அந்த யுத்தத்தில் ஜெர்மானிய வீரர்கள் எத்தனை ஆக்ரோஷமுடன் போரிட்டார்கள், என்னென்ன சாதனைகள் புரிந்தார்கள் என்றெல்லாம் பக்கம் பக்கமாக விவரிக்கப்பட்டிருந்தது.

இளம் ஹிட்லருக்கு முதல் முதலில் பரவசமூட்டிய புத்தகம் அது. அவர்தம் பன்னிரண்டாவது வயதில் அதைப் படித்திருந்தார்.

என்ன அபத்தம் இது? இப்படியொரு யுத்தம் நடந்திருக்கிறது.

ஜெர்மானியர்கள் சக்கைப்போடு போட்டிருக்கிறார்கள். நாமும் ஜெர்மானியர்கள் என்றுதான் சொல்லிக்கொள்கிறோம். ஆனால் இந்த யுத்தத்தில் நமக்கென்ன பங்கு இருக்கிறது? ஆஸ்திரியாவில் வசிக்கும் எந்த ஒரு ஜெர்மானியரும் அந்த யுத்தத்தில் பங்கெடுத்ததாக அப்புத்தகத்தில் தகவல் இல்லை.

எனில் ஆஸ்திரிய ஜெர்மானியர்கள் அகண்ட ஜெர்மனியின் அங்கத்தினர்கள் இல்லையா? அல்லது ஜெர்மானியர்களே இல்லையா? பிழைப்புக்காக இடம் பெயர்வது தேசிய அடையாளத்தை முற்றிலும் துறப்பதாகுமா? அதெப்படி முடியும்?

என்றைக்காவது ஒருநாள் என் தந்தை மண்ணுடன் இந்தத் தாய் மண் இணையும். என் காலத்திலேயே இணையும். அந்த இணைப்புக்கான பணிகளில் நானும் ஈடுபடுவேன். முடிந்தால் அதற்கான நடவடிக்கையை நானே முன்னெடுத்துச் செல்வேன்.

அரசியல் புரியாத வயதுகளில் ஹிட்லர் தம் நண்பர்களுடன் அடிக்கடி விவாதித்த விஷயம் இது. நண்பர்களுக்குப் புரிந்ததா, உணர்வுபூர்வமாக அவர்கள் இந்த இணைப்புக் கனவை விரும்புகிறார்களா என்றெல்லாம் ஹிட்லர் கவலைப்படவில்லை. தன் ஆசைகளை, லட்சியங்களை, கனவுகளை அவர் ஒளித்து வைத்ததே இல்லை. அவை தவறானவையாகவே இருந்த போதிலும் கூட.

ஆகவே வாழும் வழிதேடி அவர் வியன்னாவுக்கு வந்தபோதுகூட யாருடனாவது உட்கார்ந்து பேசும் சந்தர்ப்பம் கிடைக்கும் போதெல்லாம் ஜெர்மனி - ஆஸ்திரிய இணைப்பு குறித்தே பெரும்பாலும் பேசுவார். அப்புறம் இருக்கவே இருக்கிறது, ஓவிய நாட்டம். பணத்தைப் பற்றி மட்டும் சிந்தித்துவிட முடியாது. அது ஒரு அழகான ராட்சஸன். ஆனால் ஒருபோதும் அருகே வராத ராட்சஸன்.

அந்நாளில் ஆஸ்திரியாவில் ஒரு சட்டம் இருந்தது. பெற்றோர் இருவரும் இறந்துபோய் பிள்ளைகள் அநாதையாகிவிட்டால், அரசாங்கம் அவர்களுக்குக் கொஞ்சம் உதவித்தொகை கொடுக்கும். உயிர்வாழ ஒரு வழி தேடிக்கொள்ளும் வரை அந்தத் தொகை சற்றே உபயோகமாக இருக்கும்.

ஹிட்லருக்கு ஒரு சகோதரி இருந்தாள். பவுலா என்று பெயர். தன் ஓவியக் கனவுகளுக்குத் தன் தங்கையும் பலியாகிவிடக் கூடாதே என்று நினைத்து, தன் பங்காகக் கிடைத்த உதவித் தொகையையும் அவர் தன் தங்கைக்கே கொடுத்துவிட்டு வந்திருந்தார். உண்மையில் அவர் பிழைப்புத் தேடி வியன்னா வந்தபோது கையில் சல்லிக்காசு கிடையாது. ஒரு மாற்று உடை கிடையாது. கனவுகளும் லட்சியங்களும் மட்டுமே.

கனவுகள், மெல்வதற்குச் சுகமாகத்தான் இருக்கின்றன. ஆனால் பசியை அவை போக்குவதில்லை.

சரியாக ஐந்து வருட காலம் வியன்னாவில் வாழ்ந்த ஹிட்லர், உண்மையில் அதற்கு முன்னும் பின்னும் அப்படியொரு கஷ்டத்தைச் சந்தித்ததில்லை. முதலில் சில தினக்கூலி வேலைகள். அப்புறம் ஒரு சாயப்பட்டறையில் சாயம் பூசும் வேலை. பிறகு வாழ்த்து அட்டைகளைப் பார்த்துப் படம் வரைந்து கொண்டுபோய்க் கடைகளில் கொடுத்துச் சில்லறை சேர்க்கிற சுய தொழில். சுற்றுலாப் பயணிகளிடம் படம் விற்றுக் கொஞ்சநாள்.

ஐந்து வருட காலத்தில் ஹிட்லர் மொத்தமாக இரண்டாயிரம் படங்கள் வரைந்திருந்தார். பார்த்து வரைந்தவையும் பார்க்காமல், சொந்தக் கற்பனையில் வரைந்தவையுமாக. ஆனால் மொத்தமாக அவர் இரண்டாயிரம் ரூபாய் சம்பாதித்திருப்பாரா என்பது சந்தேகமே.

அநேகமாக தினமும் ஒருவேளை உணவு மட்டும்தான் அவருக்குக் கிடைத்தது. ஒன்றிரண்டு ரொட்டிகள். வேண்டிய அளவு தண்ணீர். அவ்வளவுதான். உணவைவிட, தங்குமிடம் அவருக்கு மிகுந்த பிரச்னையாக இருந்தது. பெரும்பாலும் ஓர் அகதி முகாமில் அவர் தங்கியிருந்தார். 1910ம் ஆண்டுக்குப் பிறகு ஏழை எளியவர்களின் குடிசைப் பகுதி ஒன்றில் ஒண்டுக்குடித்தனமாக ஒரு பொந்தில் தன்னைத் திணித்துக்கொண்டார்.

பணக்காரர்களும் மிகப்பெரிய பணக்காரர்களும் மட்டுமே அதிகம் கண்ணில் படும் நகரம் அது. நாகரிகம் வளர்ந்த நகரம். ஆனாலும் கணிசமான அளவில் வேலையற்றவர்களும் ஏழைகளும் அகதிகளும் கூட இருந்தார்கள். ஆட்சியாளர்களுக்கு

அது தென்பட்டதில்லை. தேசம் சுபீட்சமாக இருக்கிறது. மக்கள் சந்தோஷமாக இருக்கிறார்கள். யாருக்கும் எந்தப் பிரச்னையும் இல்லை என்றே பெரும்பாலும் சொல்லப்பட்டது.

ஆஸ்திரியாவின் தலைநகரில் ஹிட்லர் ஒரு சொந்தநாட்டின் அகதியாகத்தான் பிழைப்பை நடத்திக்கொண்டிருந்தார். எப்படியாவது முன்னேறிவிட முடியும் என்கிற நம்பிக்கை ஒன்று மட்டும்தான் அவரிடம் இருந்தது. எந்த வழியில் என்பதுதான் புரியவில்லை.

அந்தக் காலங்களில் - வாலிப வயதுதான் என்றபோதிலும் கூட, ஹிட்லருக்கு காதல் போன்ற உணர்ச்சிகள் ஏதும் வந்ததில்லை. தான் உண்டு, தன் ஓவியங்கள் உண்டு, தன் ரொட்டி உண்டு.

ஆஸ்திரியாவுக்கு வருவதற்கு முன்னால், சொந்த ஊரில் இருந்த காலத்தில் அவருக்கு ஒரு காதல் இருந்ததாகச் சில தகவல்கள் உண்டு. சில காதல் கவிதைகள் கூட எழுதியிருக்கிறார். ஆனால் அதெல்லாம் சொற்ப காலமே நீடித்தவை. அல்லது சொற்ப கால வதந்திகள்.

ஹிட்லர் ஒருபோதும் மென்மையான உணர்வுகளுக்கு அதிக முக்கியத்துவம் கொடுத்ததில்லை. பின்னால் ஈவா ப்ரானை மணந்த காலத்திலும் சரி, அவருக்கு முன்னால் ஹிட்லரின் வாழ்வில் வந்துபோன வேறு இரு பெண்களின் காலத்திலும் சரி. அவர் பெரிதும் பொருட்படுத்தக்கூடிய விஷயமாகக் காதல் இருந்ததில்லை. வெறுமனே வந்து போன சங்கதி மட்டுமே.

ஆஸ்திரியாவில் இருந்த காலத்தில் அதுகூடக் கிடையாது.

ஆனால் வேறொரு விஷயத்தில் அவரது கவனம் அப்போது மிகத் தீவிரமாகச் செல்லத் தொடங்கியிருந்தது. வாழ்நாள் முழுவதும் நீடித்த அவரது கொலைவெறிக்கு வித்திட்ட விஷயம்.

யூத எதிர்ப்பு.

–

பொதுவாக யூதர் அல்லாதோருக்கும், குறிப்பாக ஐரோப்பியர்களுக்கும் யூதர்களைப் பிடிக்காமல் போனதற்குப் பல

காரணங்கள் உண்டு. மிக முக்கியமான காரணம் பொருளாதாரம் சார்ந்தது.

யூதர்கள், தமக்கென ஒரு தேசமில்லாதவர்களாக அப்போது இருந்தார்கள். (1948ம் ஆண்டுதான் இஸ்ரேல் உருவானது.) உலகெங்கும் அவர்கள் நிறைந்து பரவியிருந்தார்கள். தலைமுறை தலைமுறையாக எந்த தேசத்தில் வசித்துவந்தார்களோ, அந்த தேசத்தின் யூதர்களாக அவர்கள் அறியப்பட்டார்கள். தேசிய அடையாளங்கள் அவர்களுக்கு ஒரு பொருட்டில்லை. தாங்கள் யூதர்கள் என்பதில் பெருமையும் பெருமிதமும் அதிகம் கொண்டவர்கள். என்றாவது ஒருநாள் தமக்கொரு தேசம் அமையும், இப்படி தேசம் தேசமாக அலைந்துகொண்டிருக்கும் அவலம் தீரும் என்கிற நம்பிக்கையைப் பல நூறு ஆண்டுகளாக, பல நூறு தலைமுறைகளாகச் சுமந்துகொண்டிருந்தவர்கள்.

அந்த நம்பிக்கைதான் அவர்களை வாழவைத்துக் கொண்டும் இருந்தது. உலகில் யுத்தம் நடக்கிறதா? புரட்சிகள் நடக்கிறதா? பஞ்சம் தலைவிரித்தாடுகிறதா? மக்கள் பசி பட்டினியில் இறக்கிறார்களா? அரசுகள் மாறுகின்றனவா? காலம் மாறுகிறதா? நவீனத்துவம் நுழைகிறதா?

எந்த நாட்டு மக்கள் எது குறித்துக் கவலைப்பட்டாலும் எந்த நாட்டு யூதரையும் அது பாதிக்காது. அவர்கள் பாதிக்க அனுமதிக்க மாட்டார்கள். அவர்களுக்குக் கல்வி முக்கியம். வியாபாரம் முக்கியம். வருமானம் மிக முக்கியம். சேமிப்பு அதைவிட.

அன்றைய ஐரோப்பிய யூதர்களில் பெரும்பாலானவர்கள் வட்டிக்குப் பணம் கொடுத்துத் தொழில் செய்து கொண்டிருந்தவர்கள். வர்த்தக மையங்களை நடத்திக் கொண்டிருந்தவர்கள். அவர்களிடம் கல்வி நிலையங்கள் இருந்தன. ஊடகங்கள் இருந்தன. ஆட்சி அதிகாரத்தின் உயர்மட்ட அளவில் ஏராளமான யூதர்கள் எப்போதும் இருந்தார்கள். காற்று நுழையக்கூடிய அத்தனை இடங்களிலும் யூதர்களால் நுழைய முடியும்.

புத்தியே அவர்களது மூலதனமாக இருந்தது. கடுமையாக உழைத்துத் தங்களை மேல்மட்டவாசிகளாக்கிக்கொண்டவர்கள்.

சொந்தமாக ஒரு தேசமற்ற சூழ்நிலையில், கல்வியும் உறுதியான பொருளாதார பலமும் அதிகார பலமுமே தங்களைக் காப்பாற்றும் என்பதில் அவர்களுக்கு எந்தச் சந்தேகமும் இல்லை.

வட்டித்தொழிலில் யூதர்கள் சம்பாதித்தது போல் உலகில் வேறு யாருக்குமே சாத்தியமில்லை. இடத்துக்கேற்ப, சூழலுக்கேற்ப, தேவைக்கேற்ப அதிக வட்டி, கொள்ளைவட்டி, அநியாய வட்டிகள். அவர்கள் அரசுகளுக்குத் தான் கடன் கொடுக்கவில்லை. உலக வங்கிக்கும் கூட. மற்றபடி அன்றைய ஐரோப்பாவில் யூதர்களிடம் கடன் வாங்காத ஐரோப்பியத் தொழிலாள வர்க்கத்தினரை விரல் விட்டு எண்ணிவிடலாம்.

பிழைப்புத் தேடி வியன்னாவுக்குப் போன ஹிட்லருக்கு முதல் முதலில் கண்ணில் பட்டது இந்த யூத இனம்தான். ஒரு வினோதம். ஹிட்லரின் ஓவிய விற்பனை முயற்சிகளுக்குத் தொடக்ககாலத்தில் உதவி செய்தவரும் அவருக்குக் கொஞ்சநாள் தங்க இடம் கொடுத்தவரும்கூட ஒரு யூதர்தான்!

ஆஸ்திரியாவின் தலைநகரில் யூதர்களின் எண்ணிக்கை அதிகம். பெரும்பாலும் கிழக்கு ஐரோப்பிய நாடுகளிலிருந்து வர்த்தக நிமித்தம் வந்து சேர்ந்த யூதர்கள். அங்கே பெரும்பாலான கடைகள் யூதர்களுடையனவாக இருந்தன. ஹோட்டல்கள், கிளப்கள், அரசு அலுவலகங்கள், தனியார் தொழிற்கூடங்கள் என்று எங்கு தடுக்கி விழுந்தாலும் அது ஒரு யூதப் பிரதேசமாக இருந்தது.

ஹிட்லர் வசித்துவந்த குடிசைப் பகுதியில் இருந்த பெரும்பாலான ஏழைத் தொழிலாளிகள் யாராவது ஒரு யூதரிடம் வட்டிக்குக் கடன் வாங்கியவராகவே இருந்தார்கள். பேசச் சந்தர்ப்பம் கிடைத்தால் வாங்கிய கடன் குறித்தும், ஏறிக்கொண்டே போகும் வட்டி விகிதங்கள் குறித்தும் புலம்புபவராகவே இருந்தார்கள்.

ஹிட்லருக்கு முதலில் இது வியப்புக்குரிய விஷயமாக இருந்தது. இத்தனை பேர் பசியாலும் பஞ்சத்தாலும் அவதிப்பட்டுக்கொண்டிருக்கிறார்கள். தன் கண்களில் ஏன் ஒரு ஏழை யூதரும் தென்படுவதில்லை?

ஏழை யூதரா? அவரது குடியிருப்புத் தொழிலாளிகள் உரக்கச் சிரித்தார்கள். ‘ஏழையாக இருப்பவன் யூதனாக இருக்கமாட்டான்.’

ஹிட்லரின் சிந்தனைப் போக்கில் மிகப்பெரிய தாக்கத்தை உண்டாக்கியது இது. ஆம். சற்று கவனித்துப் பார்த்தால் அந்த விமரிசனம் உண்மையாகத்தான் இருக்கிறது. யூதர்கள் அனைவரும் பணக்காரர்களாகத்தான் இருக்கிறார்கள். அல்லது உயர் மத்தியதர வர்க்கத்தினராக. குறைந்தது மத்தியதர வர்க்கத்தினராக. யூதர்களில் பாட்டாளி வர்க்கம் என்று ஒன்று இல்லை. எப்படி இது சாத்தியம்?

அவர்களுக்குத் தான் பர்மிட்டுகள் சுலபத்தில் கிடைக்கின்றன. எதைத் தொடங்கவும். எங்கு தொடங்கவும். லைசென்ஸுகளும் நீண்டகாலக் குத்தகை நிலங்களும்கூட அவர்களுக்குத் தான் அதிகம் அகப்படுகின்றன. அதிகார வர்க்கம் யூதர்களின் தேவையை எப்படியாவது உடனுக்குடன் நிறைவேற்றிவிடத் துடிக்கிறது.

பதிலுக்கு அவர்கள் அரசாங்க அதிகாரிகளை உரிய முறையில் கவனித்துவிடுகிறார்கள். கேட்பது கிடைக்கும். கேட்காததும் கிடைக்கும். உன்னைக் கொடு, என்னைத் தருவேன். இது ஒரு பரஸ்பர ஏற்பாடு. ஆஸ்திரியா என்றில்லை. அநேகமாக அத்தனை ஐரோப்பிய தேசங்களிலும் நடந்துவருகிற அசிங்கம்.

ஏன் யாருக்கும் இன உணர்வு இல்லாமல் போய்விட்டது? ஆஸ்திரியாவின் பாரம்பரியம் என்ன? வரலாறு என்ன? கலைகளின் தாயகமல்லவா அந்த மண்? எத்தனை இசை மேதைகள் பிறந்திருக்கிறார்கள்? எத்தனை ஓவியக் கலைஞர்கள், கவிஞர்கள் உதித்திருக்கிறார்கள்? மண்ணின் மைந்தர்களுக்கு இல்லாத பெருமை இந்த யூதர்களிடம் என்ன இருக்கிறது? ஏன் இப்படி அதிகார வர்க்கம் அருவருக்கத்தக்க வகையில் அவர்களுக்கு அடிவருடுகிறது?

ஹிட்லருக்குத் தாங்கவில்லை. நாளுக்கு நாள் அவரது குமுறல் அதிகரித்துக்கொண்டே போனது. இதற்குத் தூபமிடுவதுபோல அப்போது அவருக்குப் படிக்கக் கிடைத்த அடால்ஃப் ஜோசப் லான்ஸ் (Adolf Josef Lanz - 1874ம் ஆண்டு வியன்னாவில் பிறந்தவர். இளம் வயதில் துறவியானவர். 1894ம் ஆண்டு தமக்கு மெய்யருள் அல்லது மெய்ஞானம் அருளப்பட்டதாக அறிவித்தார். ஆனால் சற்றும் தொடர்பில்லாமல் வரலாறு தொடர்பாக நிறைய சொற்பொழிவுகள் ஆற்ற ஆரம்பித்தார். ஜெர்மானிய இன உணர்வை ஆஸ்திரிய - ஹங்கேரி மக்களிடையே எழுப்பி,

அதன்மூலம் யூத எதிர்ப்புணர்வை விதைத்தவர். மிக வலிமையான எழுத்தாளரும் கூட. *'Ostara'* என்கிற பத்திரிகையைத் தொடங்கி சில காலம் நடத்தினார். அந்நாளைய ஜெர்மன் சோஷலிஸவாதிகள் பெரும்பாலானோருக்கு இவர் மானசீக குருவாக இருந்தவர்.) என்கிற யூத எதிர்ப்பு எழுத்தாளரின் புத்தகங்கள் மிகுந்த தாக்கத்தை உண்டாக்கின. தவிரவும் கார்ல் லூஜர் (*Karl Lueger* - ஆஸ்திரிய கிறித்தவ சோஷலிஸ்ட் கட்சியின் நிறுவனர்), ஜார்ஜ் ரிட்டர் வான் ஷானரர் (*Georg Ritter von Schonerer* - ஒரு ஜெர்மன் தேசியவாதி) போன்ற அன்னாளைய தேசியவாதிகளின் சொற்பொழிவுகளும் அறிக்கைகளும் அவரை மிகவும் வசீகரிக்கத் தொடங்கின.

ஹிட்லர் தன்னளவில் ஒரு தேசியவாதியாகவே இருந்தார். இந்த பாதிப்புகளெல்லாம் ஏற்படும் முன்னரே. அகண்ட ஜெர்மானியக் கனவு, பிஸ்மார்க்குக்குப் பிறகு ஹிட்லரின் மனத்தில்தான் ஒரு தணல் போல் ஜொலித்துக்கொண்டிருந்தது. ஆனால் வேறு விதமாக. சிதறிக் கிடந்த ஜெர்மானியர்களை ஒன்று சேர்த்து, ஒரே தேசத்தின்கீழ் கொண்டுவரும் மிகப் பெரிய கனவு அது. ஜெர்மனியின் புராதனப் பெருமைகளை மீட்டெடுக்கும் தணியாத வேட்கை.

ஆனால் இதெல்லாம் எப்படிச் சாத்தியம்? யாரால் சாத்தியம்? அதுதான் அவருக்குப் புரியவில்லை. இருபதாம் நூற்றாண்டின் தொடக்கத்தில் பல ஐரோப்பிய தேசங்களில் அமுலில் இருந்த இரண்டுங்கெட்டான் பாராளுமன்ற ஜனநாயகம் அவருக்கு மிகப்பெரிய இடைஞ்சல் என்று தோன்றிக்கொண்டே இருந்தது. மன்னர் இருப்பார். அவரது வம்சம் தொடரும். பாராளுமன்றமும் இயங்கும். பிரதம மந்திரி இருப்பார். அமைச்சர்கள், பிராந்தியப் பிரதிநிதிகள் இருப்பார்கள். எதற்கெடுத்தாலும் வோட்டெடுப்பு. சட்டங்கள் அனைத்தும் தேர்ந்தெடுக்கப்பட்ட பிரதிநிதிகளால் செய்யப்படும். மன்னரின் பெயரால் அறிவிக்கப்படும். என்ன இது கேலிக்கூத்து?

ஹிட்லருக்கு இது அறவே பிடிக்கவில்லை. ஒரு பெரிய சமூக - அரசியல் மாறுதலை ஐரோப்பா கோரி நிற்கிறது என்று அவர் நினைத்தார். ஐரோப்பா கிடக்கட்டும். ஜெர்மனி ஒன்றுபடுவதற்காவது இது அவசியம் தேவை. அதைவிட அவசியம், இந்த யூதர்களின் ஆக்கிரமிப்புகளுக்கு ஒரு முற்றுப்புள்ளி வைப்பது.

—

எல்லா பிரச்னைகளுக்கும், எல்லா தளத்திலும் பரவியிருந்த யூதர்கள்தான் காரணம் என்று ஹிட்லர் நினைத்தார். ஆனால் ஆஸ்திரியத் தொழிலாளர் வர்க்கம் அப்போது மிக நேரடியாகத் தம் அரசாங்கத்தைக் குற்றம் சாட்ட ஆரம்பித்திருந்தது.

வாழ்க்கைத் தரம் மிக மோசமாகிப் போய்க்கொண்டிருந்த தருணம் அது. இருபதாம் நூற்றாண்டின் தொடக்க வருடங்கள் ஆஸ்திரியர்களுக்கு அத்தனை சாதகமாக இல்லை. தேசத்தின் மொத்த மக்கள் தொகையில் அவர்கள் சரிபாதி. அதாவது மண்ணின் மைந்தர்கள். மிச்சமிருந்த பாதியை யூதர்களும் செக் இனத்தவரும் ஸ்லாவேக் இனத்தவரும் செர்பியர்களும் க்ரோட் இனத்தவர்களும் பங்குபோட்டுக் கொண்டிருந்தார்கள். ஆஸ்திரியாவே ஒரு கதம்ப தேசமாக இருந்தது. யாரும் வரலாம், யாரும் வாழலாம். நாகரிகத்தின் உச்சத்தைத் தொட்டுக்கொண்டிருந்த தேசம். அரசுக்குப் பெரிய பொருளாதாரப் பிரச்னைகள் கிடையாது. பொதுவில், பிரச்னைகளே கிடையாது. அல்லது எதையும் அவர்கள் பிரச்னை என்று பார்ப்பது கிடையாது.

எல்லோரும் நன்றாக இருப்பதாகவே எப்போதும் ஆட்சியாளர்கள் நினைத்துக்கொண்டிருந்தார்கள். உண்மையில் பூர்வ ஆஸ்திரியர்களைக் காட்டிலும் வந்தேறிகளான பிற இனத்தவர்கள்தான் அங்கே நன்றாக இருந்தார்கள். வேலை வாய்ப்புகளிலும் பிற அனைத்து விதங்களிலும். ஆஸ்திரிய ஜெர்மானியர்களில் தொண்ணூறு சதவீதத்துக்கும் அதிகமானவர்கள் அடிப்படைத் தொழிலாளிகளாகவே இருந்தார்கள். குறைந்த கூலி. எளிய வாழ்க்கை. எப்போதும் கடன். எப்போதும் பசி.

தங்களுக்குத் தொடர்ந்து அநீதி இழைக்கப்படுவதாக அவர்கள் நினைக்கத் தொடங்கினார்கள். நினைப்பின் அடுத்தக் கட்டம் குமுறல். குமுறலின் பரிணாம வளர்ச்சி, கோஷம். கோஷம் புரட்சியானால் ஆட்சிக்கு ஆபத்து.

அவர்களுக்கு முன்னுதாரணங்கள் இருந்தன. மொழியாலும் கலாசார ரீதியிலும் தங்கள் தனித்துவத்தைப் பேணுவதற்காகப் பிரிந்துபோனவர்களின் முன்னுதாரணங்கள். 1860ல் இத்தாலி. 1867ல் ஹங்கேரி. இருபதாம் நூற்றாண்டின் தொடக்கத்திலும் செக் இனத்தவர்களும் வேறு சிலரும் அதே கோஷத்தை முன்னெடுத்துச் செல்ல ஆரம்பித்திருந்தனர். முதல் கட்டமாகத்

தம் மக்கள் தொகைக்கேற்ப ஆட்சியில் பிரதிநிதித்துவம் கோரிப் பெற்றிருந்தார்கள்.

இந்த சௌகரியம் கூட ஏன் ஆஸ்திரிய ஜெர்மானியர்களுக்கும் பூர்வ குடிகளுக்கும் இல்லை? மக்கள் அப்போது இதை அரசியலாகப் பார்த்ததைக் காட்டிலும் இனப் பிரச்னையாகப் பார்த்ததுதான் அதிகம்.

சட்டென்று யாரும் எதிர்பாராத தருணத்தில் ஆஸ்திரியாவில் ஒரு தொழிலாளர் புரட்சி வெடித்தது. இன்னும் சம்பளம் வேண்டும். மேலான வாழ்க்கைத் தரம் வேண்டும். வேலைப் பாதுகாப்பு, வாழ்க்கைப் பாதுகாப்பு வேண்டும். பதவியில் அமர்த்த மட்டுமல்லாமல், நீக்கவும் வாக்குரிமை வேண்டும்.

ஹிட்லர் கொதித்துக்கொண்டிருந்தார். அவரும் தேசியவாதிதான். ஆனால் இம்மாதிரியான சந்தர்ப்பவாத தேசியமல்ல என்னுடையது என்று சொல்லிக்கொண்டார்.

ஆஸ்திரியாவின் பிரச்னை என்ன? வேலையும் கூலியுமா? அபத்தம் என்று அவருக்குத் தோன்றியது. மடையர்களே, உங்கள் பிரச்னை யூதர்கள்தான். செக் இனத்தவரும் ஸ்லாவேக் இனத்தவரும் வேறு பிற வந்தேறிகளும்தான். அவர்களை விரட்டியடித்துவிட்டு ஒரு முழுமையான ஜெர்மானிய அரசாங்கத்தை உருவாக்கவேண்டும் என்று உங்களுக்கு ஏன் தோன்றவில்லை என்று மனத்துக்குள் கூக்குரலிட்டார்.

பாராளுமன்ற ஜனநாயகம் என்கிற அபத்தம்தான் இத்தனை பிரச்னைகளுக்கும் காரணம் என்பது அவரது கருத்து. என்ன பெரிய வகுப்புவாரி பிரதிநிதித்துவம்? யூதர்களையும் மற்றவர்களையும் தூக்கி எறிய என்ன யோசனை? ஜெர்மன் சாம்ராஜ்ஜியம் ஜெர்மானியர்களுக்கே. வந்தேறிகளுக்கு அங்கென்ன வேலை? இதையல்லவா ஆஸ்திரிய ஜெர்மானியர்கள் கேட்க வேண்டும்? அதை விட்டுவிட்டு வேலை கொடு, கூலி கொடு என்றா கத்திக்கொண்டிருப்பார்கள்?

அதன்பிறகு அவருக்கு வியன்னாவில் வாழப் பிடிக்காமல் போய்விட்டது. நகர்ந்துகொண்டிருந்த ஒவ்வொரு நாளும் நரகமாகத் தோன்றியது. 1913ம் வருடம் அவரது தந்தையின் பழைய பண்ணை ஒன்று விற்கப்பட்டு அதிலிருந்து ஒரு தொகை

அவருக்குக் கிடைத்தது. எடுத்துக்கொண்டு வியன்னாவை விட்டுப் புறப்பட்டுவிட்டார். நேரே ஜெர்மானிய நகரமான ம்யூனிக்குக்குப் *(Munich)* போனார்.

ஒரு வருடம் அங்கே படங்கள் வரைந்துகொண்டும் நிறைய ராணுவப் புத்தகங்களைப் படித்துக்கொண்டும் பொழுது போக்கினார்.

ஆகஸ்ட் 1914ல் முதல் உலக யுத்தத்தில் ஜெர்மனி அடியெடுத்து வைத்தது. ஹிட்லர் ஒரு கணமும் யோசிக்கவில்லை. சிறுவயது முதல் அவருக்கு இருந்த கனவை நனவாக்க ஒரு சந்தர்ப்பம். உடனடியாக பவேரியா மாகாணத்தின் மன்னர் (ஜெர்மனி அப்போது ஒரு ஃபெடரல் முடியரசு தேசமாக இருந்தது. பல பிராந்தியங்களுக்குக் குறுநில மன்னர்கள் இருந்தார்கள். அத்தனை பேரும் பேரரசர் கெய்சர் வில்லியம்ஸுக்குக் கட்டுப்பட்டவர்களாக இருந்தார்கள்.) மூன்றாம் லுட்விக்குக்கு ஒரு விண்ணப்பம் அனுப்பினார். ஜெர்மானிய ராணுவத்தின் பவேரிய ரெஜிமெண்டில் சேர்ந்து போர் புரிய விரும்புவதாக.

சில தினங்களில் அனுமதிக் கடிதம் வந்தது. ராணுவத் தலைமையகத்துக்கு வந்து அதிகாரிகளைச் சந்திக்கும்படி எழுதியிருந்தார்கள்.

ஹிட்லர் புறப்பட்டார். ஐரோப்பா ஒரு பெரிய யுத்தத்துக்குத் தயாரானது.

அத்தியாயம் மூன்று

சிப்பாய், ஒற்றன், சர்வாதிகாரி!

ஓர் உலக யுத்தம் என்னென்னவெல்லாம் செய்யும்? முன்கூட்டி யூகிப்பது மிகவும் சிரமம். 1914 முதல் 1918 வரையிலான நான்கு ஆண்டுகள் நீடித்த முதல் உலக யுத்தம் ஒட்டுமொத்த ஐரோப்பிய நிலப்பரப்பையே திருத்தி எழுதி, புரட்டிப் போட்டது. நான்கு பேரரசுகள் கவிழ்ந்தன. மன்னராட்சி முறை ஒழிக்கப்பட்டது.

யார் எதிர்பார்த்திருப்பார்கள்? பாரம்பரியம் மிக்க ஆஸ்திரிய - ஹங்கேரி மன்னர் முடி துறந்தார். ஜெர்மனியின் கெய்சர் ஓடிப் போனார். ஒட்டாமான் துருக்கிய சாம்ராஜ்ஜியம் உருத்தெரியாமல் சிதறியது. மத்தியக் கிழக்கு நாடுகள் தனித்தனியே மலர்ந்தன. ரஷ்யப் புரட்சி ஏற்பட்டு ஜார் மன்னர் தூக்கியடிக்கப்பட்டார்.

இன ரீதியில் தனி நாடு கேட்டுக்கொண்டிருந்தவர்களெல்லாம் பலன்பெறத் தொடங்கினார்கள். செக்கஸ்லாவாக்கியா பிறந்தது. எஸ்தோனியா, பின்லாந்து, லாட்வியா, யூகாஸ்லாவியா என்று ஐரோப்பிய மூட்டையிலிருந்து நிறைய உருளைக்கிழங்குகள் உருண்டு ஓடின.

எல்லாவற்றுக்கும் மேலாக அமெரிக்காவும் சோவியத் யூனியனும் வல்லரசுப் பதவிக்காகப் போட்டியிட ஆரம்பித்ததும் இதற்குப் பிறகுதான்.

ஒரு படுகொலையில் ஆரம்பித்தது அது. ஆஸ்திரிய இளவரசர் ஆர்ச்டியூக் ஃப்ரன்ஸ் ஃபெர்டினாண்டின் (Archduke Franz Ferdinand) படுகொலை.

1914ம் ஆண்டு ஜூன் மாதம் 28ம் தேதி அது நடந்தது. அப்போது ஆஸ்திரிய - ஹங்கேரிப் பேரரசின் ஒரு பகுதியாக இருந்த செர்பியாவின் (தற்போதைய) தலைநகரமான சரஜீவோவுக்கு (Sarajevo) இளவரசர் தம் மனைவியுடன் வந்திருந்தார்.

அவர் எப்போது வருவார் என்று காத்திருந்த செர்பியப் போராளிக் குழு ஒன்று (The Black Hand என்று இக்குழுவுக்குப் பெயர். ஆஸ்திரிய இளவரசர் படுகொலைத் திட்டத்தில் இக்குழுவைச் சேர்ந்த பதினைந்து பேர் ஈடுபட்டிருந்தார்கள். இறுதியில் கார்விலோ ப்ரின்ஸிப் என்கிற இருபத்தி நான்கு வயது இளைஞன் இக்கொலையைச் செய்து முடித்தான். ஒரே ஒரு கையெறி குண்டு!) இளவரசர் போன பாதையில் காத்திருந்து கொன்றுவிட்டது. வேறென்ன? செர்பிய விடுதலை.

இளவரசரின் மரணம். எனவே ஆஸ்திரிய மன்னருக்கும் மற்றவர்களுக்கும் கோபம் தலைக்கேறியது. அடிக்கு அடி, ரத்தத்துக்கு ரத்தம்தான் நோக்கம் என்றாலும் ஒரு கண் துடைப்பாக செர்பியப் பகுதிக்கு விசாரணை கமிஷன் ஒன்றை அனுப்பினார்கள். பின்னாலேயே படைகளை அனுப்பினார்கள். பிரச்னை பெரிதானால் துணைக்கு ஜெர்மனி இருக்கிறது என்கிற நம்பிக்கை.

ஆனால் பெரும்பாலான ஐரோப்பிய நாடுகளின் அன்றைய நாடு பிடிக்கிற வெறியின் விளைவாக ஒரு சாதாரணத் தாக்குதல் நடவடிக்கை, உலக யுத்தமாக கனபரிமாணம் பெற்றுவிட்டது. ஆஸ்திரிய - ஹங்கேரி அரசுக்கு உதவ ஜெர்மனி வந்தது. பல்கேரியா வந்தது. ஒட்டாமான் துருக்கியப் பேரரசு வந்தது. எதிர்ப்பக்கம் பிரான்ஸ், ரஷ்யா, பிரிட்டன், இத்தாலி, அமெரிக்கா என்று மிகப்பெரிய தாதாக்கள் எழுந்து நின்றார்கள்.

அரசுகளுக்கு ஆயிரம் நோக்கம் இருந்தது. ஆனால் ஒரு சாதாரண சிப்பாயாக ஜெர்மனின் பவேரிய ரெஜிமெண்டில் இடம்பெற்று முதலில் பிரான்ஸுக்கும் பிறகு பெல்ஜியத்துக்கும் சென்ற ஹிட்லருக்கு மனம் முழுவதும் சந்தோஷம் மட்டும்தான் இருந்தது. எத்தனை வருடக் கனவு! தந்தை நிலமான ஜெர்மனி பங்குபெறும் யுத்தத்தில் நாமும் பங்கேற்க ஒரு சந்தர்ப்பம். அதுவும் எப்பேர்ப்பட்ட வல்லரசுகளுடன் மோதுகிறோம். ஜெர்மனி ஜெயிக்க வேண்டும். சாத்தியமுள்ளவரை முன்னர் பல்வேறு

சந்தர்ப்பங்களில் இழந்த அனைத்துப் பிராந்தியங்களையும் மீட்டெடுக்க வேண்டும். பிஸ்மார்க்கின் அகண்ட ஜெர்மனி மீண்டும் மலராமல் போய்விடுமா என்ன? கண்டிப்பாக அது நடக்கும். நடந்தே தீரும்.

மன்னர் கெய்சர் வில்லியம்மீது அவருக்கு நம்பிக்கை இருந்தது. ஜெர்மானியத் தளபதிகள் மீது அளப்பரிய மரியாதை இருந்தது. போர்முனையில் ஹிட்லர் மிகவும் உற்சாகத்துடன் காணப்பட்டார். நேரம் காலம் பார்க்காமல் பணியாற்றினார். எளிய பணிதான். தகவல் தொடர்பு. படைப்பிரிவின் தலைமை அலுவலகத்திலிருந்து போர் முனைக்கும், அங்கிருந்து அலுவலகத்துக்கும் செய்திகளைக் கொண்டு சேர்க்கும் பணி.

இந்தப் பயணத்தில் அவருக்கு ஒரு சமயம் குண்டடி கூடப் பட்டது. ஹிட்லருக்கு மிகவும் சந்தோஷமாகிவிட்டது. ஒரு ராணுவ வீரனுக்கு வேறென்ன வேண்டும்? குண்டுக்காயத்தைப் போல் சிறந்த விருது உண்டா? அடி பட்டு, சிகிச்சை பெற்று மீண்டும் எழுந்து பணிக்கு வந்துவிட்டார். மிகச் சில தினங்கள்தான். மருத்துவமனையில் இருந்த அந்த இரண்டு மூன்று நாள்கள் கூட அவருக்குக் காலத்தை வீணடிப்பது போலவே தோன்றியது. ஓடிவிட வேண்டுமென்று விரும்பினார். போர்க்களம்தான் எத்தனை புனிதமான இடம்? குண்டுச் சத்தமெல்லாம் அவருக்குச் சங்கீதமாகக் கேட்டது.

சகவீரர்கள், தங்களுக்கு அளிக்கப்பட்ட உணவு குறித்தும் தங்குமிடக் குளறுபடிகள் குறித்தும் அவ்வப்போது மேலதிகாரிகளிடம் புகார் கூறுவார்கள். ஹிட்லர் வாய் திறக்கமாட்டார். என்ன கிடைக்கிறதோ, சாப்பிடுவார். எங்கே கை நீட்டுகிறார்களோ, அங்கே படுத்து உறங்குவார். தனிப்பட்ட விஷயம் எது ஒன்றுமே அவருக்குப் பொருட்டாக இல்லை. யுத்தம், யுத்தம் ஒன்று மட்டும்தான் முக்கியம்.

ஹிட்லருடன் ஒரே கூடாரத்தில் தங்கியிருந்த ஒரு ஜெர்மானிய சிப்பாய் பின்னொரு காலத்தில் அந்த நாள்களை நினைவு கூறும்போது இப்படிச் சொன்னார்:

'எங்களுக்கெல்லாம் தீராத வியப்பு. அடால்ஃப் ஒருபோதும் தம் உறவினர்களுக்குக் கடிதம் எழுதி நாங்கள் பார்த்ததில்லை.

எந்த உறவினரிடமிருந்தும் அவருக்கும் கடிதங்கள் ஏதும் வராது. போர் முனையில், வீரர்கள் ஜீவித்திருக்க அத்தகைய கடிதங்கள் மட்டும்தான் ஒரே வழி. ஆனால் ஹிட்லர் பெரும்பாலான நேரம் கார்ட்டூன்கள் வரைவதிலேயே செலவழித்தார். வரைந்த கார்ட்டூன்களை ராணுவ உள்சுற்றுப் பத்திரிகை ஆசிரியருக்கு அனுப்புவார். அத்தனையும் போர்க்களக் காட்சிகள். பார்க்கக் கொஞ்சம் நன்றாகக் கூட இருக்கும். உன் உறவினர்கள் யாரும் கடிதம் எழுதமாட்டார்களா என்று பல சமயம் கேட்டிருக்கிறேன். பதிலே வராது. உறவுகள் அவருக்கு எப்போதும் ஒரு பொருட்டாக இருந்ததில்லை. பேச்சு என்று ஆரம்பித்தால் ஜெர்மனியைப் பற்றி மட்டும்தான் பேசுவார். மணிக்கணக்கில் பேசுவார். மூச்சுவிடாமல் பேசுவார். பின்னாளில் பெரிய தேசியவாதியாக வருவார் என்று அப்போதெல்லாம் கிண்டல் செய்வோம்..'

கிண்டலே அல்ல அது. சந்தேகமில்லாமல் ஹிட்லர் ஒரு தேசியவாதி தான். அவரது இதயம் ஒருபோதும் லப்டப் என்று துடித்ததில்லை. ஜெர்மனி, ஜெர்மனி என்றுதான் துடித்துக்கொண்டிருந்தது. அகண்ட ஜெர்மனி. பரிபூரண ஜெர்மனி. பிஸ்மார்க்கின் ஜெர்மனி.

முதல் யுத்த காலத்தில் ஹிட்லரின் பணி அவருடைய பிரிவில் வெகுவாகப்பாராட்டப்பட்டிருக்கிறது. நேர்மையான, ஆர்வமுள்ள சிப்பாய். ஒன்றிரண்டு மெடல்கள் கூடக் கொடுத்திருக்கிறார்கள். ஆனால் பதவி உயர்வு என்று ஏதும் தரப்படவில்லை.

இதற்குப் பல காரணங்கள் சொல்கிறார்கள். ஹிட்லரே அந்தப் படைப்பிரிவின் தலைமை அலுவலகத்தை விட்டு வெளியேற விரும்பவில்லை என்பது சொல்லப்பட்ட ஒரு காரணம். அவர் ஜெர்மனி குடியுரிமை பெறாதவர் (ஆஸ்திரியப் பிரஜை அல்லவா?) என்பது இன்னொரு காரணம்.

1916 அக்டோபரில் ஹிட்லருக்கு காலில் குண்டுக்காயம் பட்டது. சற்றே பெரிய காயம். உடனடியாக அவர் பணி விலக்கு அளிக்கப்பட்டு மருத்துவமனைக்கு எடுத்துச் செல்லப்பட்டார். ஐந்து மாத காலம் அவர் ஓய்வில் இருக்கவேண்டியிருந்தது மார்ச் 1917ல் மீண்டும் அவர் பணியில் வந்து சேர்ந்துகொண்டார். உண்மையில் அதுநாள்வரை போர்க்களப்பணியை உற்சாகமாகவும் விளையாட்டாகவும் மேற்கொண்ட ஹிட்லருக்கு, அதில் உள்ள

சிரமம் குறித்து முதல் முதலில் தெரியவந்த தருணம் அது. கொஞ்சம் பயந்துதான் போனார். ஆனால் தளரவில்லை. அடிபடாமல் பணியாற்றுவது எப்படி என்று சீனியர்களைப் பார்த்தும் கேட்டும் அதன்பின் கற்றுக்கொள்ளத் தொடங்கிவிட்டார்.

ஆனால் அக்டோபர் 15, 1918 அன்று அவர் எதிர்பாராத மிகப்பெரிய தாக்குதல் ஒன்றில் அகப்பட்டுக்கொண்டார். பிரிட்டன் படைகளின் விஷ வாயுத் தாக்குதல்.

சட்டென்று ஹிட்லருக்குக் கண் தெரியாமல் போய்விட்டது. வெள்ளை உலகம் இருண்டு, கண்ணிலிருந்து நீரா, ரத்தமா என்று தெரியாத திரவம் வழியத் தொடங்கியது. கதி கலங்கிப் போனார் ஹிட்லர். ஓரடி கூட எடுத்து வைக்க முடியவில்லை. இனி ஒரு குருடனாகத்தான் வாழ்வை நடத்தியாக வேண்டுமோ என்கிற கவலையுடன் ராணுவ மருத்துவமனைக்குப் போய்ச் சேர்ந்தார்.

உண்மையில் அது குருடாக்கும் விஷ வாயு அல்ல. தாற்காலிகமாகப் பார்வையைப் பறிக்கக்கூடிய ரகத்தைச் சேர்ந்ததுதான். ஆனால் பக்கவிளைவாக நரம்பு மண்டலத்தை அது தாக்கிவிட்டது. ‘ஹிஸ்டீரியா’ எனப்படும் ஒருவித நரம்பு சம்பந்தமான நோய் அன்றுமுதல் ஹிட்லரைப் பற்றிக்கொண்டது. வாழ்நாள் முழுதும் உடன் இருந்தது. கோபம் வரும் போதெல்லாம் அவரது நரம்பு புடைக்கும். ரத்தம் கொப்பளிக்கும். உடலின் சகல பாகங்களும் தனித்தனியே நடுங்கும். ஒரு லேத் மிஷின் மாதிரி மூளை தடதடத்துப் பல நிமிடங்கள் கழித்து அடங்கும். ஹிட்லர் சோர்ந்துபோய் விழுவார்.

கண் தெரியாமல் மருத்துவமனைக்கு வந்து சேர்ந்த ஹிட்லருக்கு ராணுவ டாக்டர்கள் சிகிச்சையளிக்கத் தொடங்கினார்கள். நாள் முழுதும் படுக்கையிலேயே கிடந்தார். கண்தானே தெரியவில்லை? சிந்தனைக்கு என்ன குறை?

தம் கனவுகளில் அவர் திரும்பத் திரும்ப அகண்ட ஜெர்மனியின் வரைபடத்தை ஓடவிட்டுப் பார்த்துக்கொண்டிருந்தார். அதற்கு இடராக இருக்கக் கூடிய ஜனநாயக ஆட்சி முறை குறித்தும் யூதர்களின் அதிகார பலம் குறித்தும் அதை எப்படி அடக்குவது என்பது குறித்தும் விதவிதமாக யோசித்தார். அவ்வப்போது

யுத்த நிலவரம் குறித்து மருத்துவர்களிடம் தகவல் கேட்டு அறிந்துகொண்டார். எப்படியும் ஜெர்மனி வெற்றி பெற்றுவிடும் என்கிற அசைக்க முடியாத நம்பிக்கை அவருக்கு இருந்தது. ஆனால் அது எப்போது?

அதுதான் தெரியவில்லை. ஹிட்லரின் கவலையே அதுதான். நான்கு வருடங்களாகத் தொடர்ந்துகொண்டிருக்கிற யுத்தம். ஆங்காங்கே வெற்றிகள். ஆங்காங்கே தோல்விகள். பிரெஞ்சு, ஐரோப்பிய, ரஷ்ய எதிரிகளுக்கு இப்போது இன்னொரு துணைவன் கிடைத்திருக்கிறான். அமெரிக்கா. அந்தப் பக்கம் ஆள்பலம் அதிகமாக இருக்கிறது. ஆனால் இந்தப் பக்கம்?

அவரது கவலை விரைவில் அதிகரிக்கும்படியான செய்திகள் அப்போது வர ஆரம்பித்திருந்தன.

யுத்தத்தின் பக்க விளைவுகள் ஜெர்மனியின் பொருளாதாரத்தை மிகவும் சீர்குலைத்திருந்தன. உணவுப் பஞ்சம். உற்பத்திப் பஞ்சம். நாணய மதிப்பு கண்ணுக்குத் தெரியாத பாதாளத்துக்குப் போய்விட்டிருந்தது. ஜெர்மனியின் கம்யூனிஸ்ட் கட்சி, மன்னருக்கு எதிரான போராட்டங்களை தினசரி நடத்த ஆரம்பித்திருந்தது. தொழிற்சங்கங்கள் இந்தப் போராட்டத்தில் பங்கெடுக்க அழைக்கப்பட்டன.

நீங்கள் அடித்துக் கொள்வதற்கு நாங்கள் ஏன் கஷ்டப்பட வேண்டும்? வேலைக்கு ஏற்ற கூலி இல்லை. பல இடங்களில் வேலையே இல்லை.

சடாரென்று ஒருநாள் ஜெர்மனியின் ஒட்டுமொத்தத் தொழிற்சாலைகளும் உற்பத்தி நிறுத்தத்தை அறிவித்தன. இனி ராணுவத்துக்கு ஆயுத சப்ளை இருக்காது.

கொதித்துப் போனார் ஹிட்லர். எப்பேர்ப்பட்ட துரோகம்! இவர்களெல்லாம் உண்மையான ஜெர்மானியர்கள்தானா? இப்படிக்கூடவா யுத்த நேரத்தில் சிந்திக்கத் தோன்றும்? உயிரைக் கொடுத்தாவது தேசத்தின் வெற்றிக்கு உழைக்கும் மனோபாவம் ஏன் யாரிடமும் இல்லை - தன்னைத் தவிர? கடவுள் ஏன் கம்யூனிஸ்டுகளையும் யூதர்களையும் படைத்தார்? அவர்களை எப்படி அழித்து ஒழிப்பது?

ஹிட்லரின் எண்ணம் இப்படித்தான் போனது. வேலை நிறுத்த யோசனையை அளித்தவர்கள் யூதர்கள். பின்னணியில் இருந்து ஊக்குவித்தவர்களும் அவர்கள்தாம். செயல்படுத்தியவர்கள் கம்யூனிஸ்டுகள். அப்பாவி மக்களுக்கு என்ன தெரியும்? வேலை நிறுத்தம் செய்தால் சம்பளம் கிடைக்கும் என்கிற அபத்தமான கனவில் செய்திருக்கிறார்கள். ஆனால் ஜெர்மனியின் கட்டுறுதியை அழிக்கும் விதமாக அல்லவா இந்த வேலை நிறுத்தம் அமையும்?

உண்மையில் அப்படித்தான் ஆனது. முதலாம் உலகப்போரில் ஜெர்மனி வீழ்ச்சியடையவும் மன்னர் கெய்சர் வில்லியம்ஸ் ஹாலந்துக்குத் தப்பிச் செல்லவும் அந்த மாபெரும் வேலை நிறுத்தம்தான் ஒரு தொடக்கப்புள்ளியானது. தவிரவும் ஜெர்மனி மீடியா ராணுவத்தினரை சகல வழிகளிலும் தொடர்ந்து கிழி கிழி என்று கிழித்துக்கொண்டிருந்தார்கள். தோற்பதற்காகவே போர்முனைக்குச் சென்றவர்கள் என்பதுபோல எழுதினார்கள்.

மருத்துவமனையில் இருந்த ஹிட்லருக்கு இந்தத் தகவல்கள் அனைத்தும் ஒரு பாதிரியார் மூலம் தெரியவந்தது. வாராந்திரப் பிரார்த்தனைக்காக வரும் பாதிரியார்.

ஆம். ஜெர்மனி விழுந்துவிட்டது. இனி மன்னர் குடும்பத்தினர் ஆளப்போவதில்லை. ஜனநாயகம் என்று ஏதோ ஒன்று வந்திருக்கிறது. குடியரசு என்கிறார்கள். எப்படியும் நல்லது நடக்கும் என்றுதான் பேசிக்கொள்கிறார்கள். ஆனால் யுத்தத்தின் விளைவாக தேசம் நிறைய பொருளாதாரச் சுமைகளைத் தாங்கவும் வேண்டியிருக்கும் என்கிறார்கள். அது என்ன மாதிரியான சுமை? எத்தனை காலம் தாங்கவேண்டும்? தெரியவில்லை.

கதறிவிட்டார் ஹிட்லர். 'என் தாய் இறந்தபோது அவளுடைய சமாதியின் முன் நின்று கதறினேன். அதன்பிறகு இந்தச் சந்தர்ப்பத்தில்தான் மீண்டும் என்னைக்கட்டுப்படுத்தமுடியாதபடி ஆகிவிட்டது..' என்று இது குறித்துத்தன்சுயசரிதையில்எழுதுகிறார்.

இருபது லட்சம் பேரின் மரணத்துக்குப் பிறகு யுத்தத்தில் ஜெர்மனி தோற்றது என்கிற உண்மையை ஹிட்லர் ஜீரணிக்க வெகு காலம் ஆனது. ஒரு வழியாக அவர் மீண்டபோது தோல்விக்கு அவரளவில் ஒரு காரணத்தைக் கண்டுபிடித்திருந்தார். ஜெர்மானிய மன்னர் கெய்சரின் கம்யூனிஸ்ட் தோழமை உணர்வுதான் காரணம்!

ஒரு பக்கம் மன்னருடன் நட்பு பாராட்டி இன்னொரு பக்கம் முதுகில் கத்தியைச் சொருகிவிட்டார்கள் என்று ஹிட்லர் இது குறித்து எழுதியிருக்கிறார்.

ஆகவே, அவர் தம் பார்வையைத் திரும்பப் பெற்றுக்கொண்டு மருத்துவமனையிலிருந்து விடைபெற்றபோது தெளிவான ஒரு முடிவுக்கு வந்திருந்தார். ஜெர்மனியின் மறுமலர்ச்சிக்கான முடிவு.

கம்யூனிஸ்டுகளை நசுக்க வேண்டும். யூதர்களை ஒழிக்க வேண்டும். அவ்வளவுதான்.

–

அந்த ஆண்டு நவம்பரில் ஹிட்லர் மீண்டும் ம்யூனிக் திரும்பி, தன் ராணுவ முகாமில்இணைந்துகொண்டார். தொடர்ந்துராணுவத்தில் இருக்கும் உத்தேசம் அவருக்கு இல்லை. ஒரு தாற்காலிக ஏற்பாடு. தங்குமிடம் அமைத்துக்கொள்ளும் வரையிலாவது ஒதுங்க ஒரு நிழல் வேண்டும்.

சக தோழர்கள் பலர் அங்கே யுத்தத்தில் ஏற்பட்ட தோல்வியில் துவண்டு கிடந்ததை ஹிட்லர் பார்த்தார். உட்கார்ந்து பேசியதில் கம்யூனிஸ்டுகளும் யூதர்களும்தான் ஜெர்மன் முடியாட்சி ஒழியக் காரணமானவர்கள் என்கிற அவரது கருத்தே வேறு சில தோழர்களுக்கும் இருந்ததை அவரால் புரிந்துகொள்ள முடிந்தது. ஆனால் யாரும் வெளிப்படையாகப் பேசமுடியவில்லை.

நிகழ்ந்திருப்பது ஜனநாயகப் புரட்சி என்கிற பெயரில் கம்யூனிசப் புரட்சி. புதிய குடியாட்சியில் கம்யூனிஸ்டுகளே அதிகம் நிறைந்திருக்கிறார்கள். ஜெர்மனி எங்கும் முன்னைக்காட்டிலும் அதிகமாக யூதத் தலைகள் உலவுகின்றன. முதலாளித்துவ முதலைகள். இது நல்லதல்ல. தேசம் நிச்சயம் சகிக்க முடியாத அளவுக்கு நாசமாகத்தான் போகிறது என்று ஹிட்லர் சொன்னார்.

என்ன செய்யலாம்?

ஏதாவது செய்துதான் ஆகவேண்டும். ராணுவத்தில் இருந்து கொண்டு இனி ஏதும் செய்வதற்கில்லை. வெளியேறிவிடுவதுதான் உத்தமம் என்று அவருக்குத் தோன்றியது. ஒரு கட்சி தொடங்கலாம்

என்று நினைத்தார். ஆனால் இது குறித்தோ அல்லது வேறேது குறித்தோ யாரிடமும் பேச முடியவில்லை. புதிய ஜெர்மன் குடியரசில் யார் சொந்தச் சகோதரர், யார் உளவாளி என்று எளிதில் கண்டுபிடிக்க முடியாது. குறிப்பாக மன்னரின் ராணுவத்தில் பணியாற்றிய வீரர்கள் விஷயத்தில் அரசாங்கம் மிகுந்த எச்சரிக்கை உணர்வுடன் நடந்துகொள்ள ஆரம்பித்திருந்தது. மூச்சு விட்டால் கூடப் பிடித்துக்கொண்டு போய்விடுவார்கள் போலிருந்தது.

எனவே, ஹிட்லர் தம் எண்ணத்தைக் கொஞ்சகாலம் மனத்துக்குள்ளேயே சுமந்துகொண்டு திரிந்தார். தப்பித்தவறி வெளியே சிலரிடம் பேசப்போக, ஒரு சமயம் அவர் தங்கியிருந்த அறைக்கு மூன்று உளவாளிகள் வந்துவிட்டார்கள். வேறென்ன? கைது செய்து அழைத்துப்போகும் உத்தேசம்தான்.

ஆனால் அவர்கள் சற்றும் எதிர்பார்க்கவில்லை. ஹிட்லர் எம்மாதிரியான நபர் என்று அவர்களுக்குத் தெரியாது. கைது நடவடிக்கைக்கு எதிர்ப்புத் தெரிவிக்கக் கூடும் என்று எதிர்பார்த்தார்கள். ஆனால் துப்பாக்கி எடுத்து நீட்டுவார் என்று நினைத்துப் பார்த்திருக்கவில்லை. போய்விட்டார்கள்.

ஹிட்லர் தீர்மானமே செய்துவிட்டார். அரசியல்தான். அது ஒன்றுதான் தன் வழியாக இருக்கமுடியும்.

–

அவருக்கு, அவர் அப்போது இருந்த ராணுவப் பிரிவிலேயே புதிதாக ஓர் உத்தியோகம் கிடைத்தது. அமைந்தது என்று சொல்லவேண்டும். ஹிட்லருக்கு மிகவும் பிடித்தமான பணி. ராணுவ வீரர்களுக்கு அரசியல் சொல்லித்தருகிற பணி. அது அவசியம் என்று அந்தப் பிரிவின் அதிகாரிகள் கருதினார்கள். ஏனெனில், குடியரசு சித்தாந்தம் ஜெர்மனிக்குப் புதிது. அவர்கள் மாட்சிமை பொருந்திய மகாராஜாவின் நிழலில் வாழ்ந்தவர்கள். ஆட்சி மாறியது போலவே சட்டங்கள் மாறியிருக்கின்றன. நடைமுறைகள் மாறியிருக்கின்றன. ஐரோப்பாவே மெல்ல மெல்லத் தன் முகத்தை மாற்றிக்கொண்டிருந்த காலம் அது.

எனவே ராணுவ வீரர்கள் சற்றே அரசியல் அறிந்திருப்பது நல்லது என்று நினைத்திருக்கக் கூடும். சுவாரசியமாகப் பேசுவதிலும்,

எதையும் தெளிவாக, தீர்மானமாகப் பேசுவதிலும் ஹிட்லருக்கு இயல்பாகவே இருந்த தேர்ச்சியும் அவருடைய அரசியல் ஆர்வமும் - கொஞ்சம் ஞானமும் கூட - அவருக்கு இந்த வாய்ப்பைத் தேடி அளித்திருக்கலாம்.

ஹிட்லர் சந்தோஷமாகவே பிரசங்கங்கள் நிகழ்த்த ஆரம்பித்தார். தனக்குத் தெரிந்த அரசியல். தனக்குத் தெரிந்த ஜெர்மனி. தனக்குத் தெரிந்த ஜெர்மானியர்கள். ஏன் தாழ்ந்து போய்விட்டார்கள்? யார் காரணம்? எப்படி கம்யூனிஸ்டுகள் மேல் மட்டத்துத் தொடர்புகளை வளர்த்துக்கொண்டு அதிகார பலத்தின் அங்கமாகிவிட்டார்கள்? கம்யூனிசம் ஒரு விஷ வித்து. அதில் ஹிட்லருக்குச் சந்தேகமே இல்லை. நசுக்கியே தீரவேண்டும். ஜனநாயகம், சமதர்மம் என்கிற பெயர்களையெல்லாம் தாராளமாக உச்சரித்துக்கொண்டு, அவர்கள் உட்கார்ந்து சாப்பிடுகிறார்கள். உங்கள் கண்ணில் இதெல்லாம் படவில்லையா?

ஹிட்லர் ஆக்ரோஷமாகப் பேசுவார். உதடு துடிக்கப் பேசுவார். மூக்கு சிவக்கப் பேசுவார். ஓரிடத்தில் கால் பாவாமல் அங்கும் இங்கும் மிதந்தபடி பேசுவார். உணர்ச்சியின் வசத்தில் சிக்குண்டு குரல் உயர்த்துவார். அழுவார். கதறுவார். மீண்டும் புன்னகை செய்வார்.

ஒரு விஷயம். இவை எதுவும் நடிப்பல்ல. உண்மையிலேயே அவர் அப்படித்தான் இருந்தார். உணர்ச்சிகளின் கலவையாக. உணர்ச்சிகளின் பெரும் புயலாக. உணர்ச்சிகளின் ஆக்ரோஷச் சூறாவளியாக. தான் நம்புகிற விஷயத்தை அதிகபட்ச ஆர்வமுடன் அவர் விவரித்துக்கொண்டே போவார். மணிக்கணக்கில் பேசுவார். அலுப்பு இருக்காது. களைப்பு தெரியாது. இடையே ஒரு வாய் தண்ணீர் கூடக் குடிக்காமல் மூன்று மணி நேரம் பேசக்கூடியவர் ஹிட்லர்.

ராணுவ அதிகாரிகளுக்கு இது தெரியும். ஒருவகையில் அவர்கள் புதிய அரசாங்கத்தின் மீது கொண்ட எச்சரிக்கை உணர்வின் பிரதிபலிப்பாகத்தான் இதனைச் செய்தார்கள். ஒரு அவசியம், ஒரு சந்தர்ப்பம் நேரும்போது ராணுவத்தினர் வீணடித்துவிடக் கூடாது. இந்தக் குடியரசு சித்தாந்தமெல்லாம் ஜெர்மனியின் உடம்புக்கு ஆகாது. ஏதாவது செய்தாக வேண்டும். அதற்கான முதல் படிதான் இது.

ஆனால் யாரும் வெளியே சொல்லவில்லை. ராணுவ வீரர்களுக்கு அரசியல் சொல்லித்தரப்படும் என்று போர்டு மட்டும் மாட்டிவிட்டார்கள். ஹிட்லர் ஓர் ஆசிரியர் ஆகிப்போனார்.

மிகக் குறுகிய காலத்தில் ஹிட்லர் பணியாற்றிய அந்தப் பிரிவில் பல பேர் புதிய அரசுக்கு எதிரான அதிருப்தியை மெல்ல மெல்ல வெளிக்காட்ட ஆரம்பித்தார்கள். ஹிட்லரின் பிரசங்கங்கள் ஒரு காரணம். ஹிட்லரைப் போலவே பேசிய வேறு சிலரின் பாதிப்புகளும் காரணம்.

அதை ஹிட்லரின் அதிர்ஷ்டம் என்றே சொல்லவேண்டும். சிப்பாய்கள் மட்டத்தில் மட்டுமல்லாமல், அதிகாரிகள், பவேரிய மாகாண ஆட்சியாளர்கள் தரப்பிலும் இந்த ஆட்சியைக் கூடிய விரைவில் நீக்கவேண்டும் என்கிற எண்ணம் உருவாகியிருந்தது. அரசியலில் தணியாத ஆர்வம் கொண்டிருந்த ஹிட்லரை அவர்கள் பயன்படுத்த நினைத்தார்கள்.

ஆகவே, தேசிய உணர்வு மிக்க ஏதாவது ஒரு கட்சிக்குள் ராணுவத்தினரை ஊடுருவ வைத்து ஒரு புரட்சிக்கான சாத்தியங்களை ஆராயலாம் என்று முடிவெடுத்தார்கள். ஜெர்மன் தொழிலாளர் கட்சி *(German Worker's Party)* என்கிற கட்சியைத் தேர்ந்தெடுத்தார்கள்.

அது ஒரு சோஷலிசக் கட்சி. முதலாளித்துவவாதிகளையும் யூதர்களையும் எதிர்த்துக்கொண்டிருந்த கட்சி. ஒரு பேச்சுக்குத்தான் இப்படிச் சொல்லலாம். உண்மையில் அன்றைக்கு ஜெர்மனியில் தினசரி ஒன்றாக உருவாகிக்கொண்டிருந்த ஏராளமான குட்டிக் கட்சிகளுள் அதுவும் ஒன்று. அவ்வளவுதான். குடியரசு என்று சொல்லிவிட்டபிறகு கட்சிகள் முளைப்பதற்குக் கணக்கு வழக்குகள் உண்டா என்ன?

இந்தத் தொழிலாளர் கட்சிக்குள் போலீஸ் உளவாளிகளை ஊடுருவச் செய்து வேலையைத் தொடங்க முடிவு செய்து, அதற்கென ஒரு படையைத் தயார் செய்தார்கள். ஹிட்லர் அதில் இருந்தார்.

கட்சியில் சேரும்போது ஹிட்லர் அதன் 55வது உறுப்பினர். ஆனால் வெறும் 55வது உறுப்பினர் என்று வெளியே சொல்லிக்கொண்டால்,

சிறிய கட்சி என்று யாரும் மதிக்கமாட்டார்கள். எனவே உறுப்பினர் அடையாள அட்டையில் ஊழல் செய்து 55 என்றிருந்ததை 555 என்று மாற்றிவிட்டார்கள். (பின்னால் மீண்டும், கட்சியின் மூத்த உறுப்பினர் என்பதை நிறுவுவதற்காக போட்ட மூன்று ஐந்தில் ஒன்றை ஹிட்லரே நீக்கிவிட்டார்!)

ஹிட்லருக்கு இடப்பட்டிருந்த கட்டளைகள் இரண்டு. முதலில் கட்சியின் அனைத்து மட்டங்களிலும் ஊடுருவி, ஏதாவது ஒரு பதவியில் அமர்ந்து, எத்தனை சீக்கிரம் முடியுமோ, அத்தனை சீக்கிரம் மேல் மட்டத் தலைவராவது. இரண்டாவது, ராணுவத்தினரிடையே கட்சி அரசியல் குறித்து எடுத்துச் சொல்லி, அவர்களையும் கட்சிக்குள் ஊடுருவச் செய்வது.

ராணுவம் ஒரு புரட்சியைத் தொடங்கி நடத்துவதென்பது அந்தச் சூழ்நிலையில் மிகவும் சிரமமான காரியம். பாராளுமன்ற ஜனநாயகம் என்கிற பெரும் பூதம் வந்திருக்கிறது. எனவே ஒரு கட்சியைக் குத்தகை எடுத்த மாதிரி ஒட்டுமொத்த அதிருப்தி ராணுவ வீரர்களையும் கட்சிக்காரர்களாக்கிவிட்டால் அவர்களைக் கொண்டு காரியத்தைச் செய்யலாம். ஒன்றும் முடியாவிட்டால் தேர்தலில் நின்றேனும் ஆட்சியைப்பிடிக்க முடிகிறதா பார்க்கலாம். சுருக்கமாகச் சொல்வதென்றால், ராணுவ வீரர்கள் நிறைந்த கட்சி. ஆனால் வெளியே தெரியாது. நிறைய உறுப்பினர்கள் உள்ள புதிய கட்சி என்றே தெரியும்.

1919ம் ஆண்டு ஜூலை மாதம் ஹிட்லர் முதல் முதலில் ஓர் உளவாளியாக ஜெர்மன் தொழிலாளர் கட்சிக்குள் நுழைந்தார். முறைப்படிப் பதிவு செய்துகொண்டு உறுப்பினர் அட்டை பெற்றுக்கொண்டார். கட்சிக்கூட்டங்களுக்குத் தவறாமல் போக ஆரம்பித்தார்.

கட்சியின் நிறுவனரான ஆண்டன் டிரெக்ஸ்லர் (Anton Drexler) ஹிட்லரை மிகவும் கவர்ந்தார். என்ன பேச்சு பேசுகிறார்! தன் மனத்தில் இருக்கும் யூத எதிர்ப்புணர்வை அப்படியே பிரதிபலிக்கிறார். தவிரவும் மிகப்பெரிய படிப்பாளி என்றும் சிந்தனாவாதி என்றும் தேசம் முழுதும் அறியப்பட்டவர். எனில் தான் சிந்திக்கிற பாதையும் சரி என்றுதானே அர்த்தம்?

டிரெக்ஸ்லர், அந்நாளில் கிட்டத்தட்ட ஹிட்லரைப் போலவே சிந்தித்த ஒரு ஜெர்மன் தேசியவாதி. அவருக்கும் யூதர்களைப் பிடிக்காது. அவருக்கும் கம்யூனிஸ்டுகளைப் பிடிக்காது. முதலாளித்துவவாதிகளையும்பிடிக்காது. யூதர்களில்லாதஜெர்மனி என்னும் சிந்தனையை முதல் முதலில் ஹிட்லருக்கு அழுத்தம் திருத்தமாகப் பதியவைத்தவரென்று இவரைச் சொல்லலாம்.

யூதர்கள் இல்லாத ஜெர்மனி. சாத்தியம்தானா? ஆனால் சாத்தியமாக வேண்டும். ஜெர்மனின்தேசியஅடையாளங்களைமீட்டெடுக்கவும் பழைய பெருமைகளை தூசி தட்டி, புதுப்பொலிவூட்டவும் அது அவசியத் தேவை என்று ஹிட்லர் கருதினார்.

கட்சியில் அவருக்கு டைட்ரிச் எக்கார்ட் (Dietrich Eckart) என்கிற மூத்த உறுப்பினருடன் நல்ல நெருக்கம் ஏற்பட்டது. எக்கார்ட், ஹிட்லரின் பகுதி நேர குருவாகவே ஆகிப்போனார். சித்தாந்த ரீதியில் மட்டுமல்ல. ஹிட்லரின் நடை, உடை, பாவனைகளைச் செதுக்கியவர் இவர்தான். எப்படி உடுத்த வேண்டும், எப்படிப் பேச வேண்டும், யாரிடம் எப்படிப் பழகவேண்டும், பெருங்கூட்டத்தில் பேசும்போது கடைப்பிடிக்கவேண்டிய நெறிகள் என்னென்ன தொண்டர்களிடம் பழகுவது, தலைவர்களுடன் பழகுவது, பாவனைகள் பழகுவது, வீரம் பழகுவது, வெற்றி பழகுவது..

ஓர் உளவாளியாகத்தான் ஹிட்லர் அந்தக் கட்சிக்குள் வந்தார். ஆனால் உண்மையிலேயே அவருக்குத் தொழிலாளர் கட்சியின் இருப்பும் செயல்பாடுகளும் பிடித்துப் போயின. அவரும் நிறைய கூட்டங்களில் கலந்து கொண்டார். அவரது பேச்சு கட்சியினருக்குப் பிடித்தது.

தொடக்ககாலத்தில் கட்சிக்கூட்டங்களுக்குப் பொதுமக்கள்யாரும் வரவில்லை. பத்திருபது பேர் தேறினால் அதிகம் என்பதுதான் நிலை. ம்யூனிக்கின் புகழ்பெற்ற மது விடுதிகளில் பெரிய பெரிய அறைகளை வாடகைக்கு எடுத்துக் கட்சிக் கூட்டங்களை நடத்துவார்கள். கூட்டத்துக்கு வரும் பொதுமக்களுக்கு இலவசமாக பீர் உண்டு. ஆனபோதிலும் மக்கள் வரவில்லை.

இந்த நிலைமையும் மாறும் என்று ஹிட்லர் நினைத்தார். மாறத்தான் செய்தது. கொஞ்சம் கொஞ்சமாக ஹிட்லரின் பேச்சு சுவாரசியம் குறித்த செய்தி வெளியே பரவ ஆரம்பித்தது. யார் இந்தப் புதிய நபர் என்று பார்ப்பதற்காகவே வரத் தொடங்கினார்கள்.

ஹிட்லர் எப்போதும் கூட்டத்தில் இரண்டாவது நபராகத்தான் பேசுவார். முதலில் ஒருவரைப் பேசவிட்டுவிட்டு, மக்களின் முகங்களை கவனிப்பார். ஆர்வத்துடன் கேட்கிறார்களா? கடனே என்று கேட்கிறார்களா? கை தட்டப்போகிறார்களா? தக்காளி வீசப் போகிறார்களா?

ஐந்து நிமிடங்களில் அவருக்கு நிலைமை புரிந்துவிடும். சூழ்நிலைக்கேற்ப அவரது பேச்சு இயல்பாக அமையும். அரை மணிக்குக் குறைந்து ஹிட்லர் வணக்கம் சொல்லமாட்டார். சமயத்தில் மூன்று, நான்கு மணி நேரங்கள் கூட இடைவிடாமல் பேசுவார். குடித்துக்கொண்டிருக்கும் பீர் காரணமா, வெடித்துக் கொண்டிருக்கும் ஹிட்லர் காரணமா என்று சொல்லமுடியாது. மக்கள் அப்படியே மயங்கிக் கிடப்பார்கள்.

ஒன்று நிச்சயம். கட்சிக்கு ஹிட்லர் ஒரு சொத்து கிடைத்த மாதிரிதான் இருந்தது. தொழிலாளர் கட்சியில் ஒரு சில படித்த பெரியவர்கள் இருந்தார்களே தவிர, யாருக்கும் மக்களை வசீகரிக்கும் தன்மை இல்லை. மேடையில் தூங்கி வழியும் பேச்சுகளையே அவர்களால் தரமுடிந்தது. ஹிட்லர் ஒருவர்தான் பிரசார பீரங்கியாக இருந்தார். இதனால் தலைவர்களுக்கு அவரை மிகவும் பிடித்திருந்தது. இதனாலேயே மற்றவர்களுக்கு அவரைப் பிடிக்காமலும் போனது.

1921ம் ஆண்டு கட்சியில் ஹிட்லரின் செல்வாக்கை மட்டுப்படுத்துவதற்காக ஒரு சிலர் இணைந்து ஒரு சூழ்ச்சி செய்தார்கள். ஆக்ஸ்பர்க்கில் இயங்கிக்கொண்டிருந்த இன்னொரு சோஷலிசக்கட்சியை தொழிலாளர்கட்சியுடன்இணைத்துவிடுகிற முயற்சி. இதன்மூலம் கட்சிக்கு இன்னும் சில முக்கியஸ்தர்கள் வந்து சேருவார்கள். ஜூனியரான ஹிட்லரின் இடம் இயல்பாகக் கீழே இறக்கப்படும்.

இதனிடையில் ஹிட்லர் முறைப்படி தன்னுடைய ராணுவப் பணியிலிருந்து தன்னை விடுவித்துக்கொண்டிருந்தார். முழுநேரக் கட்சி அரசியலே தனக்குச் சரி என்று முடிவு செய்துவிட்டிருந்தார். அவரது அதிகாரிகளும் அதை ஆதரித்தனர். யார் கண்டார்கள்? ஹிட்லர் ஒருவேளை ஜெர்மனியின் தலையெழுத்தை மாற்றக்கூடும். அவர்கள்தான் ஹிட்லரை தொழிலாளர் கட்சிக்குள் ஓர் உளவாளியாக ஊடுருவச் சொன்னவர்கள். சொன்ன காரியத்தை

ஹிட்லர் சரியாகவே செய்திருந்தார். கட்சிக்குள் நிறைய ராணுவ வீரர்களையும் ஏராளமான பொதுமக்களையும் கொண்டுவந்து சேர்த்திருந்தார். மிகக் குறுகிய காலத்தில் கட்சியின் தவிர்க்க முடியாத சக்தியாகவும் உருவாகியிருந்தார்.

பகைமை தோன்றியதும் அதனால்தான். ஆனால் ஹிட்லருக்கு இந்த விஷயம் முன்பே தெரிந்திருக்கவில்லை. பெரும்பாலும் அவர் பிரசாரக் கூட்டங்களில் இருந்தார். ஒரு நாளில் இரண்டு, மூன்று பொதுக்கூட்டங்களில் கூட அவர் பேசுவார். கால்நடையாகவே கூட்டங்களுக்குச் செல்வார். காரிலும் போவார். சமயத்தில் விமானத்திலும் போவார். இடத்துக்கேற்ப நடந்துகொள்வார். மக்களுக்கேற்பப் பேசுவார். படித்தவர்கள் மத்தியில் அவருடைய பேச்சு ஒரு மாதிரி இருக்கும். பாமரத் தொழிலாளர்கள் மத்தியில் வேறு மாதிரி இருக்கும். ஆனால் அடிப்படை ஒன்றுதான். யூதர்கள் ஒழிய வேண்டும். கம்யூனிஸ்டுகளைத் துரத்த வேண்டும். ஜெர்மன் தேசியம் தழைக்க வேண்டும்.

அப்படி ஊர் ஊராகச் சுற்றிப் பொதுக்கூட்டங்களில் கலந்து கொண்டிருந்த நேரத்தில்தான் ம்யூனிக் தலைமையகத்தில் இந்த இணைப்பு நடவடிக்கை முன்னெடுக்கப்பட்டது. ஹிட்லரின் எதிரிகள் மிகக் கவனமாக கட்சியின் மேல் மட்டத்தில் இது குறித்து விளக்கிப் பேசினார்கள். இணைப்பு ஏன் அவசியம்? நமது பலம் பெருகுவதற்கு. அவர்களும் சோஷலிச வாதிகள். நம்மைப்போன்ற கொள்கைகள் உடையவர்கள். ஆனால் ஆள் பலம், படைபலம் கிடையாது. சிறிய கட்சி. ஆனால் படித்தவர்கள் அதிகம் இருக்கிறார்கள். சில பண்டிதர்களும் பெரிய மனிதர்களும் கூட. அது நமது கட்சிக்குக் கண்டிப்பாக நல்லது செய்யும்.

கட்சி வளர்ச்சி என்று பார்க்கிறபோது இரண்டு கட்சிகள் இணைவது எப்போதும், எந்நாட்டு சூழலுக்கும் பொருத்தமானதே. ஆகவே, தொழிலாளர் கட்சி மேலிடமும் மேற்படி இணைப்புக்குச் சம்மதம் சொன்னது.

விஷயம் ஹிட்லரின் காதுகளுக்குப் போனது. அவருக்குத் தம் நண்பர்களின் சூழ்ச்சி புரிந்தது. ஹிட்லர் புன்னகை செய்தார். உடனே ம்யூனிக்குக்கு விரைந்தார்.

கட்சிக் கூட்டம் நடந்துகொண்டிருந்தது. ஹிட்லர் யாரிடமும் பேசவில்லை. நேரே கூட்டத்தின் மையத்துக்கு வந்தார்.

'தலைவர் அவர்களே! நான் கேள்விப்பட்டது உண்மையா? இந்த இணைப்பு நடவடிக்கையின் பின்னால் இருக்கிற அரசியலை நீங்கள் அறிவீர்களா? உங்களுக்குத் தெரிந்து, உங்கள் சம்மதத்துடன் தான் இது நடந்திருக்கும் என்கிற பட்சத்தில் உங்களுக்கு நான் முக்கியமில்லை என்றாகிறது. எனவே நான் அடிப்படை உறுப்பினர் பதவியிலிருந்து ராஜினாமா செய்கிறேன்.'

கையோடு தயாராக எடுத்து வந்திருந்த ராஜினாமா கடிதத்தை வீசினார்.

தலைவர்கள் அதிர்ந்து போனார்கள்.

என்ன நடக்கிறது இங்கே? ஹிட்லர் ஏன் ராஜினாமா செய்ய வேண்டும்? மடையர்களே, ஹிட்லர் இல்லாமல் உங்களால் ஒரு பொதுக்கூட்டத்தைச் சமாளிக்க முடியுமா? நமது கட்சிக் கூட்டங்களுக்கு ஐந்து பேருக்கு மேல் வந்ததில்லை. ஹிட்லர் இணைந்து பேசத் தொடங்கிய பிறகு நாம் கூட்டத்துக்கு வருபவர்களைக் கட்டுப்படுத்த வேண்டியிருந்ததையெல்லாம் மறந்துவிட்டீர்களா?

ஆக்ரோஷமாகக் கேட்டார் டிரெக்ஸ்லர். ஹிட்லர் புன்னகை செய்தார். அந்தக் கணத்தைத் தன்னுடையதாக்கிக்கொள்ள அவர் முடிவு செய்தார்.

'மன்னிக்க வேண்டும் மிஸ்டர் டிரெக்ஸ்லர். எனக்காக நீங்கள் வாதாட வேண்டாம். என் நண்பர்களின் அதிருப்தியுடன் இங்கே நான் பணியாற்ற விரும்பவில்லை. அப்படி நான் இருந்துதான் தீரவேண்டும் என்று நீங்கள் விரும்புவீர்களானால்..'

அவர் முடிக்கவில்லை. விழிகள் அனைத்தும் அவரையே உற்றுநோக்கின. ஹிட்லர் சற்றே தொண்டையைக் கனைத்துக் கொண்டார்.

'வேறு வழியில்லை. கட்சியின் சேர்மனாக என்னை நீங்கள் அறிவித்தாக வேண்டும். சர்வ அதிகாரங்களும் இனி

என்னிடத்தில்தான் இருக்க வேண்டும். நான் ஒருவன் மட்டுமே முடிவெடுப்பேன். உங்கள் அனைவருக்கும் கட்டுப்படும் உரிமை அளிக்கப்படும். இது உங்களுக்கு முடியாதல்லவா? எனக்குத் தெரியும். நமக்குள் எதற்குக் கசப்புணர்வு? நான் விடைபெறுகிறேன் நண்பர்களே..'

ஹிட்லர் திரும்பி இரண்டடி எடுத்து வைத்தார்.

'ஓ, போகாதீர்கள்! இருங்கள், இருங்கள்.. நீங்கள் சொல்வதைக் கேட்கிறேன். இதோ, இதோ இப்போதே சட்டத்திருத்தம் செய்யப்படும். இனி கட்சியின் சேர்மன் நீங்கள்தான். நான் பதவி விலகுகிறேன்..'

அறிவித்தது யார்? தலைவர் டிரெக்ஸ்லரா? சந்தேகமே இல்லை. அவர்தான். அத்தனை பேரும் அதிர்ந்துவிட்டார்கள். டிரெக்ஸ்லர் இப்படி நினைக்கிறார் என்றால் ஹிட்லர் எத்தனை முக்கியமானவராக இருக்கவேண்டும்? நமக்குத்தான் தெரியவில்லை. தலைவர் சரியாகத்தான் யோசிப்பார்.

ஹிட்லர் உணர்ச்சி வசப்படாமல் தன் கருத்தை மீண்டும் அழுத்தம் திருத்தமாக எடுத்து வைத்தார். கட்சியின் தொடக்ககால உறுப்பினர்களுள் ஒருவர் அவர். தவிரவும் பத்து பைசாவுக்குப் பிரயோஜனமில்லாத கட்சிக்குப் பல லட்சக்கணக்கில் நிதி திரளவும் உறுப்பினர்கள் சேரவும் பொது மக்கள் ஆதரவு கிடைக்கவும் அவரது பேச்சுதான் காரணமாக இருந்திருக்கிறது. அவர் ஒன்றும் அலங்காரத்துக்காகப் பதவி கேட்கவில்லை. மாறாக, செய்யவேண்டியவை நிறைய இருக்கின்றன. கட்சியை மேலும் வலுப்படுத்துவது. மக்களின் ஆதரவை மேலும் பெருக்குவது. ஜெர்மானியக் குடிமகன் ஒவ்வொருவனும் தொழிலாளர் கட்சியுடன் இணைந்திருப்பதைப் பெருமையாக நினைக்கும்படிச் செய்வது. அப்புறம் தேர்தல். ஆட்சி. அகண்ட ஜெர்மனி, ஒருங்கிணைந்த ஜெர்மனிக் கனவுகள்.

தன்னால் இது முடியும் என்று ஹிட்லர் அடித்துச் சொன்னார். ஆனால் அதிகாரம் வேண்டும். முழுமையாக. அங்கே இங்கே கைவைத்துத் துண்டுபோடப்படாத அதிகாரம். சர்வாதிகாரம்.

அவர்கள் யோசித்தார்கள். கட்சி வளரவேண்டும். அதற்கு ஹிட்லர் வேண்டும் என்கிற நிலையில் அவர் கேட்பதைச் செய்வதுதானே

நியாயம்? ஆகவே ஒரு குறைந்தபட்ச ஜனநாயகத்தைக் கடைசி முறையாகக் காப்பதற்காக வாக்கெடுப்புக்கு ஏற்பாடு செய்தார்கள். செயற்குழுவில் இருந்த 544 பேரில் 543 பேர் அவருக்கு ஆதரவாக வாக்களித்தார்கள். ஒரே ஒரு எதிரி!

ஹிட்லர் புன்னகை செய்தார். அத்தனை பேருக்கும் தன் அன்பைத் தெரிவித்துக்கொண்டார். கட்சியின் பெயரில் ஒரு சிறு மாறுதல் செய்ய விரும்புவதாகத் தெரிவித்தார்.

அதுவரை ஜெர்மன் தொழிலாளர் கட்சியாக இருந்ததை 'தேசிய சோஷலிச ஜெர்மன் தொழிலாளர் கட்சி' (National Socialist German Workers Party) என்று மாற்றினார்.

சுருக்கமாக நாஜி.

அத்தியாயம் நான்கு

அரைப் புரட்சி

கேட்க ஆள் கிடையாது. வானளாவிய அதிகாரம். ஒப்புக்கு நாலு கமிட்டிகள் இருந்தாலும் கட்சிக்குள் அத்தனை விஷயங்களிலும் முடிவெடுக்கும் அதிகாரம் ஹிட்லருடையதுதான். அத்தனை கமிட்டிகளிலும் அவர் இருந்தார். அல்லது அத்தனை கமிட்டிகளாகவும் அவரே இருந்தார். ஓர் உடனடி செயல்திட்டம், ஒரு நீண்டகால செயல்திட்டம் என இரண்டு திட்டங்கள் அப்போது அவரிடம் இருந்தன.

உடனே என்றால், மிக உடனே. நீண்ட நாள் என்பது மறுநாளாகக் கூட இருக்கலாம். அல்லது மறு மாதம். மிஞ்சினால் ஒரு வருடம். ஹிட்லர், அதற்குமேல் பொறுத்திருக்க வேண்டாம் என்று முடிவு செய்திருந்தார். எப்படியாவது பவேரிய மாகாணத்தின் ஆட்சியைக் கலைத்துவிட்டு அங்கே ஒரு புரட்சி அரசாங்கத்தை அமர்த்துவது. அதைத் தொடக்கமாக வைத்து ஜெர்மன் அதிகாரபீடத்தைக் கைப்பற்றுவது.

அவர் ராணுவத்தில் இருந்த காலத்தில் பணியாற்றியது பவேரிய ரெஜிமெண்ட் தான் என்பதால் ராணுவம் தனக்குப் பக்கபலமாக இருக்கும் என்று நினைத்தார். ராணுவ அதிகாரிகள்தானே அவரைக் கட்சி அரசியலுக்குப் போகத் தூண்டியது? தவிரவும் அவர் குறுகிய காலத்தில் சாதித்திருக்கிறார். பிரபலம். புகழ். செயல்வீரம். ஹிட்லர் என்றால் ஒரு சக்தி என்பது கட்சியின் அனைத்து மட்டத்திலும் தெரிந்திருந்தது. கட்சிக்கு வெளியிலும் அவர் தெரிந்தவராகவே

இருந்தார். குறிப்பிட்ட அளவுக்கு மக்கள் ஆதரவும் அவருக்கு இருந்தது. இதற்குமேல் என்ன வேண்டும்?

ராணுவத்தில் மட்டுமல்லாமல் பவேரியாவின் காவல் துறை வட்டாரத்திலும் நீதித்துறையிலும் கூட அவருக்கு ஆதரவு இருந்தது. எனவே அதிக காலதாமதம் செய்யாமல் காரியத்தில் இறங்கிவிட முடிவு செய்தார்.

ஒரு பீர் ஹாலை வாடகைக்கு எடுக்கச் சொல்லி உத்தரவிட்டார். ஜெர்மனியின் தெற்கு மாகாணங்களில் மிக அதிகம் மக்கள் கூடும் இடங்கள் அவை. பொதுக்கூட்டங்கள், கட்சி மாநாடுகள், கலை நிகழ்ச்சிகள், நாடகங்கள், இசை நிகழ்ச்சிகள் எதுவும் நடக்கும், எல்லாம் நடக்கும். குடித்தபடி ரசிக்கலாம். ரசித்தபடி குடிக்கலாம். வெறுமனே பேசிப் பொழுது கழிக்கவோ, பிசினஸ் பேசவோ கூட பீர் ஹால்களை மக்கள் மிகவும் விரும்பினார்கள். ஒவ்வொரு ஹாலும் பிரம்மாண்டமாக இருக்கும். ஐயாயிரம் பேர் அமரும் ஹாலும் உண்டு. ஐந்து பேருக்கு மட்டுமான ரூம்களும் உண்டு.

அது அந்த ஊர் கலாசாரம். பேச்சுக்கு முன் பீர். அல்லது பேச்சோடு பீர். ஒவ்வொரு ஹாலின் மூலையிலும் மிகப்பெரிய கல்லாலான பீப்பாய்களில் பீர் நிரப்பப்பட்டிருக்கும். இஷ்டப்பட்ட அளவுக்கு எடுத்துக் குடிக்கலாம். ஆடிப்பாடலாம். யாரும் எதுவும் கேட்கமாட்டார்கள். உள்ளே அடிக்கிற கூத்துகள் எதுவானாலும் நான்கு சுவரோடு மோதி நின்றுவிடும். வெளியே வந்து விவரித்தால்தான் விவரம் தெரியும். சத்தம் அலற விட்டுவிட்டு நடுவில் ஒருவரைக் கொலையே செய்து போட்டாலும் வெளியில் தெரியாது. கூட்டத்தோடு கூட்டமாக வெளியேறிவிடலாம். அறையைச் சுத்தம் செய்யவரும்போதுதான் நடந்தது தெரியும்.

மிகுந்த முன்யோசனையுடன்தான் அப்படியொரு இடத்தைத் தேர்ந்தெடுத்தார் ஹிட்லர். முன்னதாகத் தன் கட்சிக்காகப் பிரத்தியேகமாக அவர் உருவாக்கியிருந்த மின்னல் படை வீரர்களை அங்கே கொண்டு நிறுத்தினார். நாஜிக் கட்சியின் சின்னமான ஸ்வஸ்திக்கைத் தோளில் பதித்த வீரர்கள். அத்தனை பேரும் ஆயுததாரிகள்.

ஹிட்லருக்கு ஒரு நம்பிக்கை இருந்தது. அவர் மேற்கொண்டிருந்த ஒரு சிறு சூழ்ச்சியின் சாதக அம்சங்கள் குறித்த நம்பிக்கை அது.

பவேரியாவின் அப்போதைய பிரதமராக இருந்தவர் எகன் ரிட்டர் வான் நில்லிங் *(Eugur Ritter Von Knilling)* என்பவர். கொஞ்சம் சாது. தவிரவும் பயந்த சுபாவம் கொண்டவர். நெருக்கடி நேரங்களைச் சமாளிக்கத் தெரியாதவர். எப்படி ஹிட்லரின் நாஜிக் கட்சி ஜெர்மனியில் வளர்ந்துகொண்டிருந்ததோ, அதே மாதிரி வேறு பல வலதுசாரிக் குட்டி இயக்கங்களும் அங்கே தோன்றி வளர்ந்துகொண்டிருந்தன. தினசரி குறைந்தது நான்கைந்து போராட்டங்களாவது அவசியம் இருக்கும். அனைத்து பீர் ஹால்களும் ஹவுஸ் ஃபுல்லாகவே இருந்தன.

அத்தனை பேருக்கும் ஒரே லட்சியம். ஆட்சி மாற்றம். அதாவது தாம் ஆட்சிக்கு வரவேண்டுமென்கிற தீராக் கனவு. புரட்சிகளும் ஊர்வலங்களும் கலவரங்களும் தினசரி நடவடிக்கையாகிக் கொண்டிருந்த தெற்கு மாகாணங்களில், இந்த திடீர் அரசியல்வாதிகளைச் சமாளிக்கக் காவல் துறை மிகவும் சிரமப்பட வேண்டியிருந்தது.

பவேரியாவில் இன்னும் ஒரு படி அதிகம். 1923ம் ஆண்டின் தொடக்கத்திலிருந்தே ஆங்காங்கே பெரிய கலவரங்கள் நடந்து கொண்டிருந்தன. நிறைய அடிதடிகள். ரத்த சேதம். உயிர்ச்சேதம். ஒரு நாள் தவறாமல் கடையடைப்புகள். செப்டம்பரில் நிலைமை மிகவும் மோசமானது. தொடர் கொலைகள் நடைபெறத் தொடங்கின. அரசியல் காரணங்களுக்காக நிகழ்த்தப்பட்ட இத்தகைய கொலைகள் மக்களிடையே பெரும் பீதியையும் கலவரத்தையும் உண்டாக்கின. பிரதமர் என்னதான் செய்துகொண்டிருக்கிறார்? வெறுப்புடன் பேசத் தொடங்கினார்கள்.

பார்த்தார் பிரதமர். இது சரிப்படாது. தன்னால் கலவரங்களை அடக்குவது முடியாத காரியம் என்று அவருக்குத் தோன்றிவிட்டது. உடனடியாக மாநிலம் முழுவதும் அவசர நிலைப் பிரகடனம் செய்யப்பட்டது. குஸ்தாவ் ரிட்டர் வான் கர் *(Gustav Ritter von Kahr)* என்கிற மாநில நிர்வாக கமிஷனர் தலைமையில் மூன்று பேர் கொண்ட அவசர கால ஆட்சிக்குழு ஒன்றை அமைத்தார். (மற்ற இரு அதிகாரிகளும் காவல் துறையைச் சேர்ந்தவர்கள்.) தாற்காலிக ராணுவ ஆட்சி என்று சொல்லப்பட்டது.

இந்த மூவர் குழுவின் தலைவரான கர் தான் ஹிட்லரின் குறி. தாற்காலிக, மாகாண சர்வாதிகாரி என்றாலும் அவரும் ஓர் அரசியல்வாதி. ஆசை இருக்கும். லட்சியம் இருக்கும். ஆனால் அதிகபட்சம் பவேரிய எல்லைக்குள் அடங்கிவிடக்கூடிய லட்சியம். என்ன மிஞ்சிப்போனால் பவேரியாவின் பிரதமராகும் கனவு இல்லாமலா போய்விடும்?

இதோ பாருங்கள் மிஸ்டர் கர், நான் ஒரு தேசம் தழுவிய புரட்சிக்கு ஆயத்தமாகிக்கொண்டிருக்கிறேன். ம்யூனிக்கில் புறப்பட்டு, பெர்லினை நோக்கி நீதி கேட்டு நெடும்பயணம். என்னிடம் லட்சக்கணக்கில் தொண்டர்கள் இருக்கிறார்கள். மக்கள் ஆதரவு இருக்கிறது. எப்படியும் ஜெர்மனியின் ஆட்சியைக் கலைத்துவிட்டுப் புதிய ஆட்சியை நிறுவத்தான் போகிறேன். பாலும் தேனும் பொங்கிப் பாயத்தான் போகிறது. எனக்கு நீங்கள் உதவி செய்வீர்களென்றால் உங்கள் கனவு கடைத்தேற்றப்படும். எப்படி வசதி?

இதுதான் பேரம். நேரடி பேரம். பூசி மெழுகல் கிடையாது. ஜோடனைகள் கிடையாது. வழவழா கொழகொழா கிடையாது. நாஜிக் கட்சியில் ஹிட்லருக்கு வலக்கரம் மாதிரி இருந்த முன்னாள் ராணுவ அதிகாரி எரிக் லுடண்டார்ஃப் (Erich Ludendorff) இதற்கு வழியமைத்துக் கொடுத்தார். பிராந்தியத்தில் அவர் மிகவும் பிரபலஸ்தர். பவேரியாவின் அத்தனை அரசு அதிகாரிகளும் அவர் சொன்னால் கேட்கக் கூடியவர்கள். எனவே ஹிட்லருக்கும் அந்தத் தாற்காலிக சர்வாதிகாரிகளுக்கும் இடையே அவர் ஒரு பாலம் அமைத்துக் கொடுத்தார்.

ஹிட்லர் ஒரு நாள் விடாமல் கர்ருடன் தொலைபேசியில் தொடர்பு கொண்டு பேசினார். அவர் அந்த பீர் ஹாலில் தொடர்ச்சியாகப் பதினான்கு பொதுக்கூட்டங்களை உத்தேசித்திருந்தார். படிப்படியாகப் புரட்சி உணர்வை மக்களிடையே திணிக்கிற திட்டம். ஒரு நெருப்புப்பொறியாக அது உருக்கொள்ளும் நேரத்தில் ஹிட்லர் தம் தொண்டர்களுடன் ஊர்வலமாக பெர்லினை நோக்கிப் புறப்படுவார். மாபெரும் ஊர்வலம். தேவைப்பட்டால் கலவரம். அவசியம் உண்டு ராணுவ நடவடிக்கை. ஆட்சியைப் பிடித்துவிட்டுத்தான் மறுகாரியம்.

இந்தத் திட்டத்துக்கு கர் போன்ற பவேரிய ஆட்சியாளரின் ஆசீர்வாதம் அவசியம். தவிரவும் எமர்ஜென்சி காலம். பொதுக் கூட்டங்களுக்கே தடை விதித்துவிட்டால் பிறகு ஊர்வலம் எங்கே? புரட்சி எங்கே?

கர்ருக்கு என்ன யோசனை என்றால், ஹிட்லர் ஜெர்மனியைக் கைப்பற்றிவிடுவாரானால், எப்படியும் ஒரு வலதுசாரி கன்சர்வேடிவ் மன்னராகத்தான் அவர் ஆட்சியில் உட்காருவார். அப்படியானால் பவேரியாவின் குட்டி ராஜாவாகத் தாமே அமரலாமே? தாம் ஒருபோதும் புரட்சி செய்யப்போவதில்லை. ஆட்சியைப் பிடிக்கமுடியுமா என்பதும் சந்தேகமே. ஹிட்லர் முயற்சி செய்து, அதற்கொரு அணிலுதவி செய்வதன்மூலம் தனக்கும் லாபம் கிடைக்குமெனில் கசக்கிறதா?

சந்தேகமில்லாமல் ஒருவரை ஒருவர் பயன்படுத்திக்கொள்ளத்தான் நினைத்தார்கள். நாட்டுக்கு நல்லது செய்யவே புரட்சி என்று ஹிட்லர் சொன்னார். உங்களுக்கு உதவத் தயார் என்று கர் சொன்னார்.

இருவர் சொன்னதும் பொய் என்பது இருவருக்குமே தெரியும். ஆனாலும் ஒத்துழைப்பதாகப் பரஸ்பரம் ஒப்புக்கொண்டார்கள்.

செப்டெம்பர் 27, 1923 முதல் தொடர்ச்சியாகப் பதினான்கு மாபெரும் பொதுக்கூட்டங்கள் நாஜிக் கட்சியின் சார்பில் நடக்கப்போகிறது என்று ஹிட்லர் அறிவித்தார். தேசத்தில் மிக விரைவில் நிகழவிருக்கும் மாபெரும் அரசியல் மாற்றத்துக்கு அது ஒரு தொடக்கப்புள்ளி என்றும் சொன்னார்.

–

பெர்லினை நோக்கி மாபெரும் பேரணி என்கிற திட்டம்தான் ஹிட்லரை மிகவும் பரவசம் கொள்ளச் செய்தது. ஒட்டுமொத்த மக்களின் கவனத்தையும் கவர்வதற்கு அதைக்காட்டிலும் சிறந்த உபாயம் வேறு இருக்கமுடியாது. வழியில் தடுத்து நிறுத்தப்பட்டாலும் பேசப்படும். கலவரம் உண்டானாலும் பேசப்படும். அடிபட்டால் கேட்கவே வேண்டாம். அனுதாப அலை அள்ளிக்கொள்ளும். ஒருவேளை கைது செய்துவிட்டால்?

பிரச்னையே இல்லை. மக்களின் ஆதரவு கண்டிப்பாக நாஜிக்கட்சிக்குத்தான். அடுத்த தேர்தலில் நேரடியாகப் போட்டியிட்டு அத்தனை இடங்களையும் அள்ளிவிடலாம்.

இந்த விஷயத்தில் ஹிட்லருக்கு அப்போது முன்னோடி என்றால் இத்தாலியின் ஆட்சியாளராகப் பதவிக்கு வந்திருந்த பெனிட்டோ முசோலினிதான். அக்டோபர் 28, 1922ம் ஆண்டு இப்படித்தான் அவர் 'ரோம் நகரை நோக்கி அணிவகுப்போம்' என்று தன்னுடைய பாசிஸ்ட் கட்சியினருடன் நெடும்பயணம் மேற்கொண்டார். பயணம் களைப்பு தரக்கூடியதுதான். ஆனால் பதவி பரமசுகமல்லவா?

இத்தாலியில் முசோலினிக்குக் கிடைத்தது பெர்லினில் தனக்கும் அவசியம் கிடைக்கும் என்று ஹிட்லர் நினைத்தார். நினைத்தார் என்பதைவிட அப்படிக் கிடைக்கவேண்டும் என்று விரும்பினார் என்று சொல்வதுதான் சரி. பின்னாளில் இதே முசோலினி தன் உயிர்த்தோழர் ஆகப்போகிறார் என்பதையோ, இருவருமே இரண்டாம் உலகப்போரின் இறுதியில் இறந்துபோகப் போகிறோம் என்பதையோ அவர் எப்படி அறிந்திருப்பார்?

ஆகவே, பெர்லினை நோக்கி அணிவகுப்போம்!

மிகத் தீவிரமாகத் தன் புயல்வேகப் பிரசாரக் கூட்டங்களுக்குத் தயாரானார் ஹிட்லர். எல்லாம் நன்றாகத்தான் நடந்தது. சரியாகவும். ம்யூனிக் நகரெங்கும் சுவரொட்டிகள் ஒட்டப்பட்டன. வண்டி வண்டியாக பிட் நோட்டீஸ் வீசிக்கொண்டே போனார்கள். பீர் ஹாலுக்கு வாருங்கள். ஹிட்லர் அழைக்கிறார். உங்களுக்குச் சொல்ல அவர் ஒரு செய்தி வைத்திருக்கிறார். உங்கள் வாழ்வை திசை திருப்பப்போகிற செய்தி. இத்தேசத்தின் எதிர்காலத்தைத் தீர்மானிக்கப்போகிற செய்தி. மதிப்புக்குரிய ஜெர்மானிய மக்களே, அலைகடலெனத் திரண்டு வாரீர், வாரீர்.

நகரெங்கும் செய்தி பரவியது. மாநிலமெங்கும் பரப்பும் நடவடிக்கையும் மேற்கொள்ளப்பட்டது. எல்லாம் தயார். தேதி நெருங்கிவிட்டது.

அப்போதுதான் ஹிட்லருக்குத் தவறாக ஏதோ தீய்ந்த வாசனை அடித்தது. ஓ, இது நம் மதிப்புக்குரிய நண்பர் குஸ்தாவ் வான் கர் அவர்களின் மனத்தில் எழும் குழப்பத்தின் வாடை அல்லவா?

சந்தேகமில்லை. கர் மிகவும் குழம்பித்தான் இருந்தார். என்ன இது? நாம் என்ன செய்துகொண்டிருக்கிறோம்? ஹிட்லர் யார்?

சாதாரணமான ஒரு கட்சித்தலைவர். ஏதோ புரட்சி என்கிறார். மைய அரசை அசைத்துப் பார்ப்பேன் என்கிறார். நமக்கெங்கே போயிற்று புத்தி? ஏதாவது ஒன்று கிடக்க ஒன்று ஆகிப்போனால் இருக்கிற பதவிக்கும் வேட்டு வைத்துவிடுவார்களே! ஐயோ, கடவுளே, நான் என்ன செய்வேன்? எனக்கு எதற்கு இந்தப் பொல்லாத ஹிட்லரின் சங்காத்தம்?

ஆகவே அவர் பின்வாங்கிவிட நினைத்தார். ஹிட்லரின் தொலைபேசி அழைப்புகளைத் தவிர்க்க ஆரம்பித்தார்.

ஹிட்லருக்குப் புரிந்துவிட்டது. ஓ, சரி. இதுதான். இவ்வளவுதான் இவரால் முடியும். இவரை நம்பியா நான் அரசியலுக்கு வந்தேன்? என் தன்னம்பிக்கை ஒன்றை மட்டுமல்லவா நம்புகிறவன் நான்? ரொம்ப நல்லது. நண்பரே, இனிமேல் என் வழியை நானே பார்த்துக்கொள்வேன். உங்கள் ஒத்துழைப்புக்கு அவசியமில்லை. கண்டிப்பாக பெர்லினை நான் பிடிப்பேன். ஜெர்மனியின் நிகரற்ற பெருந்தலைவனாக ஆகியே தீருவேன். பிழைத்துக் கிடந்தால் உம்மை பவேரியா சிறைச்சாலை ஏதேனும் ஒன்றில் அப்போது சந்திப்பேன்.

ஒரு முடிவுடன் தான் இருந்தார் ஹிட்லர். உடனடியாகத் தம் படைவீரர்களை அழைத்தார். அணி வகுக்கத் தயாராகுங்கள். நாம் பெர்லினுக்குப் போகிறோம். அதற்குமுன் இங்கே ஒரு சின்ன வேலை இருக்கிறது. என்னுடன் வாருங்கள்.

அழைத்துக்கொண்டு ஒரு பீர் ஹாலுக்குப் போனார். மூவாயிரம் பேர் கூடியிருந்த பீர் ஹால். மதிப்புக்குரிய பழைய நண்பரும் புதிய எதிரியுமான கர் அங்கே பேசிக்கொண்டிருந்தார். எறும்பு நுழையக்கூட இடமில்லாத அளவுக்கு மக்கள் திரண்டிருந்தார்கள். அத்தனை பேர் கவனமும் ஆட்சியாளரின் சொற்பொழிவில்தான்.

யாரும் எதிர்பார்க்கவில்லை. சடாரென்று பக்கவாட்டுக் கதவைத் திறந்துகொண்டு ஹிட்லர் உள்ளே நுழைந்தார். அவருடன் நாஜிக்கட்சியின் மிகப்பெரிய புள்ளிகளும் ஹிட்லரின் வலக்கரம் போல் செயல்பட்டுக்கொண்டிருந்தவர்களுமான ஹெர்மன் கோரிங், ஆல்ஃபிரட் ரோஸன்பர்க், ருடால்ஃப் ஹெல்ஸ், உல்ரிச் க்ராஃப் ஆகிய நான்கு பேர். ஐந்தாவதாக ஹிட்லரின் கையில் ஒரு சிறு துப்பாக்கி.

முன்னதாக அவர் தம்முடன் அணிவகுத்து வந்திருந்த வீரர்களுக்கு ஒரு கட்டளையிட்டிருந்தார். ஹாலைச் சுற்றி முற்றுகையிடுங்கள். இங்கிருந்து நான் சொல்லும்வரை ஒரு கொசுவும் வெளியேறிவிடக் கூடாது. கதவைத் திறந்துகொண்டு யார் வந்தாலும் கண்ணை மூடிக்கொண்டு சுடலாம், தப்பில்லை.

நேரம் அப்போது சரியாக இரவு எட்டு முப்பது. ஐந்தடி உயரப் புயல் உருண்டைபோல் ஹாலுக்குள் நுழைந்த ஹிட்லர், யாரும் எதிர்பாராவிதமாக கட்டடத்தின் மேற்கூரையை நோக்கி ஒருமுறை சுட்டார்.

கூட்டம் அதிர்ந்தது. துள்ளி ஏறி மேடைக்குப் போனார் ஹிட்லர். துப்பாக்கியை வான் கர்ரின் நெற்றிப்பொட்டில் வைத்து அழுத்தினார்.

வாயடைத்துப் போனது கூட்டம். ஹிட்லர் பேசினார். யாரும் கலவரமடைய வேண்டாம். மாபெரும் மக்கள் புரட்சி வெடித்திருக்கிறது. ஜெர்மானிய அரசாங்கமும் பவேரிய அரசாங்கமும் கலைக்கப்படுகிறது. ராணுவமும் காவல் துறையும் ஸ்வஸ்திக் சின்னத்துடன் பெர்லினை நோக்கி நடைபோட்டுக்கொண்டிருக்கிறது.

இரண்டு வரிகள்தான். சொல்லிவிட்டு மேடையில் இருந்த அந்த மூன்று ஆட்சியாளர்களையும் துப்பாக்கி முனையில் ஒரு தனியறைக்குத் தள்ளிக்கொண்டு சென்றார்.

'இதோ பாருங்கள். உங்களுக்கு ஒரே ஒரு வழிதான் உண்டு. புரட்சியை ஆதரித்து, ஒத்துழைக்கத் தொடங்குங்கள். மறுத்தால் மரணம் மட்டுமே சாத்தியம்.'

அம்மாதிரியான ஒரு நெருக்கடியில் கண்டிப்பாக அவர்கள் அடிபணிந்துவிடுவார்கள் என்று ஹிட்லர் நினைத்தார். துப்பாக்கி முனையில் மறுத்துக்கொண்டிருக்க முடியுமா என்ன?

ஆனால் வான் கர் எப்படியாவது தள்ளிப்போட நினைத்தார். கிடைக்கிற அவகாசத்தில் தப்பித்து ஓடவும். ஹிட்லர் பதற்றமடைந்தார். திரும்பத்திரும்ப வற்புறுத்தியும் அவர் அசைந்து கொடுக்கவில்லை.

இதோ பாருங்கள் ஹிட்லர், நான் சொல்வதைக் கேளுங்கள். உங்களுக்கு வயது இருக்கிறது, வாழ்க்கை இருக்கிறது, சிறந்த எதிர்காலம் இருக்கிறது. கண்டிப்பாக நீங்கள் ஒரு பெரிய மக்கள் தலைவராவீர்கள். ஆனால் அவசரப்படுகிறீர்கள். இப்போது சூழ்நிலை எப்படி இருக்கிறதென்றால்...

வெளியே கூட்டம் அச்சத்தில் அங்குமிங்கும் ஓடத் தொடங்கியது. கதவு அடைக்கப்பட்டிருந்ததால், பலம் கொண்டமட்டும் தட்டிக்கொண்டிருந்தார்கள். ஒருவர்மீது ஒருவர் மோதிக் கொள்வதும் ஜன்னல்களை உடைக்க முயல்வதுமாக நிலவரம் மோசமாகிக்கொண்டிருந்தது.

ஹிட்லர் உடனடியாக வெளியேற வேண்டிய அவசியம் உண்டானது. சிலதொலைபேசிஅழைப்புகளைஅவர்மேற்கொள்ள வேண்டும். இங்கே அதிக நேரம் செலவிட்டுக்கொண்டிருக்க முடியாது. பெர்லின் புறப்பட நேரமாகிக்கொண்டிருக்கிறது. வழியெங்கும் மக்கள் காத்திருப்பார்கள். வெளியே தொண்டர்கள் காத்திருப்பார்கள். தவிரவும், இங்கே தாமதமாகும் ஒவ்வொரு வினாடியும் விஷயம் வெளியேறி, தாங்கள் சுற்றி வளைக்கப்பட்டு கைது செய்யப்படும் சூழ்நிலையும் உருவாகிவிடும்.

எனவே, நம்பகமான சிலரைப் பார்த்துக்கொள்ளச் சொல்லிவிட்டு ஹிட்லர் இரண்டு நிமிடங்களில் வருவதாகச் சொல்லிவிட்டு அவசரமாக வெளியேறினார்.

அதற்குள் அந்தக் கூட்டத்துக்கு வருகை தந்து, பார்வையாளர் வரிசையில் அமர்ந்திருந்த பவேரியாவின் பிரதம மந்திரி வான் நில்லிங்கையும் அவரது அமைச்சரவை சகாக்களையும் ஹிட்லரின் ஆள்கள் சுற்றி வளைத்துக் கைது செய்திருந்தார்கள். அதையும் ஒரு பார்வையில் கவனித்தபடியே ஹிட்லர் வேகமாகத் தொலைபேசி இருக்கும் இடத்துக்குச் சென்றார்.

எடுத்து டயல் செய்து, லைன் கிடைத்ததும் தீப்பொறி பறக்கக் கட்டளைகளை வீசினார். உடனே, உடனே நடக்கவேண்டும். வெளியே காத்திருக்கும் வீரர்களைப் பிரித்து நகரெங்கும் அனுப்புங்கள். அத்தனை முக்கியமான கட்டடங்களும் கைப்பற்றப்பட்டாக வேண்டும். என்ன நடக்கிறது என்று யாரும் சுதாரித்துக் கொள்வதற்குள் எல்லாம் நடந்து முடிந்திருக்க

வேண்டும். பவேரியா ஒரு தொடக்கம்தான். நமது புரட்சி பெர்லினை நோக்கி நகர வேண்டும். இதை யாரும் மறக்க வேண்டாம்.

சொல்லிவிட்டு அவர் திரும்பவும் ஆட்சியாளர்களைச் சிறை வைத்திருந்த அறைக்கு வந்தபோது, அவர்கள் சமரசத்துக்கு ஒப்புக்கொள்வதாகச் சொன்னார்கள்.

புரட்சிதானே? செய்துகொள்ளுங்கள். நாங்கள் தடுக்க மாட்டோம்.

ஹிட்லருக்கு ஒரு கணம் நம்ப முடியவில்லை. ஆனாலும் எதிர்பார்த்தது அதனைத்தானே? எனவே கைகுலுக்கினார். அவர்கள் திரும்பவும் மேடைக்குச் செல்லவும், மக்கள் கூட்டத்தை அமைதிப்படுத்தவும் அனுமதித்தார்.

அந்த மூன்று ராணுவ ஆட்சியாளர்களும் பிரதம மந்திரியும் பிற அமைச்சர்களும் மேடைக்கு வந்தார்கள். மக்களே, அமைதி, அமைதி! ஒன்றும் ஆகிவிடவில்லை. எல்லாம் நன்றாகத்தான் இருக்கிறது. எல்லாம் சரியாகத்தான் இருக்கிறது. கூட்டம் தொடரும். இஷ்டமில்லை என்றால் இப்போது நீங்கள் வீட்டுக்கும் போகலாம். யாரும் தடுக்க மாட்டார்கள். கையில் துப்பாக்கியுடன் இருக்கும் இவர்கள் எல்லோரும் நமது நண்பர்களே. கவலைப்படாமல் வெளியேறுங்கள்.

மக்கள் வெளியேறத் தொடங்கினார்கள். ஆனால் களேபரம் அடங்க இரவு பத்தரையாகிவிட்டது. அதன்பிறகு கர்ரையும் பிற ஆட்சியாளர்களையும் ஹிட்லர் குழுவினர் விடுவித்து அனுப்பிவைத்தார்கள்.

ஆனால் யாருக்குத் தூக்கம் வரும்? அதிகாரிகள் அத்தனை பேரும் குழப்பத்தில் சிக்கியிருந்தார்கள். என்ன நடக்கிறது? புரட்சியா? பிரதமர் மற்றும் ராணுவ ஆட்சியாளர்களின் ஒத்துழைப்புடனா? குழப்புகிறதே? இவர்கள் ஒத்துழைத்தால் அதன் பெயர் எப்படிப் புரட்சியாகும்? புரட்சி என்பதே இவர்களுக்கு எதிராகத்தானே?

காவல் துறையினர் குழம்பினார்கள். ராணுவத்தினர் குழம்பினார்கள். யாருக்கு ஆதரவாகத் தாங்கள் நிற்கவேண்டும்? புரட்சி செய்யும் ஹிட்லருக்கா? ஆதரிப்பதாகச் சொல்லிவிட்ட ஆட்சியாளர்களுக்கா?

ஆனால் ஹிட்லருக்கு எந்தக் குழப்பமும் இல்லை. இரவு முழுவதும் அவர் பேயாகப் பறந்துகொண்டிருந்தார். நகரம் முழுவதையும் வசப்படுத்துகிற முயற்சி. பல முக்கியமான அரசு அலுவலகங்களை நாஜிக்கட்சியினர் கைப்பற்றியிருந்தார்கள். அதிகாலை ஹிட்லர் ம்யூனிக்கின் நகராட்சி அலுவலகத்தைக் குறிவைத்துப் போனார். அங்கிருந்த ஊழியர்கள் அத்தனை பேரையும் பிடித்து ஓர் அறையில் அடைத்துக் காவல் போட்டார். அலுவலகம் அவரது கட்டுப்பாட்டுக்குள் வந்தது.

இத்தனைக்கும் இடையில் பொதுமக்களில் யாரையும் தாக்காமல் இருக்கும்படியும் ஹிட்லர் தம் படையினருக்கு உத்தரவிட்டிருந்தார். கட்டுப்பட மறுத்தால் மிரட்டுங்கள். துப்பாக்கியைத் தூக்கிக் காட்டுங்கள். ஆனால் சுடவேண்டாம் என்று சொல்லியிருந்தார். அப்படித்தான் நடந்துகொண்டார்கள். ஆனாலும் நள்ளிரவில் ஓர் உயிர் போய்விட்டது. யாரோ ஒரு அப்பாவி ஜீவன். ஹிட்லர் தலையில் அடித்துக்கொண்டார். ஆனாலும் என்ன செய்ய முடியும்? தவிர்க்க முடியாத தவிர்க்க வேண்டிய விஷயங்கள்.

சில நிமிடங்கள் கவலைப்பட்டார். பிறகு சுதாரித்துக்கொண்டு அடுத்த கட்டடத்தைக் குறிவைத்துப் போகத் தொடங்கிவிட்டார்.

மறுபுறம் ஹிட்லரின் சகா லூடண்டார்ஃப், 'பெர்லின் பயணம் நெருங்கிவிட்டது' என்று வீரர்களுக்கு மீண்டும் நினைவூட்டினார். தோராயமாக இரண்டாயிரம் வீரர்கள் அப்போது ஹிட்லருடன் இருந்தார்கள். அவர்களை ஒருங்கிணைத்து பவேரிய அரசின் ராணுவ அமைச்சகத்தைக் கைப்பற்றுவது அன்றைய பொழுதின் முதல் திட்டம். ஆகவே, லூடண்டார்ஃப் அந்த வேலையை கவனிக்க ஆரம்பித்தார்.

ஆனால் அது அத்தனை சுலபமாக இல்லை. ராணுவ அமைச்சகம் இருந்த அலுவலகத்தின் வாசலில் நூற்றுக்கணக்கான காவலர்கள் துப்பாக்கிகளுடன் தயாராக இருந்தார்கள். நாஜிப்படை அங்கே வந்தபோது அறிவிப்பில்லாமல் அவர்கள் சுட ஆரம்பித்தார்கள். இரு தரப்பிலும் மாற்றி மாற்றிச் சுட்டுக்கொண்டதில் பல தலைகள் சரிந்துபோயின.

நிலைமை கைமீறுகிறது என்று ஹிட்லருக்குத் தோன்றியது. ஆனால் செய்யக்கூடியது ஒன்றுமில்லை. அனைத்து இடங்களிலுமிருந்த

தன்னுடைய வீரர்களை மிக உக்கிரமாகப் போராடும்படி அவர் உத்தரவிட்டார்.

இதற்கிடையே பவேரிய அரசு ராணுவத்தில் தனக்குச் சாதகமான படைப்பிரிவுகளை மட்டும் தேர்ந்தெடுத்து, கலவரக்காரர்களை அடக்கும்படி ஆணையிட்டது. காவல் துறையிலும் அதே நடவடிக்கை மேற்கொள்ளப்பட்டது. மொத்தமாகப் பத்தாயிரம் காவலர்கள் குவிக்கப்பட்டார்கள்.

நகரம் முழுவதும் போலீஸ், ராணுவம். அசைந்தால் சுடுவேன். ஓடினால் கொல்வேன். நின்றால் கைது. நடந்தால் கொலை.

உக்கிரமென்றால் அப்படியொரு உக்கிரம். மக்களுக்கு என்ன நடக்கிறது என்றே புரியவில்லை. செய்தி சரியான விதத்தில் அவர்களுக்கு விளக்கப்படவில்லை. பீர் ஹால் கூட்டத்திலிருந்து எப்படியாவது தப்பித்து வெளியேறுவதற்காக ஆட்சியாளர்கள் ஹிட்லரைத் தாஜா செய்வது போல் பேசி, தப்பித்துவிட்டார்கள். வெளியே வந்ததும் வேலையை ஆரம்பித்துவிட்டார்கள்.

ஹிட்லருக்கு அது ஒரு சறுக்கல்தான். சரியாக எடைபோடாத சறுக்கல். திடீரென்று ஒருவன் எப்படி அடியோடு மாறிவிட முடியும்? அவர் யோசிக்கத் தவறியிருந்தார். அதற்காக அவர் விலை கொடுக்க வேண்டியிருந்தது.

புரட்சியின் தோல்வி. ஹிட்லரின் கைது.

பிப்ரவரி 26, 1924 அன்று விசாரணை எல்லாம் முடிந்து தீர்ப்பு அறிவிக்கப்பட்டது. ஹிட்லருக்கு ஐந்தாண்டு சிறைத் தண்டனை. அவரது சகாக்களில் லுடண்டார்ஃப் விஷயத்தில் மட்டும் அவருடைய முந்தைய ராணுவச்சேவைகளைக் கருத்தில் கொண்டு விடுதலை செய்துவிட்டார்கள். மற்ற அனைவருக்கும் தண்டனை உறுதி செய்யப்பட்டது.

ஹிட்லர் இல்லாத நாஜிக் கட்சி அதன்பின் நலிவடையத் தொடங்கிவிட்டது. ஹிட்லர் சிறைக்குள் மெய்ன் காம்ஃப் எழுதத் தொடங்கினார்.

அத்தியாயம் ஐந்து

ஆளவந்தான்

ஹிட்லரின் வாழ்க்கை வரலாறு - அவரே எழுதியது என்று தலைமுறை தலைமுறையாகச் சொல்லப்பட்டு வரும் மெய்ன் காம்ஃப் (என்றால், என் போராட்டம் என்று பொருள்) உண்மையில் அவருடைய வாழ்வின் சில அத்தியாயங்களை மட்டுமே விவரிக்கும் ஒரு நூல். தன் வரலாறை எழுதுகிற பாவனையில் ஹிட்லர் தன் கருத்துகளைப் பதிவு செய்யும் ஒரு களமாகவே அதை அமைத்துக்கொண்டார்.

ஹிட்லர் என்கிற மனிதரின் முழுமையான வாழ்வனுபவங்களை மெய்ன் காம்ஃபில் தேடிப்பெற முடியாது. ஆனால் ஹிட்லர் என்கிற சர்வாதிகாரின் எண்ண ஓட்டம் காலத்துக்குக் காலம் எப்படி வளர்ந்து உருப்பெற்று வந்திருக்கிறது என்பதைப் புரிந்துகொள்ள முடியும்.

நவீன ஐரோப்பாவில் பழமைவாதம் பேசிக்கொண்டிருந்த அந்நாளைய பிரபலங்கள் அத்தனை பேரும் ஹிட்லரிடம் பிச்சை வாங்கவேண்டும். அவரளவுக்கு கன்சர்வேடிவ் சிந்தனைகள் கொண்ட ஒரு தலைவரைப் பார்ப்பது கஷ்டம். சில உதாரணங்களில் இதனைப் புரிந்துகொள்ளலாம்.

ஜெர்மானியப் பெண்கள் யூத இளைஞர்களைத் திருமணம் செய்துகொள்வது அந்நாளில் சகஜமாக நடந்துவந்தது. ஹிட்லருக்கு இது இயல்பாகவே பிடிக்கவில்லை. கூடாது என்று கருத்துத் தெரிவித்திருக்கலாம். ஆனால் ஹிட்லர் ஒரு படி மேலே சென்று ஏன் அவர்கள் இவ்வாறு செய்கிறார்கள் என்று ஆராய ஆரம்பிக்கிறார்.

'ஜெர்மானிய இளைஞர்கள் உடற்பயிற்சியில் ஆர்வமில்லாமல் இருக்கிறார்கள். உடலைக் கட்டுறுதியுடன் வைத்துக்கொள்ளாமல், ஆடை ஆபரணங்களில் நாகரிகத்தை நோக்கி நகர்கிறார்கள். கட்டுறுதி இல்லாத உடல்தான் அவர்களுக்குப் பகை. இதுதான் யூதர்களுக்குச் சாதகமாகிவிட்டது. அவர்கள் நமது பெண்களை வலுவான உடற்கட்டைக் காட்டி மயக்கிவிடுகிறார்கள்..'

ஆண்களையும் பெண்களையும் ஒரே வீச்சில் அவமானப்படுத்துகிற கருத்து என்று நமக்குத் தோன்றலாம். என்ன செய்வது? ஹிட்லர் அப்படித்தான் சிந்தித்தார்.

முதல் உலக யுத்தத்தில் ஜெர்மனி ஏன் தோற்றது? காரணங்கள் பல சொல்லப்படுகின்றன. ஹிட்லர் சொல்லும் முக்கியக் காரணம் தெரியுமா?

'நாகரிகம் என்கிற பெயரில் இப்போதெல்லாம் நமது வாலிபர்களின் திருமண வயதை மிகவும் அதிகரித்துக்கொண்டே போகிறார்கள். போர்க்களத்தில் சண்டையிட்டுக்கொண்டிருந்த இளைஞர்களில் பெரும்பாலானவர்களுக்குத் திருமணம் ஆகவில்லை என்பதைக் கண்டேன். வருடக்கணக்கில் காட்டிலும் மழையிலும் வெயிலிலும் கடுமையாக யுத்தம் புரியும் இளைஞர்கள். பெண்ணாசை வராமலா இருக்கும்? எனவே, கவனம் சிதறுகிறது. திசை தடுமாறுகிறார்கள். பால்ய வயதில் திருமணம் செய்து வைத்திருந்தால் வாலிப வயதில் காம வேட்கை அத்தனை தூரத்துக்கு ஆட்டிப்படைத்திருக்காது. யுத்தத்தில் தோற்று நிற்கும் அளவுக்கு அவமானப்படவும் நேர்ந்திருக்காது.'

புத்தகமெங்கும் இம்மாதிரியான கருத்துகளை அள்ளி வீசிக்கொண்டே போகிறார் ஹிட்லர். அவரது தொனியின் தீவிரத்துக்கு நிகரே சொல்லமுடியாது. தான் நம்பும் விஷயத்தை அழுத்தம் திருத்தமாக எடுத்துச் சொல்வதில் மிகவும் கவனம் காட்டுபவர் அவர். யூதர்களை முதலாளித்துவவாதிகள், பெரும் கொள்ளைக்காரர்கள் என்றும், கம்யூனிஸ்டுகளைப் போலிகள், சூழ்ச்சியாளர்கள் என்றும் சாடும் ஹிட்லர், இரு தரப்பினரும் இணைந்துதான் ஜெர்மனியின் வீழ்ச்சிக்கு வித்திட்டார்கள் என்று வாதிடும்போது, இதன் பொருந்தாமை குறித்தெல்லாம் கவலைப்படுவதே இல்லை.

அவருக்கு ஜனநாயகம் சரிப்படவில்லை. கட்சி அரசியலை, பதவியைப் பிடிக்க ஓர் உபாயம் என்கிற அளவுக்கு மட்டுமே அவர் நம்பினார். மன்னராட்சிக் காலத்திலேயே மனத்தளவில் வாழ ஆசைப்பட்டார். இருபதாம் நூற்றாண்டில் இனி அதற்கு வாய்ப்பில்லை. எனில் சர்வாதிகார ஆட்சிதான் சரி. அதுவும் தான் சர்வாதிகாரியாக இருப்பது ஒன்றே சரி.

மனத்துக்குள் இதைத்தான் திரும்பத்திரும்ப சொல்லிக்கொண்டார். பாடுபட்டு வளர்த்த நாஜிக்கட்சி என்ன செய்துகொண்டிருக்கிறதோ என்கிற கவலை ஒருபுறம். இன்னும் எத்தனை காலம் சிறையில் இருக்கவேண்டியிருக்கும் என்கிற கணக்கு ஒருபுறம்.

கூடியவரை சிறையில் அவர் சிக்கலளிக்காத கைதியாகவே தன்னை அமைத்துக்கொண்டார். கொடுத்ததைச் சாப்பிடுவது. இட்ட கட்டளைகளுக்குப் பணிந்து போவது. சிறை அதிகாரிகளிடம் மரியாதையாக நடந்துகொள்வது.

அவரது இயல்பை நன்கு அறிந்த நாஜிக்கட்சியின் பிற சகாக்கள், நமது தலைவரா இத்தனை சாதுவாக இருக்கிறார் என்று வியந்துபோனார்கள். பிற கைதிகளுக்கும் தீராத ஆச்சர்யம். மேடைகளில் சிங்கம் போல் கர்ஜிக்கும் ஹிட்லர், இயல்பில் இத்தனை சாதுவாகவும் சமர்த்தாகவும் இருக்கிறாரே?

விடுதலையாகிப் போகிற ஒவ்வொருவரும் ஹிட்லரைப் பற்றித்தான் வெளியே பேசினார்கள். அவருடன் பழகிய நாள்கள். அவரிடம் கேட்ட பிரசங்கங்கள். அவர் அளித்த போதனைகள். அவர் சொல்லிக்கொடுத்த விஷயங்கள்.

இதெல்லாம் ஜெர்மனி மக்கள் ஹிட்லரை மறக்காமல் இருக்க ஓரளவு உதவி செய்ததை மறுக்கமுடியாது. ஹிட்லருக்கே அந்தக் கவலை இருக்கிறது. ஒரு குட்டித் தலைவராக அவர் அறிமுகமான சிறிது காலத்துக்கெல்லாம் புரட்சி செய்து மாட்டிக்கொண்டு உள்ளேவந்தாகிவிட்டது. கால ஓட்டத்தில் மக்கள் மறந்துவிட்டால், மீண்டும் தொடக்கத்திலிருந்தல்லவா ஆரம்பிக்க வேண்டும்?

–

விடுதலையானபோது அவருடைய இக்கவலை ஓரளவு உண்மையாகத்தான் ஆகியிருந்தது. ஜெர்மனியின் முகம் மாறிவிட்டிருந்தது. குறிப்பாக ஜெர்மனி அரசியலில் வீசிய புயல்களும் சூறாவளிக்காற்றுகளும் இருந்த இடம் தெரியவில்லை.

அரசியல்வாதிகள் அமைதியாக இருந்தார்கள். கட்சிகள் மோனத் தவத்தில் இருந்தன. பொதுக்கூட்டங்களும் பீர்ஹால் கூட்டங்களும் இல்லாத ஜெர்மனியை அவர் பார்ப்பது அதுவே முதல் முறை.

எல்லாவற்றை விடவும் முக்கியம், பொருளாதார முன்னேற்றம். ஹிட்லர் அதை நிச்சயம் எதிர்பார்த்திருக்கவில்லை. யுத்தத்தின் விளைவான பொருளாதாரச் சீர்கேடுகளை முன்வைத்துத்தான் அவர் தம் இரண்டாவது இன்னிங்ஸைத் தொடங்கத் திட்டமிட்டிருந்தார். ஆனால் அப்படியொரு சீர்கேடு பெரிய அளவில் இருந்ததாக அவருக்குப் படவில்லை. மக்கள் மகிழ்ச்சியாகவே இருந்தார்கள். எதற்காவது ஒரு கண்டனக் கூட்டம் ஏற்பாடு செய்தால் நாலு பேர் வருவது சந்தேகம் என்கிற நிலைமை. தொழிற்சாலைகள் ஒழுங்காக இயங்கிக்கொண்டிருந்தன. உற்பத்தியில் குறைவில்லை. மக்கள் யாரும் பசியில் வாடுவது போலத் தெரியவில்லை. பசி இல்லாத இடத்தில் புரட்சிக்குப் பெரிய வேலை இருக்காது.

எனில் புரட்சி செய்யாமல் ஆட்சியைப் பிடிப்பது எப்படி?

ஹிட்லருக்கு இன்னொரு கவலையும் தயாராகக் கட்சி அலுவலகத்தில் காத்திருந்தது. அவர் விட்டுச் சென்றபோது எந்தளவு கட்சிப்பணிகள் நடந்திருந்தனவோ, அதே அளவில்தான் அப்போதும் இருந்தது. ம்யூனிச்சுக்கு வெளியே நாஜிக் கட்சி பிரபலமாகவே இல்லை. ஆனால் அந்தப் புரட்சியை மக்கள் ஓரளவு ஞாபகம் வைத்திருந்தார்கள். ஹிட்லர் விடுதலையாகி வந்ததும், ஓ அவரா என்று நினைவுகூறச் சிலர் இருந்தார்கள்.

மீண்டும் ஆரம்பம் முதல் என்று ஹிட்லர் தமக்குள் சொல்லிக் கொண்டார். அவர் சோர்ந்துவிடவில்லை. ஆனால் சற்றே கவலைப்பட்டார். ஒரு பத்து பொதுக்கூட்டங்கள் அடுத்தடுத்துப் பேச முடிந்தால் போதும். இழந்த செல்வாக்கை மீட்டுவிட முடியும். ஆனால் ஹிட்லர் கூட்டங்களில் பேசுவதற்குத் தடை விதிக்கப்பட்டிருந்தது. மீறினால் மீண்டும் சிறை செல்ல நேரிடும்.

என்ன செய்யலாம்?

க்ரெகர் ஸ்டிராஸர் (Gregor Strasser) என்கிற தமது தோழர் ஒருவரைக் கூப்பிட்டு விஷயத்தை விளக்கினார். ஜெர்மனியின் வடக்கு மாகாணங்களில் நாஜிக் கட்சியைப் பிரபலப்படுத்தும் பொறுப்பு அவருடையது. தினசரி ஒரு கூட்டமாவது நடந்தாக வேண்டும். மக்களுடன் பேசிக்கொண்டே இருக்க வேண்டும்.

போராட்டங்களுக்கு ஒரு சிறு சந்தர்ப்பம் கிடைத்தாலும் தவறவிடக்கூடாது.

ஹிட்லரின் ராணுவத் தோழரும் நாஜிக்கட்சியின் தொடக்ககால உறுப்பினர்களுள் ஒருவருமான அவர் தன் தம்பி ஒட்டோ *(Otto)* என்பவரையும் ஜோசப் கெப்பல்ஸையும்* *(* Joseph Goebbels - அப்போதே கட்சியின் முக்கியப் பிரசாரகராகவும் ஹிட்லரின் வலக்கரம் போலவும் இருந்தார்.)* உடன் அழைத்துக்கொண்டு கிளம்பினார்.

இம்மாதிரியே ஜெர்மனியின் ஒவ்வொரு பகுதிக்கும் ஹிட்லர் சில பிரதிநிதிகளை அமர்த்தினார். ஹிட்லரின் கருத்துக்கு டப்பிங் பேசவேண்டியது மட்டுமே அவர்களது கடமை. போஸ்டர்களில் ஹிட்லரின் புகைப்படம் மட்டும் இருக்கும். நாஜிக்கட்சியின் சின்னமான ஸ்வஸ்திக் இருக்கும். பேசுபவர் பெயர் இருக்காது. அழைப்பது நாஜிக் கட்சி. கலந்துகொள்ளவேண்டியது தானே முறை?

தவிரவும் தன்னால் பேச முடியாத காலங்களில் ஹிட்லர் நிறைய எழுதினார். அல்லது எழுதவைத்தார். கட்சிக்குள் ஊறியிருந்த மந்தத்தனத்தை விரட்டும் முயற்சியில் மிகத் தீவிரமாக ஈடுபட்டார். பழைய உத்வேகம். பழைய புரட்சி வெறி. பழைய உற்சாகம். அனைத்தையும், அனைத்தையும் மீட்டெடுக்க அவருக்குச் சில மாத காலங்களே தேவைப்பட்டன. அதிரடியாகப் பலபேரைக் கட்சியை விட்டு நீக்கினார். பலரது பொறுப்புகளை மாற்றி அமைத்தார். ஒவ்வொரு நாளும் எப்படியாவது செய்தியில் இடம்பெற என்னென்ன செய்யலாம் என்பதே தினசரி படுக்கப் போகுமுன் அவரது சிந்தனையாக இருந்தது.

ஆயிரம் சிரமங்களுக்கிடையே அவருக்கு ஒரு நம்பிக்கை இருந்தது. முதல் உலகப்போரின் இறுதியில் மேற்கொள்ளப்பட்ட வெர்செயில்ஸ் ஒப்பந்தம் அளித்த நம்பிக்கை. ஜெர்மானியர்களுக்கு முற்றிலும் எதிரான ஒப்பந்தமான அதை முன்வைத்தே மக்களின் மனத்தில் இடம்பிடித்துவிடுவது என்று ஹிட்லர் முடிவு செய்திருந்தார்.

–

பிரான்ஸ் நாட்டின் வெர்செயில்ஸ் நகரில் மேற்கொள்ளப்பட்ட ஒப்பந்தம் அது. பிரிட்டன் கூட்டணி தேசங்களுக்கும்

ஜெர்மானியப் பேரரசுக்கும் இடையில் 1919ம் ஆண்டு ஜனவரி 18 அன்று நடந்த உடன்படிக்கை. இருபத்தியாறு தேசங்களைச் சேர்ந்த எழுபது முக்கியஸ்தர்கள் அதில் பங்குபெற்றார்கள். ஆனால் அமெரிக்காவும் பிரிட்டனும் பிரான்சும்தான் ஒப்பந்த விதிகளை வரையறுத்தது.

என்ன பெரிய ஒப்பந்தம்? அனைத்தும் நிபந்தனைகள். ஒழுக்க விதிகள்.

ஒரு மாபெரும் யுத்தத்துக்கு முக்கியக் காரணமாக இருந்த தேசம். ஆகவே இழப்புகள் அனைத்துக்கும் ஜெர்மனியே பொறுப்பு. சுமத்தப்பட்டிருக்கும் பொருளாதாரத் தடைகள் அனைத்தும் நீக்கப்பட வேண்டுமானால் சொன்ன பேச்சைக் கேட்பதைத் தவிர வேறு வழியில்லை.

முதலாவதாக, ஜெர்மனியின் எல்லைப்புற நிலப்பரப்பில் கணிசமான அளவு அக்கம்பக்கத்து தேசங்களுக்குப் பிரித்துக் கொடுக்கப்பட வேண்டும். ஆக்கிரமித்த இடங்களை மட்டுமல்ல. நஷ்ட ஈட்டு நிலமாகவும் தரப்பட வேண்டும். தவிரவும் ஆப்பிரிக்காவில் ஜெர்மனி நிறுவியுள்ள அதன் காலனிகள் அனைத்தும் விடுவிக்கப்பட வேண்டும்.

இரண்டாவதாக, ஜெர்மனி இன்னொரு யுத்தத்துக்குத் தயாராகக் கூடாது. ராணுவ பலம் கணிசமாகக் குறைக்கப்பட வேண்டும். வேலை இழக்கும் மிலிட்டரி வீரர்களெல்லாம் மிலிட்டரி ஓட்டல்களில் சப்ளையராகப் போகட்டும். அது பற்றி அக்கறையில்லை.

இதெல்லாம் போதாது. தண்டனைக் கப்பமாக மிகப்பெரிய தொகை ஒன்றையும் ஜெர்மனி அளிக்கும்படி வெர்செயில்ஸ் பெரியவர்கள் உத்தரவிட்டிருந்தார்கள். முதல் தவணை மட்டும் ஐந்து பில்லியன் டாலர்கள்.

இப்படிச் சொற்களில் இருக்கிற இந்த நிபந்தனைகளையெல்லாம் எண்ணாக மாற்றிப் பார்த்தால் கண்டிப்பாகத் தலை சுற்றும்.

உதாரணமாக, தன் நிலப்பரப்பில் கொஞ்சத்தை ஜெர்மனி சுற்று வட்டார தேசங்களுக்கு அளிக்கிற விஷயத்தைப் பாருங்கள்.

ஆஸ்திரியா, ஹங்கேரி, துருக்கி என மூன்று தேசங்களின் எல்லைகளில் ஜெர்மனி அளிக்க வேண்டிய நிலப்பரப்பில் அப்போது ஐந்து கோடியே அறுபது லட்சம் மக்கள் வாழ்ந்துகொண்டிருந்தார்கள். எனில் பரப்பளவை உத்தேசிக்க முடிகிறதா? தொகுத்தால் இன்னொரு குட்டி தேசத்தையே உருவாக்கிவிட முடியும். மிகப்பெரிய இழப்பு அது. ஜெர்மனின் அன்றைய மொத்த மக்கள் தொகையில் முப்பத்தியிரண்டு சதவீதம் பேர் வலுக்கட்டாயமாக வேறு தேசங்களுக்கு தாரைவார்க்கப்படுவதாக அர்த்தம். ஜெர்மனியின் ரயில் பாதைகளில் மூன்றில் ஒரு பங்கு கைவிட்டுப் போகும். அத்தேசத்தின் மொத்த இரும்பு உற்பத்தியில் எழுபத்தி மூன்று சதவீத இழப்பு நேரிடும். நிலக்கரி உற்பத்தியில் எண்பத்தி ஒன்பது சதவீத இழப்பு. சுமார் ஏழாயிரம் தொழிற்சாலைகளும் அறுபத்தி மூவாயிரம் பள்ளிக்கூடங்களும் பத்தொன்பதாயிரம் கல்லூரிகளும் கூட பிற தேசங்களுடையனவாக ஆகிவிடும்.

எல்லாம் ஒரு யுத்தத்தின் விளைவு.

வெர்செயில்ஸ் ஒப்பந்தத்தின் நியாய அநியாயங்கள் ஒருபுறமிருக்க, அது ஒரு தலைப்பட்சமாக மேற்கொள்ளப்பட்ட முடிவு என்பதுதான் முக்கியமானது. ஜெர்மனியின் தரப்பு என்னவென்று யாரும் ஒரு ஒப்புக்குக் கூடக் கேட்கவில்லை. முடிவெடுத்தார்கள். கட்டுப்படச் சொல்லி நிர்ப்பந்தம் செய்தார்கள். அவ்வளவுதான்.

ஜெர்மனியின் புதிய குடியரசுத் தலைவர்கள் முதலில் வெலவெலத்துப் போனார்கள். ஒப்புக்கொள்ள முடியாது என்றுதான் சொல்லிப்பார்த்தார்கள். ஆனால் தொடர்ந்து அந்த தேசம் உயிர்த்திருப்பதற்கு வேறு வழியில்லை என்பதை எடுத்துச் சொன்னபிறகு சம்மதித்திருந்தார்கள்.

கப்பத்தைத் தவணை முறையில் செலுத்தவும் ஆரம்பித்திருந்தார்கள்.

–

இதைத்தான் கையில் எடுத்தார் ஹிட்லர். இதுதான். இது ஒன்று போதும். இதைவிடப் பெரிய ஆயுதம் ஏதும் இருக்க முடியாது.

என்அன்பானமக்களே! உங்கள்ஆட்சியாளர்களின்பேடித்தனத்தை எப்படிச் சகித்துக்கொண்டிருக்கிறீர்கள்? வெட்கம் கெட்ட மனிதர்கள். நமக்குக் கட்டளை இடவும் மேலாதிக்கம் செய்யவும் அமெரிக்காவுக்கும் பிரிட்டனுக்கும் யார் அதிகாரம் அளித்தது? எதற்காக நாம் பணிந்து போகவேண்டும்? நமக்குக் கை இல்லை? கால் இல்லை? உழைத்துப் பிழைக்கத்துப்பில்லை? பொருளாதாரத் தடை என்னும் பூச்சாண்டியைக் காட்டி அவர்கள் பயமுறுத்தினால் இவர்கள்தொடைநடுங்கிக்கொண்டுஒப்பந்தத்தில்கையெழுத்துப் போட்டுவிட்டு வந்த அவலத்தைத் தட்டிக்கேட்க ஆளில்லை என்று நினைத்தார்களா?

அன்னை ஜெர்மனியை அபகரிக்க கம்யூனிஸ்டுகளும் யூதர்களும் மேற்கொண்ட சதியின் விளைவாக யுத்தத்தில் நாம் தோற்க நேர்ந்தது. நமது மாட்சியை அவர்கள் குழி தோண்டிப் புதைக்கப் பார்த்தார்கள். அதில் கணிசமான வெற்றியும் பெற்றுவிட்டதாகவே இந்த ஒப்பந்தமும் அதை நமது ஆட்சியாளர்கள் வேதவாக்காக எடுத்துக்கொண்டு கப்பம் கட்டிக்கொண்டிருப்பதும் சுட்டிக்காட்டுகின்றன.

இந்தக் கேடுகெட்ட ஒப்பந்தத்தை நானும் எனது நாஜிக் கட்சியும் முற்றிலும் நிராகரிக்கிறோம். கிழித்துக் குப்பைக்கூடையில் போட விரும்புகிறோம். நமது பெருமையை மீட்டெடுக்க எங்களுக்குத் தோள் கொடுங்கள்.

குடியரசு வந்ததால் நீங்களெல்லாம் சுபீட்சமாக இருப்பது போன்ற ஒரு மாயத்தோற்றத்தை உண்டாக்க நமது ஆட்சியாளர்கள் மெனக்கெடுகிறார்கள். நான் சொல்கிறேன், இன்னும் சில வருடங்களில் ஜெர்மனியையே குழி தோண்டிப் புதைத்துவிடுவதற்கான ஏற்பாடுதான் இது. இப்படியே வாழ்வதென்றால், வாழ்நாள் முழுவதும் பில்லியன் கணக்கில் கப்பம் கட்டிக்கொண்டிருப்போம்.

யாருடைய பணம்? யாருடைய உழைப்பு இதெல்லாம்? நீங்கள் உழைப்பது. உங்கள் வியர்வை. உங்கள் ரத்தம். சற்று யோசித்துப் பாருங்கள்...

ஹிட்லர் ஒரு முடிவுடன் தான் களத்தில் இறங்கினார். இடைவிடாமல் வெர்செயில்ஸ் ஒப்பந்தத்தின் விபரீதங்கள் குறித்து

மட்டுமே மக்களிடம் பேசவேண்டும். அதுதான் அவரது திட்டம். கண்டிப்பாக ஏதாவது ஒரு கட்டத்தில் அவர்கள் கேட்பார்கள். வேறென்ன செய்வது? யுத்தத்தில் தோற்றுவிட்டோம். நிபந்தனைகளை ஒப்புக்கொண்டுதானே தீரவேண்டும்?

அந்தத் தருணத்துக்காகத்தான் ஹிட்லர் காத்திருந்தார். வேறென்ன செய்வதென்று கேட்காதீர்கள். என்னை நம்பி என்னை ஆள்வதற்கு உட்காரவையுங்கள். ஜெர்மானியர்கள் யார் என்பதை உலகத்துக்கு நான் எடுத்துக் காட்டுகிறேன்! நிபந்தனை இடும் தேசங்களையெல்லாம் தொடை நடுங்கி ஓடவைக்கிறேன். இழந்த பெருமை, இழந்த நிலப்பரப்பு, இழந்த ராணுவம் அனைத்தையும் மீட்டெடுக்கிறேன்.

சில விஷயங்களில் அவர் மிகவும் முரட்டுத்தனமான கருத்துகளையே தொடர்ந்து முன்வைத்தார். குறிப்பாகப் பொருளாதாரம் சார்ந்த விஷயங்களில். ஜெர்மனியின் புதிய குடியரசு அமைப்பின் பொருளாதாரக் கொள்கைகள் அனைத்தும் குப்பை என்பது அவரது வாதம்.

என்ன புதிய பொருளாதாரக் கொள்கைகள்? அது குறித்து அவர் விளக்கம் கூறியது கிடையாது. அதற்கு அவசியமிருந்ததாக அவர் நினைத்ததில்லை. ஆனால் அதைப்பற்றியே திரும்பத் திரும்ப விமரிசித்தார். குப்பைப் பொருளாதாரம். ஒரு வாளைக் கையில் எடுக்காமல் எந்தப் புடலங்காய்ப் பொருளாதாரக் கொள்கையும் சாத்தியமில்லை. சர்வ நிச்சயமாக முழு அதிகாரம் கையில் இல்லாத எந்த ஒரு ஆட்சியாளராலும் தொழிற்புரட்சி செய்யமுடியாது. தேசத்தின் வளத்துக்கு உத்தரவாதம் தரமுடியாது.

இதன்மூலம்ஹிட்லர்சொல்லவருவதென்ன? என்னைவாளெடுக்க அனுமதியுங்கள். எனக்கு சர்வ அதிகாரங்களையும் கொடுங்கள்.

ஆனாலும் அவர் சோஷலிசம் என்கிற பதத்தை அக்காலத்தில் திரும்பத்திரும்பப் பயன்படுத்தினார். நாஜிக் கட்சியை அப்படிச் சொல்லித்தான் அவர் முன்னே நிறுத்தினார். சோஷலிஸ்டுகள். மக்கள் பணியாளர்கள்.

ஆனால் அன்றைய தேதியில் ஜெர்மானிய மக்கள் தங்கள் வாழ்வாதாரங்களுக்குப் பெரும்பாலும் பிற நாடுகளையே

அண்டி இருக்கவேண்டியிருந்தது. யுத்த பாதிப்புகளிலிருந்து மீண்டாக வேண்டியது ஒருபுறம். யுத்தம் சுமத்திய பொருளாதாரச் சுமைகளிலிருந்து விடுபட வேண்டியது இன்னொரு புறம். அரசு நிறைய கடன் வாங்கியது. கடன் வாங்கி, வாங்கிக் கடன் தொகை கட்டிக்கொண்டிருந்தார்கள். ஓரிடத்தில் கடன் வாங்கி, இன்னோர் இடத்தில். இடையே சிந்துகிற தொகை மட்டுமே மக்களுக்கு என்றானது.

குறிப்பாக, அமெரிக்காவிடமிருந்து அன்று ஜெர்மனி பெற்றுக் கொண்டிருந்த பொருளாதார உதவிகள் மிக அதிகம். 1924ம் ஆண்டு தொடங்கி ஆறாண்டு காலத்துக்குள் ஜெர்மனி வாங்கிய கடன் தொகை சுமார் ஏழு பில்லியன் டாலர்கள். இதில் அறுபது முதல் அறுபத்தைந்து சதவீதம் வரை அமெரிக்கப் பண முதலைகளிடமிருந்துபெற்றகடன்.அமெரிக்காஈட்டிக்காரர்களிடம் கடன் வாங்கி, அதில் பெரும்பகுதியை அமெரிக்க அரசுக்கே தாரைவார்க்க வேண்டிய நிர்ப்பந்தம் அவர்களுக்கு இருந்தது.

இதையெல்லாம் தான் ஹிட்லர் விமரிசித்தார். மிகக் கடுமையாக. படு உக்கிரமாக. ஆக்ரோஷமுடன். ஆங்காரத்துடன். திரும்பத்திரும்ப இந்தக் கடன் தொடர்பான விஷயங்களையே தம் பிரசார பீரங்கிகளாக, வெடி குண்டுகளாக, துப்பாக்கித் தோட்டாக்களாக அவர் பயன்படுத்தினார். இதனை ஒரு தேசிய அவமானம் என்று ஹிட்லர் வருணித்ததை அன்றைக்குப் பல ஜெர்மானியர்கள் மௌனமாக ஒப்புக்கொண்டதைக் குறிப்பிட வேண்டும்.

ஆனால் இது மட்டுமே தேர்தல் வெற்றி அல்லது ஆட்சி அதிகாரத்தைப் பெறுவதற்குப் போதுமா?

போதுமென்றுதான் ஹிட்லர் நினைத்தார்.

ஆனால், 1928 மே 20ம் தேதி நடைபெற்ற தேர்தலில், முப்பத்தியொரு மில்லியன் பேர் ஜனத்தொகை இருந்த ஜெர்மனியில், எட்டு லட்சத்திப் பத்தாயிரம் பேர்தான் நாஜிக் கட்சியை ஆதரிக்கக் கூடியவர்களாக இருந்தார்கள். அதில், கட்சி உறுப்பினர்களாக இருந்தவர்களின் எண்ணிக்கையே கிட்டத்தட்ட ஒன்றரை லட்சம்.

ம்ஹூம். சரிப்படாது. வேறென்ன செய்யலாம் என்று ஹிட்லர் யோசித்தார்.

அவர் அதிகம் யோசித்துக்கொண்டிருக்க வேண்டிய அவசியம் ஏற்படவில்லை. அமெரிக்காவிலும் பிரிட்டனிலும் 1929ம் ஆண்டு ஏற்பட்ட மாபெரும் பொருளாதாரச் சரிவும் வாழ்க்கைத் தரச் சரிவும் (Great Depression Period என்று இதனைச் சொல்வார்கள்.) அநேகமாக அத்தனை ஐரோப்பிய தேசங்களையும் பாதித்ததைப் போலவே ஜெர்மனியையும் தாக்கியது.

யுத்தத்துக்குப் பிந்தைய மறு கட்டுமான நடவடிக்கைகளில் அரசுகளின் பணம் தண்ணீராகச் செலவழிந்துகொண்டிருந்த காலம் அது. அமெரிக்கப் பங்குச் சந்தையில் திடீரென்று ஒரு பெரும் சரிவு ஏற்பட்டது. டாலரின் மதிப்பே டான்ஸ் ஆடியது. பிரிட்டனிலும் இதே நிலைமை. ஐரோப்பா முழுவதிலும் இதே நிலைமை.

முந்தைய தினம் வரை இரண்டு இட்லி ஐந்து ரூபாய் என்று விற்றுக்கொண்டிருந்ததை, சடாரென்று ஒரு நாள் காலை ஐம்பது ரூபாய் என்றால் ஹோட்டலுக்குப் போன நீங்கள் என்ன செய்வீர்கள்? அலறியடித்துக்கொண்டு ஓடிவந்துவிடமாட்டீர்களா?

ஒரு கிலோ கத்திரிக்காய் நூறு ரூபாய். ஒரு கிலோ அரிசி முன்னூறு ரூபாய். ஒரு லிட்டர் பெட்ரோல் நானூற்று ஐம்பது ரூபாய். இன்னும் சொல்லலாம். முகச் சவரம் செய்ய ஒரு பிளேடு வாங்கப் போகிறீர்கள். பாக்கெட் பத்து ரூபாய்க்கு அதுவரை வாங்கிக்கொண்டிருக்கிறீர்கள். அன்றைக்கு நீங்கள் போனபோது, ‘அதெல்லாம் அந்தக் காலம் சார். ஒரு பிளேடு நாப்பது ரூவா. பாக்கெட்டா வாங்கினா எண்பத்தஞ்சுக்குக் கிடைக்கும். ஆனா ஒரு பாக்கெட்ல மூணுதான் இருக்கும்’ என்று கடைக்காரர் சொல்லக்கூடிய காட்சியைக் கற்பனை செய்து பாருங்கள்.

இது பெரிய மிகை அல்ல. கிட்டத்தட்ட இதே நிலைமைதான் ஒட்டுமொத்த அமெரிக்காவையும் ஐரோப்பாவையும் அன்று பிடித்து ஆட்டியது. நடுத்தர மக்கள் அனைவரும் ஒரே நாளில் ஏழைகளாகி வீதிக்கு வந்தார்கள். ஏழைகள் பாதாளத்துக்குப் போனார்கள். பணக்காரர்கள் நடுத்தர வர்க்கத்தினராக ஆனார்கள். பண முதலைகளின் அந்தஸ்து மட்டும் லேசாக ஆடி அடங்கிக்கொண்டிருந்தது. அதிக பாதிப்பில்லாமல்.

எங்கு பார்த்தாலும் பதுக்கல் அதிகரித்தது. உணவுப் பொருள்கள், பெட்ரோல் உள்ளிட்ட அனைத்து அத்தியாவசியங்களும்

பதுக்கப்பட்டன. கறுப்புச் சந்தைகள் வெள்ளை போர்ட் மாட்டிக்கொண்டு எகத்தாளமாகச் சிரித்தன. கஜானாக்கள் காலியாக இருந்தன. தொழிற்சாலைகள் உற்பத்தியைக் குறைத்தன. ஆட்குறைப்பு செய்தன. கொத்துக்கொத்தாக மக்கள் வேலை இழந்தார்கள்.

விவரிக்கவே முடியாத சோகம் அது. புவியின் ஒரு பகுதி நிலப்பரப்பு முழுவதும் அழுதுகொண்டிருந்த காலம்.

யுத்தத்தால் ஏற்பட்ட பொருளாதாரச் சுமைகளில் சிக்கி விழி பிதுங்கிக்கொண்டிருந்த ஜெர்மனி, இந்த இருட்டுப் பொழுதில் இன்னும் தள்ளாடத் தொடங்கியது. என்ன செய்யலாம் என்று புரியாமல் ஆட்சியாளர்கள் திணறியதை, கையாலாகாத்தனம் என்று ஹிட்லர் வருணித்துக்கொண்டிருந்தார். 193Oம் ஆண்டு எதையாவது தின்று பித்தம் தெளிவதற்காக ஒரு பொருளாதார நிபுணரை (ஹெய்ன்ரிச் ப்ரூனிங்) ஜெர்மனியின் பிரதமராக (Chancellor என்று அங்கே குறிப்பிடுவார்கள்) நியமித்துப் பார்த்தார் அதிபர் ஹிண்டன்பர்க். (Paul Von Hindenburg - முன்னாள் ராணுவத் தளபதி. 1925 மே 12 முதல் 1934 ஆகஸ்ட் 2 வரை ஜெர்மனியின் அதிபராக இருந்தார்.)

நயாபைசாவுக்குப் பிரயோஜனமில்லாமல் போய்விட்டது. பிரதமர் என்ன செய்தாலும் கம்யூனிஸ்டுகள் எதிர்த்தார்கள். கம்யூனிஸ்டுகள் எதிர்க்கிற எல்லாவற்றையும், கம்யூனிஸ்டுகளோடு சேர்த்து நாஜிக் கட்சியினர் எதிர்த்தார்கள். ஒவ்வொரு நாளும் பாராளுமன்றத்தில் கல்லடி விழாத குறை. நிலைமை கைமீறிப் போவதைப் பார்த்த அந்தக் கூட்டணி அரசின் அப்பாவிப் பிரதமர், சற்று முன்னதாகவே பாராளுமன்றத்தைக் கலைத்துவிட்டுப் பொதுத் தேர்தலுக்கு அழைப்பு விடுத்தார்.

ஹிட்லர் உக்கிரமானார். இதுதான் சந்தர்ப்பம். இன்னொரு சந்தர்ப்பம் எத்தனை காலம் கழித்து வரும் என்று தெரியாது. இந்த முறை ஒரு ஆட்டம் ஆடிப்பார்த்துவிடுவது.

வரிந்துகட்டிக்கொண்டு களத்தில் இறங்கினார்கள் நாஜிக் கட்சியினர். கம்யூனிஸ்டுகள் பொருள் முதல், கருத்து முதல் என்று எதையெதையோ முதலில் வைத்துப் பிரசாரம்

செய்துகொண்டிருக்க, ஹிட்லர் ஒருவர்தான் அந்தத் தேர்தலில் மக்களை முதலில் நிறுத்திப் பிரசாரம் செய்தவர். இரவு பகல் பாராத பிரசாரம். வீடு வீடாகப் பிரசாரம். ஹோட்டல்கள், பீர் ஹால்கள், பார்க்குகள், கிளப்புகள், தேவாலயங்கள். எங்கெல்லாம் மக்கள் கூடுவார்களோ அங்கெல்லாம் ஹிட்லரும் அவரது ஆள்களும் தயாராகக் காத்திருந்தார்கள். எளிய பதங்கள். எளிய சந்தங்கள். பொதுஜனங்கள் விரும்பும் மெட்டு. முதல் முதலில் தேர்தல் பிரசாரத்தைப் பாடல்கள் மூலமும் மேற்கொள்ளலாம் என்று காட்டியவர்கள் நாஜிக்கள்தாம்.

அடிப்படை நோக்கம் ஒன்றுதான். ஆட்சி. மக்களுக்கு இணக்கமான கட்சி என்று காட்டிக்கொள்வதற்காக மிகக் கவனமாகச் செயல்திட்டம் தயாரிக்கப்பட்டு, கட்டுக்கோப்புடன் அந்தத் தேர்தலுக்காகப் பணியாற்றியது நாஜிக் கட்சி.

இரண்டு முக்கியமான தீர்ப்புகள் அந்தத் தேர்தலின் வழியே வெளியாயின. முதலாவது குடியரசுக் கட்சியினர் தங்கள் மெஜாரிடியை இழந்தனர். மிகப்பெரிய அடி அது. ஜெர்மனிக்கு மட்டுமல்ல. ஜெர்மனியில் ஜனநாயகத்தைக் கொண்டு வருவதற்காக மறைமுகமாக மெனக்கெட்ட பிரான்ஸ், பிரிட்டன் போன்ற தேசங்களுக்கும் கூட.

இரண்டாவது, யாருமே அவ்வளவாக எதிர்பாராத வகையில் ஹிட்லருக்குக் கிடைத்த 18.3 சதவீத மக்கள் ஆதரவு. மொத்தத்தில் 1O7 சீட்டுகளையும் நாஜிக்கட்சியினர் கைப்பற்றியிருந்தார்கள். ஜெர்மன் பாராளுமன்றத்தின் இரண்டாவது பெரிய கட்சி என்னும் அந்தஸ்து நாஜிக் கட்சிக்கு அம்முறை கிடைத்தது.

ஹிட்லர் பரவசமடையவில்லை. உடனே வோட்டு விழுந்த பிராந்தியங்களில் ஆராய்ச்சி செய்வதற்காக ஆள் அனுப்பினார். நாஜிக்கட்சிக்கு யார் யாரெல்லாம் வாக்களித்திருக்கிறார்கள்? பிராந்தியவாரியாக, வாழ்க்கைத் தர வாரியாகப் பட்டியல் வேண்டும். உடனே, உடனே.

செயல்வீரர்கள் தேசம் முழுதும் சுற்றுப்பயணம் மேற்கொண்டார்கள். தேர்தலுக்குப் பிந்தைய கருத்துக் கணிப்பாக அது அமைந்தது. ஹிட்லருக்கு ஓர் உண்மை புரிந்தது. நாஜிகளுக்கு

விவசாயிகள்தான் அதிகம் வாக்களித்திருந்தார்கள். அப்புறம் ராணுவ வீரர்களும் முன்னாள் ராணுவ வீரர்களும். மூன்றாவதாக, நடுத்தரவர்க்கத்தினர். வசதி மிக்கவர்களில் ஒருத்தர்கூட வோட்டுப் போடவில்லை.

இது சொல்லும் செய்தி என்ன? பொருளாதாரச் சரிவுகளால் யார் யாரெல்லாம் அதிகம் பாதிக்கப்பட்டிருக்கிறார்களோ, அவர்களெல்லாம் ஹிட்லர்மீது நம்பிக்கை தெரிவித்திருக்கிறார்கள். ராணுவ வீரர்களும் முன்னாள் ராணுவ வீரர்களும் வாக்களித்ததற்கு அது காரணமல்ல. ஹிட்லரின் திறமை மீது அவர்களுக்கு இருந்த நம்பிக்கை. என்ன இருந்தாலும் அவரும் கொஞ்சநாள் ராணுவத்தில் இருந்தவர் அல்லவா? இருந்த காலத்தில் நல்ல பெயர் வாங்கி, வெளியேறிய பிறகு சலிக்காமல் போராடி முன்னுக்கு வந்து கொண்டிருப்பவர் அல்லவா?

ஹிட்லருக்குப் புரிந்துவிட்டது. அவரது கணக்கு சரிதான். யூதர்கள் யாரும் அவருக்கு வாக்களிக்கவில்லை. முதலாளித்துவவாதிகள் யாரும் வாக்களிக்கவில்லை. எதிரிகளைத் தெரிந்துகொள்ள ஓர் எளிய சந்தர்ப்பம்.

சந்தேகமில்லை. அவர் தமக்கு வாக்களிக்காத அத்தனை பேரையும் எதிரிகளாகத்தான் நினைத்தார். இரண்டு காரியங்கள் செய்யலாம். எதிரிகளின் எண்ணிக்கையைக் குறைப்பது. அல்லது எதிர்க்க ஆளில்லாமல் ஒழிப்பது. தவிரவும் அவர்களைத் தேடித்தொகுப்பதும் பெரிய விஷயமல்ல. அனைவரும் நகரவாசிகள்.

ஹிட்லர் மேலும் உற்சாகமாக வேலை பார்க்க ஆரம்பித்தார். 1932ம் வருடம் நடைபெற்ற அதிபர் தேர்தலில் துணிந்து ஹிண்டன்பர்கை எதிர்த்து அவர் போட்டியிட வேட்புமனு தாக்கல் செய்தார். பாராளுமன்றத்தில் 107 உறுப்பினர்களை வைத்திருப்பதைக் காட்டிலும் அதிபராக ஹிட்லர் இருப்பது வலிமை மிக்கது என்று நாஜிக் கட்சியினர் பிரசாரம் செய்தார்கள்.

107 நாஜிகளை வைத்துக்கொண்டே பாராளுமன்றம் மூச்சுத் திணறுகிறது. இவர்களின் தலைவர் அதிபரானால் தேசம் உருப்பட்டமாதிரிதான் என்று கம்யூனிஸ்டுகள் பிரசாரம் செய்தார்கள்.

ஆனால் ஹிட்லரின் பிரச்னை அதுவல்ல. 1913லேயே அவர் ஆஸ்திரியாவை விட்டுப் புறப்பட்டு வந்துவிட்டவர் என்றாலும் அன்றைய தினம் வரை ஜெர்மானியக் குடியுரிமை பெறவில்லை. குடியுரிமை பெறாத ஒருவர் எப்படி அதிபராக முடியும்? இதையும் கம்யூனிஸ்டுகள் பிடித்துக்கொண்டார்கள்.

ஹிட்லருக்கு, அதிபராகாது போனாலும் பரவாயில்லை; இந்தக் கம்யூனிஸ்டுகளை நசுக்கி எறிந்துவிட்டால் போதும் என்று தோன்றியது.சகித்துக்கொண்டார்.படாதபாடுபட்டுகுடியுரிமைக்கு விண்ணப்பித்து, போராடி அந்த வருடம் பிப்ரவரியில் ஒருவழியாக ஜெர்மானியக் குடிமகன் என்கிற அந்தஸ்தைப் பெற்றார். நாஜிக்கட்சியினர் ஓரளவு அங்கத்தினர்களாக இடம்பெற்றிருந்த ப்ருன்ஸ்விக் மாகாண அரசு இதற்காக ஏற்பாடு செய்தது.

ஹிண்டன்பர்குக்கு எதிராக ஹிட்லர் களமிறங்கினார். அத்தனை ஒன்றும் சுலபமான தேர்தலாக அது இருக்காது என்பது அவருக்குத் தெரியும். ஹிண்டன்பர்க் வயதில் மூத்தவர். அரசியலில் பழுத்தவர். தவிரவும் முன்னாள் ராணுவத் தளபதி. ஜெர்மனியின் மக்களுக்கு அவர் மீது எப்போதும் மதிப்பும் மரியாதையும் உண்டு. கட்சி அரசியல்களுக்கு அப்பாற்பட்ட ஒரு தலைவராக அவரைப் பார்த்தார்கள்அவர்கள். ஹிண்டன்பர்கே கட்சிக்காரர்அல்லர். அவர் ஒரு தனி மனிதர். தனியொரு இயக்கமும் கூட. லட்சக்கணக்கான மக்களுக்கு அந்நாளில் அவர் மிகப்பெரிய ஹீரோவாக இருந்தார். குறிப்பாக வயதில் மூத்த ஜெர்மன் தேசியவாதிகள். ரிபப்ளிகன் கட்சியைச் சார்ந்தவர்கள். மன்னராட்சிப் பிரியர்கள். பெரிய பெரிய தொழிலதிபர்கள். கல்வியாளர்கள். அறிவுஜீவிகள். அத்தனைபேரின் ஆதர்சம் அவர்.

அதே சமயம் ஜெர்மனியின் இளைய தலைமுறையினருக்கு ஹிட்லரின் மீது ஒரு கவர்ச்சி இருந்தது. எத்தனை வேகமாக நடக்கிறார். என்ன ஸ்டைலாக சல்யூட் வைக்கிறார். எவ்வளவு அட்டகாசமாகப் பேசுகிறார். மேடையில் ஏறும்போதெல்லாம் பொளந்து கட்டுகிறார். அடேயப்பா! ஒரே நாளில் இரண்டு வேறு வேறு எல்லைகளில் இருக்கிற இடங்களில் பொதுக்கூட்டம் வைத்தாலும் சலிக்காமல் வந்து கலந்துகொள்கிறாராமே?

அந்தத் தேர்தலில் ஹிட்லர் ஒரு புதுவித உத்தியைப் பின்பற்றினார். பெரும்பாலும் கூட்டங்களுக்கு விமானப் பயணத்தையே அவர்

தேர்ந்தெடுத்தார். எனக்குச் செலவு முக்கியமல்ல. மக்களின் நம்பிக்கையை நான் வீணாக்க விரும்பமாட்டேன். விரும்பி அழைக்கிற இடங்களுக்குப் பறந்து வந்து பேசுவேன் என்று சொன்னார் ஹிட்லர்.

ஜெர்மனியில் அதற்குமுன் ஆகாய விமானத்தில் பறந்துவந்து தேர்தல் பிரசாரம் செய்த தலைவர்கள் யாரும் கிடையாது. ஆகவே, விமானத்தில் வந்திறங்கும் ஹிட்லரைப் பார்ப்பதற்காகவே கூட்டம் கூட ஆரம்பித்தது.

கூடிய கூட்டமெல்லாம் வோட்டாக மாறும் என்று ஹிட்லர் நினைத்தார். ஆனால் தேர்தல் முடிவு அவர் சந்தோஷப்படக்கூடிய விதத்தில் அமையவில்லை. ஹிண்டன்பர்க்தான் அம்முறையும் வெற்றி பெற்று அதிபராக ஆனார். ஹிட்லருக்கு முப்பத்தைந்து சதவீத வாக்குகள் மட்டுமே கிடைத்தன.

அதுவே வியப்புக்குரிய விஷயம் என்று பேசப்பட்டது. ஹிண்டன்பர்கை எதிர்த்து நிற்பவர்கள் ஒரு வோட்டுக்கூட பெறமுடியாது என்றுதான் எல்லோரும் நினைத்தார்கள். முப்பத்தைந்து சதவீதம் என்பது மிகப்பெரிய விஷயம். கண்முன்னால் ஒரு பெரும் சக்தியாக ஹிட்லர் எழுந்து கொண்டிருக்கிறார்என்றுமீடியாபேசஆரம்பித்ததுஅப்போதுதான்.

–

அதிபர் தேர்தல் அப்படி முடிந்தாலும் ஜெர்மனியின் அரசியல் சூறாவளிகள்அடங்குகிற விதமாகத் தெரியவில்லை. 1932ம் ஆண்டு மீண்டும் பாராளுமன்றத்தில் புயல் வீசியது. சான்சிலரை வீட்டுக்கு அனுப்பவேண்டிய சூழல் அதிபருக்கு உண்டானது. சற்றே அதிகார தோரணையும் கட்டியாளும் திறமையும் மிக்க ஒருவர் பிரதமர் பதவிக்கு அத்தியாவசியத் தேவையாக இருந்தார். ஏனெனில் நடப்பது கூட்டணி அரசு. எல்லா விஷயங்களுக்கும் எல்லாரிடமும் ஒப்புதல் பெற்றாக வேண்டும். பல்வேறு வலது - இடது சாரிக் கட்சியினர் நிறைந்த அவையில் எதை யார் ஆதரித்தாலும், எதிர்ப்பதற்கு நாலு பேர் அவசியம் இருந்தார்கள். நிற்பதற்கு, உட்காருவதற்கு, மூச்சா போவதற்குக் கூட வோட்டெடுப்பு நடத்தித் தோற்கிற அவல நிலை தொடர்ந்துகொண்டிருந்தது.

ஆகவே ஹிண்டன்பர்க், ஃப்ரன்ஸ் வான் பாபன் என்பவரைப் பிரதமராக மாற்றி நியமித்தார். சற்றே பெரிய ஆளுமை. தவிரவும் கொஞ்சம்கருணைகலந்தசர்வாதிகாரத்தனத்துடன்ஆளக்கூடியவர் என்று அதிபர் நினைத்தார். ஜனநாயக அரசு என்றுதான் பெயர். ஆனாலும் வேண்டியிருக்கிறதே? ஜெர்மனி ஜனநாயகம் பழகுவதற்குள் போதும் போதும் என்றாகிவிடும்போலிருந்தது.

பாபன் வந்தார். உண்மையில் அவருக்குத் தான் என்ன செய்யலாம், எப்படிச் செய்யலாம் என்கிற முன்யோசனை ஏதும் இருக்கவில்லை. தவிரவும் சபையில் தன்னை ஆதரிக்கக் கூடியவர்கள் எத்தனை பேர் இருப்பார்கள் என்றும் அவருக்குத் திட்டவட்டமாகத் தெரியவில்லை. ஒரு கணக்கெடுப்பு நடத்திப் பார்த்தபோது மைனாரிடி உறுப்பினர்கள் மட்டுமே பாபனின் மீது நம்பிக்கை தெரிவித்தார்கள்.

அதிபருக்குப் புரிந்துவிட்டது. ஏதாவது ஒரு கட்சி தனிப்பெரும்பான்மை பெறும்வரையில் ஜெர்மானியப் பாராளுமன்றம் விளங்கப்போவதில்லை. சரி, மீண்டும் நடத்துங்கள் தேர்தலை என்று வெறுப்புடன் அறிவித்துவிட்டார்கள்.

அந்த ஆண்டு ஜூலை மாதமே நடந்த பொதுத்தேர்தல் ரகளையான முடிவுகளைக் கொண்டுவந்தது. நம்ப முடியாத அளவுக்கு நாஜிகளின் ராஜ்ஜியம். 230 இடங்களை அவர்கள் கைப்பற்றியிருந்தார்கள். மகிழ்ச்சியில் வெடித்துத் தீர்த்து விட்டார்கள் தொண்டர்கள்.

நாடாளுமன்றத்திலேயே மிகப்பெரிய கட்சி. ஹிட்லர் துள்ளிக் குதித்தார். நாஜிகளின் ஆதரவு இல்லாமல் ஆட்சி இல்லை என்ற நிலை. ஹிட்லர் ஆனந்தக் கண்ணீர் விட்டார். இனி ஆட்டிவைக்கலாம். ஆடிப்பார்க்கலாம். அசைத்துப் பார்க்கலாம். அடித்து தூள் கிளப்பலாம். எதுவும் செய்யலாம். எப்படியும் செய்யலாம். எதிர்த்துக் கேட்க யார் இருக்கப் போகிறார்கள்? ஹிட்லர் பரவசத்தில் கூத்தாடினார். தேசம் முழுவதும் கொண்டாட்டங்கள் தினசரி நடந்தன. நாஜிக் கட்சியினர் இனிப்புக் கடைகள் அனைத்தையும் மொத்தமாகக் குத்தகைக்கு எடுத்து நடுவீதியில் கொண்டு குவித்துவைத்தார்கள்.

எல்லாம் ஆடி, அடங்கிக் கொஞ்சம் சம நிலைக்கு வரும்வரை பிரதமர் பாபன் காத்திருந்தார். அதன்பிறகு அவர் ஹிட்லரை அழைத்து உட்கார வைத்துப் பேச்சுவார்த்தையை ஆரம்பித்தார்.

வாழ்த்துகள். வென்றுவிட்டீர்கள். கொண்டாடிவிட்டீர்கள். இனி தேச நலன் குறித்துக் கொஞ்சம் பேசலாமா? ஜெர்மனிக்கு வேண்டியது பாராளுமன்ற ஜனநாயகம். எதிர்வரும் காலத்தில் அதுதான் நிலைத்து நிற்கக் கூடியது. பிற தேசங்களின் ஒத்துழைப்புக்கும் உதவிகளுக்கும் கூட அதுதான் சாலச் சிறந்தது. தவிரவும் மக்கள் பயமில்லாமல் வாழவும் வழி செய்யக்கூடியது. தேசம் இப்போது எதிர்கொள்ளும் பிரச்னைகளை நீங்கள் அறிவீர்கள். இதிலிருந்து விடுபட உங்கள் மேலான ஒத்துழைப்பை நான்எதிர்பார்க்கிறேன்.துணைசான்சிலராகநீங்கள்பொறுப்பேற்று எனக்குத் தோள் கொடுக்க வேண்டும்.

என்னது?

அதிர்ந்துவிட்டார் ஹிட்லர். விளையாடுகிறீர்களா? இருநூற்று முப்பது சீட்டுகள். உங்கள் வாழ்நாளில் எப்போதாவது இப்படி மொத்தமாகப் பார்த்திருக்கிறீர்களா? உங்கள் திருமணத்தன்று போடப்பட்ட நாற்காலிகளின்எண்ணிக்கை என்று சொல்லாதீர்கள். ஜெர்மன் நாடாளுமன்றம் இயங்கவேண்டுமென்றால் நாஜிக் கட்சியின் துணை காலத்தின் கட்டாயம். அங்கே இருக்கிற அத்தனை கட்சிகளும் எங்களுக்குப் பின்னால்தான் அணிவகுத்தாக வேண்டும். அதற்கு மதிப்புக் கொடுக்கும் விதத்தில் மரியாதையாக நீங்கள் பதவி விலகி எனக்கு வழிவிடுவதுதான் நல்ல பிள்ளைக்கு அழகு.

சான்சிலர்!

ஹிட்லர் தெளிவாக இருந்தார். தீர்மானமாக இருந்தார். வேறு பேரத்துக்கே இடமில்லை. அடைந்தால் அந்தப் பதவி. இல்லாவிட்டால் நாடு தழுவிய மாபெரும் பிரசாரம். போராட்டங்கள் அவருக்குப் புதிதில்லை. அவர் போராடப் பிறந்தவர். எத்தனை காலம் வேண்டுமானாலும் போராடுவார். சலிக்காமல். அலுக்காமல். உத்வேகம் குறையாமல்.

பாபன் யோசித்தார். அதிபர் ஹிண்டன்பர்குடன் கலந்து பேசினார். ஹிண்டன்பர்க் சுத்தமாக மறுத்தார். வாய்ப்பே இல்லை.

ஹிட்லரை சான்சிலராக்குவதா? என்ன விளையாடுகிறீர்களா? தேசம் உருப்பட்ட மாதிரிதான். அவரது சர்வாதிகார மனோபாவம் அத்தனை பேருக்கும் தெரியும். ஒரு நாள் விட்டுப் பாருங்கள். தலையில் ஒரு கிரீடத்தை வாங்கி வைத்துக்கொண்டு, மறுவினாடியே உங்களை யாரங்கே என்று கூப்பிட ஆரம்பித்து விடுவார்.

பாபனுக்கும் அது தெரியும். பாராளுமன்றத்துக்கே தெரியும். ஆனாலும் மாபெரும் கட்சியின் தலைவர் ஹிட்லர். சமரசத்துக்கே இடமில்லை என்று ஒற்றைக்காலில் நிற்கிற ஹிட்லர். என்ன சொல்வது அவரிடம்?

அவர்கள் யோசித்துக்கொண்டிருந்தபோதே ஹிட்லர் வேறொரு காயை நகர்த்த ஆரம்பித்திருந்தார். அவை உறுப்பினர்கள் அத்தனை பேரிடமும் பாபனுக்கு எதிராக நம்பிக்கையில்லாத் தீர்மானம் கொண்டுவரும் யோசனையைச் சொல்லி, ஆயத்தப் படுத்திவைத்திருந்தார். எனக்குப் பதவி இல்லை என்றால் எவருக்கும் இல்லை.

அந்த வாக்கெடுப்பில் பாபனுக்கு எதிராக எண்பத்தி நான்கு சதவீத வோட்டுகள் விழுந்தன. மீண்டும் திவால். மீண்டும் தேர்தல். மீண்டும் ஹிட்லர் பெரும்பான்மை பலத்துடன் அவைக்கு வந்தார்.

அப்போதும் ஹிட்லரை சான்சிலராக்க ஹிண்டன்பர்க் விரும்பவில்லை. அது முற்றிலும் தேச விரோதமான காரியமாக அமையும் என்று அவரது உள்மனம் எச்சரித்துக்கொண்டே இருந்தது. ஆகவே சாத்தியமுள்ள அத்தனை வழிகளிலும் மாற்று ஏற்பாடுகளுக்காக யோசித்தார். அவருக்கு வேறொரு பிரச்னையும் இருந்தது. இப்படி மூன்று மாதங்களுக்கு ஒருமுறை பொதுத்தேர்தல் நடத்துவதைக் காட்டிலும் பேசாமல் ராணுவ ஆட்சியைக் கொண்டுவந்துவிடலாம் என்று மக்கள் பேசத் தொடங்கினார்கள். தோதாக, ராணுவத் தளபதி கர்ட் வான் ஷ்லேஸர், ஆட்சிக்குத் தம் ஆதரவை நீட்டிப்பது குறித்து மறுபரிசீலனை செய்யவிருப்பதாக பயமுறுத்திக்கொண்டிருந்தார்.

பார்த்தார் ஹிண்டின்பர்க். தெரியாத பிசாசைவிடத் தெரிந்த பூதம் மேல். தாற்காலிகமாவது அமைதி வேண்டியிருக்கிறது. ஆகவே,

அவ்ர் ஷ்லேஸரையே சான்சிலராக நியமித்துவிட்டு, பாபனைப் பதவி நீக்கம் செய்துவிட்டார். ஷ்லேஸர் அதிபருக்குச் சில வாக்குறுதிகள் அளித்திருந்தார். நிலையான ஆட்சி. எப்படியும் நாடாளுமன்றத்தில் மெஜாரிடியைப் பெற்றுவிடுவேன். கட்டுப்பாடு என் கையில்தான் இருக்கும். இனி நீங்கள் பயப்பட வேண்டாம். ராணுவத்தையே நிர்வகித்தவனுக்கு எம்.பிக்களா பெரிய விஷயம்?

அவர் யோசிக்காத விஷயம் ஒன்றுண்டு. ராணுவத்தை சமாளிக்கலாம். எம்பிக்களைச் சமாளிக்கலாம். அதிபரையே கூட ஆட்டிவைக்கலாம். ஆனால் ஹிட்லரை என்ன செய்துவிட முடியும்?

ஹிட்லர், நாட்டிலிருந்த அத்தனை தொழிற்சங்கங்களையும் வளைக்கும் திட்டத்தில் மிகத் தீவிரமாக இறங்கினார். தொழிற்சங்கங்கள் மூலம் அரசுக்கு நெருக்கடி. ஆ, எத்தனை புதிய திட்டம்! மிரண்டு போனார் சான்சிலர். தவிரவும் அவையில் இருந்த சோஷலிஸ்டுகளின் ஆதரவை அவர் பெற முடியாதபடி முடிந்தவகையிலெல்லாம் ஹிட்லர் முட்டுக்கட்டை போட்டார். ஒவ்வொரு உறுப்பினரையும் அவர் தனியே சந்தித்துப் பேசினார். உதவி செய்யுங்கள். இந்த ஆட்சி கூடாது. ஆட்சி என்றான் என்னவென்று நான் காட்டுகிறேன். உங்கள் அத்தனை பேருக்கும் நல்லது செய்வேன். அத்தனை பேரும் நிலைத்த மகிழ்ச்சி பெறும்விதத்தில் சில காரியங்களையாவது சாதித்துக் காட்டிவிட்டுத்தான் ஓய்வேன்.

சளைக்காமல்பிரசாரம்செய்தார்.மறுபுறம்அவருடையஅதிர்ஷ்டம் இன்னொரு விதத்திலும் அவருடன் வரத் தொடங்கியது.

பதவி பறிபோன பாபன், ஷ்லேஸரை எப்படியாவது வீழ்த்துவதற்காகத் தன் வழியில் தனியே சில திட்டங்களைத் தீட்டிக்கொண்டிருந்தார். மீண்டும் ஒரு நம்பிக்கையில்லாத் தீர்மானம் அல்லது பதவி நீக்கத்துக்கு உதவக் கூடிய ஊழல் சாத்தியங்கள் பற்றியெல்லாம் அவர் தம் அடிப்பொடிகளுடன் ஆலோசித்துக்கொண்டிருந்தார்.

ஹிட்லருக்கு அப்போது சில மிகப்பெரிய தொழிலதிபர்களின் ஆதரவுகிடைத்திருந்தது. எதிர்காலத்தில்கண்டிப்பாகஹிட்லர்தான்

ஜெர்மனியை ஆளப்போகிறார் என்பதை யூகித்து அவருக்கு உதவிகள் செய்வதன் மூலம் முன் தேதியிட்ட சௌகரியங்களை அவர்கள் உத்தேசித்து நாஜிக்கட்சிக்கு ஏராளமாகப் பண உதவி செய்யத் தொடங்கியிருந்தார்கள். பிரசார செலவையெல்லாம் ஏற்றுக்கொண்டார்கள்.

அதே தொழிலதிபர்கள், அதிபரிடமும் ஹிட்லரை சான்சிலராக்கச் சொல்லி நச்சரிக்கத் தொடங்கியதை ஹிட்லரே எதிர்பார்க்கவில்லை. சூழல் முழுமையாக அவருக்குச் சாதகமாகிக் கொண்டிருந்தது.

நீடிக்க விட்டால் எப்படியும் மீண்டும் ஆட்சி கவிழும், மீண்டும் தேர்தல் என்று போரடிக்கத் தொடங்கிவிடுவார்கள் என்பது அதிபருக்குப் புரிந்துவிட்டது. வேறு வழியில்லை. இதுதான். இவ்வளவுதான்.

ஜனவரி 30ம் தேதி 1933ம் ஆண்டு ஹிண்டன்பர்க்கின் அலுவலகத்தில் மிக எளிமையாக நடந்த விழாவில் ஹிட்லர் ஜெர்மனியின் சான்சிலராகப் பொறுப்பேற்றுக்கொண்டார்.

கூட்டணி அரசின் தலைவர் என்று பெயர். ஹிட்லருக்கு அதெல்லாம் ஒரு பொருட்டாக இல்லை. கூட்டணியாவது? அரசாவது?

நான் ஹிட்லர். இதோ ஆரம்பிக்கிறேன் பாருங்கள் என்று அவர் சொல்லாமல் சொன்னார்.

ஜெர்மனியும் உலகமும் தயாராயின.

அத்தியாயம் ஆறு

அதிகாரத்திலிருந்து சர்வாதிகாரத்துக்கு

பதவிக்கு வந்ததும் ஹிட்லர் செய்த முதல் காரியம், அவையைக் கலைக்கச் சொல்லி அதிபருக்கு வேண்டுகோள் விடுத்ததுதான்.

காரணம் இல்லாமல் இல்லை. என்னதான் நாஜிக் கட்சியினர் நிறைய இடங்களைக் கைப்பற்றி, நாடாளுமன்றத்தின் மிகப்பெரிய கட்சியாக அறியப்பட்டிருந்தாலும் முழு மெஜாரிடி என்று சொல்லமுடியாது. பாதி மெஜாரிடி கூட இல்லை. அதற்கும் கீழே. எண்ணிக்கைக்கு அடங்காத குட்டிக்கட்சிகள் ஜெர்மனியில் அன்று அதிகம் இருந்தன. அத்தனை பேரும் தேர்தலில் நின்றார்கள். ஆளுக்கு ஒரு சீட்டாவது கிடைத்திருந்தது. சந்தர்ப்பத்துக்கு ஏற்பக் கூட்டணி அமைத்து, சாமர்த்தியமாக ஆள்வது ஒன்றுதான் வழி என்கிற நிலைமை.

ஹிட்லருக்கு இது சரிப்படாது என்று தோன்றியது. தனக்கு முன்னிருந்த சான்சிலர்களுக்கு நேர்ந்த கதியை அவர் மறக்கவில்லை. தான் தோண்டாத குழியா? விழாத பிரதமரா?

அதுவே தனக்கு நேர்ந்துவிடக் கூடாது என்பதுதான் அவரது குறிக்கோள். வேண்டியது என்ன? ஒரு வாக்கெடுப்பு என்று வந்தால் ஐம்பதுக்கு மேல் ஒரு சதவீதமாவது ஆதரவு வோட்டுகள் விழவேண்டும். ஐம்பத்தியொரு சதவீத சீட்டுகள் அப்போது நாஜியினர் வசம் இருந்தாக வேண்டும். இதற்கு இன்னொரு தேர்தல்தான் ஒரே வழி.

ஆட்சி அதிகாரங்கள் ஏதுமில்லாமல், உதிரிக் கட்சிகளுள் ஒன்றாக மக்களுக்கு அறிமுகமாகி, போராடிப் போராடித்தான் அவர் மேலே வந்திருந்தார். 230 சீட்டுகள் சாதாரண விஷயமில்லைதான்.

ஆனால் இப்போது ஆட்சி இருக்கிறது. அதிகாரம் இருக்கிறது. சான்சிலர் பதவி என்பது சாதாரண விஷயமல்ல. அதிபருக்கு அடுத்தபடி. இதனை வைத்துக்கொண்டு தேர்தலை எதிர்கொள்வது மிகவும் சுலபம். ஆகவே மீண்டும் தேர்தல் என்று ஹிட்லர் சொன்னார்.

ஹிண்டன்பர்கும் வேறு வழியில்லாமல் சம்மதித்தார். மார்ச் 5, 1933 அன்று தேர்தல் நடக்கும் என்று அறிவிக்கப்பட்டது.

ஹிட்லர் தன் அடுத்தக் கட்ட நடவடிக்கையை ஆரம்பித்தார். தேர்தல் அறிவித்தாகிவிட்டது. இனி வெற்றிக்கான வழிகளை யோசிப்பது ஒரு பக்கம் என்றால் எதிரிகள் தோற்பதற்கான வழிகளை யோசிக்கவேண்டியதும் அவசியம். சோஷலிஸ்டுகள் பிரச்னை இல்லை. உதிரிகளாக இருக்கும் அவர்களால் பெரிய ஆபத்து எப்போதும் வரப்போவதில்லை. ஆனால், நசுக்கப்பட வேண்டியவர்கள் கம்யூனிஸ்டுகள். மிகவும் ஆடுகிறார்கள். ஆட்டம் காட்டுகிறார்கள். சபையிலும் கணிசமான சீட்டுகளை வைத்துக்கொண்டிருக்கிறார்கள். கொஞ்சம் விட்டால் இன்னும் மேலே, மேலும் மேலே என்று தலைக்கு மேலே ஏறி நிற்க எப்போதும் தயாராக இருக்கிற ஜென்ம எதிரிகள்.

என்ன செய்யலாம்?

ஹிட்லரின் அதிகாரத் திட்டத்தில் முதல் கட்ட நடவடிக்கையாக அவர் யோசித்துவைத்திருந்தது மிகவும் நுணுக்கமானது. பாராளுமன்றத்தில் அவருடைய கட்சி மெஜாரிடி பலம் பெற்றுவிடும் பட்சத்தில் சான்சிலரின் அதிகாரம் மேலும் கூடிவிடும். யாரும் அவரைப் பதவி நீக்கம் செய்ய முடியாது. நீக்கத்துக்கு வற்புறுத்தக் கூட முடியாது.

அப்படி ஒரு சூழல் உண்டாகிவிட்டபிறகு ஒரு தாற்காலிக பிரம்மாஸ்திரத்தை நாட்டு மக்களுக்கு அறிமுகப்படுத்த அவர் உத்தேசித்திருந்தார். Enabling Act என்று அதற்குப் பெயர்.

யுத்தத்துக்குப் பிறகு அமைந்த குடியரசில் முதல் முதலாக ஒரு அரசியலமைப்புச் சட்டம் எழுதப்பட்டு அமுலுக்கு

வந்தபோது, இந்த *Enabling Act* அதில் இருந்ததை யாரும் பெரிதாக கவனிக்கவில்லை. ஆனால் ஹிட்லர் கவனித்தார். சான்சிலருக்கு வானளாவிய அதிகாரம் வழங்கும் ஒரு பிரத்தியேகச் சட்டம் அது.

ஒரு தேவை, ஓர் அவசியம் என்று ஏற்பட்டால் அமல்படுத்தலாம். அமலாக்கப்பட்ட தினத்திலிருந்து நான்கு வருட காலங்களுக்கு அந்தச் சட்டம் உயிருடன் இருக்கும். அப்போது சான்சிலர் என்ன முடிவு வேண்டுமானாலும் எடுக்கலாம். எத்தனை புதிய சட்டங்களை வேண்டுமானாலும் அறிமுகப்படுத்தலாம். நாடாளுமன்றத்தில் விவாதம் நடத்தி, வாக்கெடுப்பு கேட்டு நிற்க வேண்டிய அவசியமெல்லாம் கிடையாது. கிட்டத்தட்ட எமர்ஜென்சி காலச் சட்டம் மாதிரி அது. மன்ற உறுப்பினர்களுக்குத் தெரிவிக்காமலேயே கூட சட்டங்களை அறிமுகப்படுத்தலாம், பிரயோகிக்கலாம். மறுநாள் அவர்கள் பேப்பரில் பார்த்துத் தெரிந்துகொண்டால் போதும்.

ஹிட்லர் உத்தேசித்திருந்த சர்வாதிகார ஆட்சிக்கு ஒரு நல்ல வாசல்படியாக இருக்கக்கூடிய சட்டம்.

ஆனால் அவையில் மெஜாரிடியினராக நாஜிகள் இல்லாமல் இந்தச் சட்டத்தையெல்லாம் கொண்டுவரச் சொல்லி அதிபரிடம் கேட்க முடியாது. அடித்துத் துரத்திவிடுவார். எனவே மெஜாரிடி முக்கியம். அதற்கு மறு தேர்தல் முக்கியம். மறு தேர்தலில் கம்யூனிஸ்டுகள் தோற்கவேண்டியது மிக முக்கியம். அதற்குத்தான் வேண்டும் ஒரு திட்டம்.

ஹிட்லர் யோசித்தார். மேற்கொள்ளப்பட வேண்டிய பிரசார உத்திகள். விவாதிக்கப்பட வேண்டிய பிரச்னைகள். மக்களை அணுகும் விதம். எதிர்பார்ப்பது குறைந்தது ஐம்பத்தியொரு சதவீத வோட்டுகள். எனவே இம்முறை தேர்தலை எதிர்கொள்ள வேண்டிய விதமே வேறாக இருக்க வேண்டும்.

நாஜிக் கட்சியினர் பிசாசு போல் உழைக்க ஆரம்பித்தார்கள். இருபத்தி நான்கு மணிநேரமும் பிரசாரம் செய்தார்கள். மேடை தோறும் கம்யூனிஸ்டுகளைக் கிழித்தார்கள். இங்கே ஊர்வலம். அங்கே பொதுக்கூட்டம். நடுவே கலவரம். சகட்டு மேனிக்கு அர்ச்சனை உற்சவம். பிட் நோட்டீஸ்கள் பறந்தன. சுவர்கள் அனைத்திலும் போஸ்டர்களில் ஹிட்லரே சிரித்தார்.

எங்கும் ஸ்வஸ்திக். எதிலும் ஸ்வஸ்திக். தொண்டர்கள் பச்சை குத்திக்கொண்டார்கள். நெற்றியில் எழுதிக்கொண்டார்கள். முடியை ஸ்வஸ்திக் வடிவத்தில் வெட்டிக்கொண்டார்கள். வண்டி வண்டியாக, லாரி லாரியாகச் சாலைகளை நிறைத்துப் போய்க்கொண்டே இருந்தார்கள். ஜெர்மனியில் நாஜியைத் தவிர வேறு கட்சிகளே இல்லை என்பது போலொரு மாயத் தோற்றம் உருவாக்கும் முயற்சி அது.

இதையெல்லாம் தூக்கிச் சாப்பிடும் சம்பவம் ஒன்று நடந்தது. பட்டாசு வெடிப்பது என்று முடிவு செய்துவிட்டபிறகு வாயால் மட்டுமே வெடித்துக்கொண்டிருந்தால் என்ன அர்த்தம்?

செயலில் காட்ட அவர்கள் ஓரிடத்தைத் தேர்ந்தெடுத்தார்கள். *Reachstag* என்று அந்தக் கட்டடத்துக்குப் பெயர்.

இன்னொரு பெயர் பாராளுமன்றக் கட்டடம்.

–

பிப்ரவரி 27, 1933 அன்று இரவு 9.14 மணிக்கு பெர்லின் நகரின் தீயணைப்புத்துறை தலைமை அலுவலகத்துக்கு ஒரு தொலைபேசி அழைப்பு வந்தது. என்னமோ தெரியவில்லை. பாராளுமன்றக் கட்டடத்துக்குள்ளிருந்து புகையாக வருகிறது. ஏதாவது விபத்தாக இருக்கலாம். கொஞ்சம் பாருங்கள்.

அடுத்த நிமிடமே நகர காவல் துறை கமிஷனர் அலுவலகத்துக்கும் இதே தகவல். பதறியடித்துக்கொண்டு புறப்பட்டு வந்து பார்த்தார்கள்.

கட்டடம் ஜகஜ்ஜோதியாகப் பற்றி எரிந்துகொண்டிருந்தது. என்ன பிரச்னை, மின்சாரக் கசிவா, வேறு ஏதாவதா என்று உடனடியாகக் கணிக்க முடியவில்லை. ஏனென்றால் ஓரிடமாக இல்லாமல், அம்மாபெரும் கட்டடத்தின் பல்வேறு பகுதிகள் திடீர் திடீரென்று பற்ற வைத்தமாதிரி தனித்தனியே பற்றி எரிந்துகொண்டிருந்தன. பரவிய தீ மாதிரி தெரியவில்லை. பகுதி பகுதியாகத் தீவைத்த மாதிரிதான் இருந்தது.

ஜோவென்று தீ எரியும் சத்தமுடன் கூடவே ஆங்காங்கே கட்டடப் பகுதிகள் இடிந்து விழும் ஓசையும் பிரம்மாண்டமாகக் கேட்டது.

அது இடியும் ஓசையா? வெடிக்கும் ஓசையா? சட்டென்று தெரியவில்லை.

காவல் துறையினரும் தீயணைப்புத் துறையினரும் போராட ஆரம்பித்தார்கள். மறுபுறம் ஒரு சிறப்பு அதிரடிப்படை எரியும் கட்டடத்துக்குள் துணிந்து புகுந்தது. பல பகுதிகளை அவசர அவசரமாகச் சுற்றி வந்தவர்களின் கவலை, உள்ளே யாராவது மாட்டிக்கொண்டிருக்கிறார்களா என்பதுதான்.

ஒரே ஒரு நபர் அகப்பட்டார். மீட்டுவிட்டார்கள். ஆனால் ஒரு குறிப்பிட்ட பகுதியில் வலிமையான வெடிகுண்டுகள் வெடித்ததற்கான அடையாளங்களைக் கண்டுபிடித்தார்கள்.

ஆக, விபத்தில்லை; சதி.

உள்ளே அகப்பட்ட அந்த ஒற்றை மனிதனை விசாரிக்க ஆரம்பித்தார்கள். அவன் பெயர் மாரினஸ் வான் தர் ல்யூப் *(Marinus van der Lubbe)*. சட்டையில்லாமல் வெளியே ஓடி வர முயற்சி செய்துகொண்டிருந்தவன். வேலையற்ற இளைஞன். மிஞ்சிப்போனால் இருபத்தி ஐந்து வயதிருக்குமா? தவிரவும் கம்யூனிஸ்ட் என்றும் தெரியவந்தது.

போதாது? ஆரம்பித்தார் ஹிட்லர்.

கம்யூனிஸ்டுகளின் சதியைப் பார்த்தீர்களா? பாராளுமன்றத்தைக் கொளுத்திவிட்டு, செயற்கையாக ஓர் அவசரகாலத்தை உருவாக்கி, ஆட்சியைக் கைப்பற்றத் துடிக்கிறார்கள். நேராகப் புரட்சி செய்யத் துப்பிருந்தால் செய்யட்டுமே? எதற்கு இந்த இருட்டுத் திருப்பணிகள்? பாரம்பரியம் மிக்க பாராளுமன்றக் கட்டடத்தையே கொளுத்தியவர்களின் தேசபக்தி எப்படிப்பட்டது என்பதை மக்கள் யோசித்துப் பார்க்கவேண்டும்.

அவ்வளவுதான். பற்றிக்கொண்டுவிட்டது. தேசம் முழுவதும் கலவரம். தேசம் முழுவதும் குழப்பம். கம்யூனிஸ்டுகள் தேசத் துரோகிகளா? சாலையோரப் பட்டிமன்றங்களில் புயலடித்தது. பல்வேறு இடங்களில் கம்யூனிஸ்ட் அலுவலகங்கள் (நாஜிகளால்) சூறையாடப்பட்டன. கண்ணில் பட்ட கம்யூனிஸ்டுகளையெல்லாம் தாக்கிவிட்டு, மக்கள் பொங்கி எழுந்ததன் விளைவு என்று பிரசாரம் செய்யத் தொடங்கினார்கள்.

கம்யூனிஸ்டுகள் சுதாரித்துக்கொள்ள சில தினங்கள் தேவைப்பட்டன. இது நாஜிகளின் அப்பட்டமான சதி என்று அதன்பிறகுதான் அவர்கள் பேசத் தொடங்கினார்கள். ஹிட்லர் கடுமையாக மறுத்தார். தன்னுடைய தேசியவாத மனோபாவம் மக்களுக்கு நன்றாகத் தெரியும். ஒருபோதும் இப்படிப்பட்ட ஈனச் செயலைக் கனவிலும் நினைக்கமாட்டேன் என்று முழங்கினார்.

மக்களுக்குக் கண்டிப்பாக ஹிட்லர் மீது சந்தேகம் வரவில்லை. ஆனால் கம்யூனிஸ்டுகள் அத்தனைக் கீழ்த்தரமாகப் போவார்கள் என்பதை நம்புவதும் கஷ்டமாக இருந்தது. மிகவும் குழம்பினார்கள்.

குழம்பிய குட்டைகள் மீன் பிடிக்க உகந்தவை. ஹிட்லர் தீவிரமாகத் தன் பிரசார பீரங்கிகளை முடுக்கிவிட்டார். மூலை முடுக்கெங்கும் தானும் பிரசாரத்துக்குப் போனார். ஐம்பத்தியொரு சதவீதம். ஐம்பத்தியொரு சதவீதம். ஐம்பத்தியொரு சதவீதம். அதைத்தவிர அவருக்கு வேறு சிந்தனையே இல்லை. தன்னாலான அதிகபட்ச முயற்சிகளை அந்தத் தேர்தலில் ஹிட்லர் மேற்கொண்டார்.

ஆனாலும் பலன் அத்தனை திருப்திகரமாக இல்லை. 43.9 சதவீத வோட்டுகள்தான் நாஜிக்கட்சிக்குக் கிடைத்தன.

சே. மீண்டும் கூட்டணி ஆட்சி. எங்கோ என்னவோ குறைகிறது. முழு வெற்றிக்கு இன்னும் ஒரே ஒரு படி தடுக்குகிறது. அது என்ன? ஹிட்லர் திரும்பத்திரும்ப அதையேதான் யோசித்துக்கொண்டிருந்தார். புரியவில்லை.

இந்த முறையும் அதிக இடங்களைப் பெற்ற கட்சியாகத்தான் நாஜி இருந்தது. ஆனாலும் மெஜாரிடி பலத்துடன் தனித்து ஆட்சி அமைக்க முடியாது. மக்கள் நம்புகிறார்கள். ஆனால் ஓரத்தில் கொஞ்சம் சந்தேகமும் இருக்கிறது. வாக்களிக்கவே செய்கிறார்கள். ஆனால் தயக்கமும் இருக்கிறது. எதனால்? புரியவில்லை.

மார்ச் 21ம் தேதி புதிய அமைச்சரவையுடன் பெர்லினின் புகழ்பெற்ற காரிஸன் தேவாலயத்தில் ஹிட்லர் பதவிப்பிரமாணம் எடுத்துக்கொண்டார். 'தேசத்தின் இறையாண்மைக்கும் அதற்கும் இதற்கும் எதற்கும் குந்தகம் வராமல் ஆள்வேன் என்று...'

ஆனாலும் அவருக்கு வருத்தம்தான். நினைத்தபடி Enabling Act அமுல்படுத்த முடியாது. கெஞ்ச வேண்டும். கூட்டணிக் கட்சியினரிடம். எதிர்க்கட்சிகளிடம். அதிபரிடம். அவர் வீட்டு நாய்க்குட்டியிடம். சே, என்ன பிழைப்பு இது!

அந்தச் சட்டம் அமலாக, சபையில் மூன்றில் இரண்டு பங்கு வாக்குகள் வேண்டும். எனவே நாஜிக் கட்சியினர் அத்தனைக் கட்சியிடமும் பேச்சுவார்த்தைகளைத் தொடங்கினார்கள்.

ஹிட்லர்தான் ஜெர்மனி. ஜெர்மனிதான் ஹிட்லர். இதனை மக்கள் ஏற்றுக்கொண்டுவிட்டார்கள். நீங்கள் ஏன் முரண்டுபிடிக்கிறீர்கள்? தயவுசெய்து சட்டம் அமலாக ஒத்துழையுங்கள்.

சிலர் அரை மனத்துடன் ஒப்புக்கொள்ளத் தயார் என்றார்கள். சிலர் முரண்டு பிடித்தார்கள். முரண்டு பிடித்தவர்களை சமாதானம் செய்ய ஹிட்லரே நேரடியாகப் பேச்சுவார்த்தைகளில் ஈடுபட்டார். ஆனால் கம்யூனிஸ்டுகளை ஒன்றும் செய்யமுடியவில்லை. பொறுத்திருங்கள் நண்பர்களே. எப்படியும் சட்டத்தைக் கொண்டுவருவேன். அதன்பிறகு உங்களுக்கு இருக்கிறது கச்சேரி.

ஹிட்லருக்கு சோஷியல் டெமாக்ரடிக் கட்சியினரிடமிருந்தும் எதிர்ப்பு இருந்தது. ஜனநாயக விரோதமாக அந்தச் சட்டம் பயன்படுத்தப்படும் என்று சொல்லி அவர்கள் ஆதரிக்க மறுத்தார்கள். விதவிதமாகப் பேசிப்பார்த்தும் மசியவில்லை. என்ன செய்யமுடியும்?

கூடுமானவரை அனைத்துத் தரப்பினரையும் ஏதோ ஒரு வகையில் சமாளித்து, சம்மதிக்க வைத்து வாக்கெடுப்பு நாளை எதிர்பார்த்திருந்தார் ஹிட்லர். வந்தது.

நான்கு ஆண்டுகள்! நாலே ஆண்டுகள். ஜெர்மனியின் முழு அதிகாரத்தை என்னிடம் கொடுங்கள். வித்தை காட்டுகிறேனா இல்லையா பாருங்கள். நமது அன்னியக் கடன்கள் அத்தனையும் இருந்த இடம் தெரியாமல் போய்விட உத்தரவாதம் தருகிறேன். தேசத்தைப் பிடித்திருக்கும் சனியன் தொலையும். தொழிற்துறை முன்னேறும். பணப்புழக்கம் அதிகரிக்கும். மக்களின் வாழ்க்கைத் தரம் உயரும். மகத்தான மாறுதல்களை எதிர்பாருங்கள். சொன்னவற்றையெல்லாம் நான் செய்யாவிட்டால் என்னை அடித்துத் துரத்துங்கள். நான் அதிகாரம் செலுத்துபவன் அல்ல. உங்கள் அதிகாரத்துக்கு எப்போதும் அடிபணிந்து நடப்பவன்.

மக்களைப் பார்த்து அவர் பேசினார். ஆகவே சம்மதித்தார்கள். மிகுந்த சச்சரவுகளுக்கிடையில் *Enabling Act* அமல்படுத்தப்பட்டது.

ஹிட்லர் சர்வாதிகாரி ஆனார்.

அத்தியாயம் ஏழு

முதல் ஆட்டம்

அதிரடி என்றால் என்ன?

யாருக்கும் தெரியாது. அதாவது ஹிட்லருக்கு முன்பு. நிறைய யுத்தங்கள் நிகழ்ந்திருக்கின்றன. உலக யுத்தமே வந்து போயிருக்கிறது. பல ஆட்சிகள் கவிழ்ந்திருக்கின்றன. சூழ்ச்சிகள் அரங்கேறியிருக்கின்றன. ரத்த வெறியில் ஊறிய மன்னர்களும் மந்திரிப் பிரதானிகளும் கொன்று குவித்திருக்கிறார்கள். அடுத்தவர்களை அழிய அழிய அழித்திருக்கிறார்கள். அடித்து நிமிர்த்தியிருக்கிறார்கள். நம்பவைத்துக் கழுத்தறுத்திருக்கிறார்கள். உலகம் முழுவதும் ஏராளமான கொடூரங்களும் குரூரங்களும் காலம் காலமாக நடந்துவரத்தான் செய்திருக்கிறது.

ஆனால் எது ஒன்றும் ஹிட்லரின் செயல்களுக்கு இணையாகச் சொல்லக்கூடியது இல்லை. செய்வது சிறிய காரியமாக இருந்தாலும் சரி. பெரிய காரியமாக இருந்தாலும் சரி. அவரது பாணி அலாதியானது. எப்போதும் அதிர்ச்சிதரவல்லது. அலறியடித்துக்கொண்டு எழுந்து ஓடச் செய்யக்கூடியது. அந்தப் பாணியை அவர் ஒரு கலையாகப் பயின்று வளர்த்தார். தனக்கெனப் பிரத்தியேகமாக வைத்துக்கொண்டார். யாருக்கும் பிடிபடாத சூட்சுமம் அது.

ஹிட்லர் சர்வாதிகாரி ஆனதும் என்ன செய்யப்போவதாகச் சொன்னார்? பொருளாதார மறுமலர்ச்சி. கடன்களிலிருந்து விடுதலை. கவலைகளிலிருந்து விடுதலை. அல்லவா?

ஆனால் செய்தது என்ன?

அவரது முதல் உத்தரவு ஜெர்மன் கம்யூனிசக் கட்சிக்குத் தடை விதிப்பது தொடர்பானது. இரண்டாவது உத்தரவு, கட்டக் கடைசிவரை அவர் சர்வாதிகாரி ஆவதற்கு ஒத்துழைத்து, வோட்டுப்போட மறுத்த சோஷியல் டெமாக்ரடிக் கட்சிக்குத் தடை விதிப்பது தொடர்பானது.

முதல் உலகயுத்தம் முடிந்தகையோடு 1918ல் ஜெர்மனியில் குடியரசு அமலாகவிருந்த சூழலில் அங்கே உதித்தது கம்யூனிஸ்ட் கட்சி. 1933 வரை ஓரளவு மக்கள் செல்வாக்குடன் தீவிரமாக அரசியல் செய்துகொண்டிருந்தார்கள். பெரிய மெஜாரிடி வாக்கு வங்கி என்று ஏதும் அவர்களுக்கு இல்லை என்றாலும், ஆட்சியாளர்களுக்கு ஒரு சரியான தடுப்புச் சக்தியாகச் செயல்பட்டுக்கொண்டிருந்தார்கள். அரசுகள் என்ன செய்தாலும் கம்யூனிஸ்டுகள் எங்கே குற்றம் கண்டுபிடிக்கப் போகிறார்களோ என்று ஒரு கணமாவது நின்று யோசிக்காமல் நகர்ந்து போக முடியாது அங்கே.

தவிரவும் கம்யூனிஸ்டுகள் இல்லாத பாராளுமன்ற ஜனநாயகத்தில் என்ன சுவாரசியம் இருந்துவிட முடியும்?

அவர்களைத்தான் அடக்கிப் பூட்டி வைத்தார் ஹிட்லர். இனிமேல் இங்கே யாரும் தன்னை கம்யூனிஸ்ட் என்று சொல்லிக்கொள்ளக் கூடாது. சொன்னால் சிறை. கம்யூனிஸ்ட் கட்சி எந்தத் தேர்தலிலும் நிற்க முடியாது. பொதுக்கூட்டங்கள் நடத்த முடியாது. ஊர்வலம் போகமுடியாது. எதிர்ப்புக் குரல் எழுப்பினால் குரல்வளை பிடுங்கப்படும்.

சொல்லிவிட்டுக் கையோடு சில ஊரறிந்த கம்யூனிஸ்டுத் தலைவர்களையும் கைது செய்து உள்ளே தள்ளினார் ஹிட்லர்.

மிரண்டு விட்டார்கள். அந்த அதிர்ச்சியிலிருந்து விடுபடுவதற்குள் சோஷியல் டெமாக்ரடிக்குக்களுக்குத் தடை என்னும் அறிவிப்பு வந்தது. கட்சியின் அனைத்து மட்டத்திலும் அகப்பட்ட அத்தனை பேரையும் சிறைப்பிடித்துவிட்டார்கள். சிலபேர் ரெகுலர் சிறைகளுக்கு அனுப்பப்பட்டார்கள். பல பேரை நாஜிகள் பிரத்தியேகமாக வடிவமைத்துக் கட்டியிருந்த சித்திரவதை முகாம்களுக்கு* (* Concentration Camps - இது குறித்துப் பின்னர் விரிவாகப் பார்க்கலாம்.) அனுப்பிவிட்டார்கள்.

யார் கேட்பது? எதையும் கேள்விக்குள்ளாக்கும் இரண்டு பேரைத்தான் ஹிட்லர் அழித்துவிட்டிருந்தார். ஆகவே அதிர்ச்சியுடன் பார்த்துக்கொண்டிருப்பது தவிர மக்களுக்கு வேறு வழியில்லாமல் போய்விட்டது.

ஹிட்லர் எது குறித்தும் யோசிக்கவில்லை. அடுத்த உத்தரவு ஏவுகணை மாதிரி சீறி வந்து விழுந்தது. இரண்டு இயக்கங்களைத் தடை செய்தது ஒரு சாம்பிள். உத்தரவின் உள்ளர்த்தம் வேறு. தேசத்தில் இனி எந்தக் கட்சியும் இருக்கக் கூடாது. கட்சி அரசியலுக்குத் தடை. ஒரே கட்சி. நாஜி. மற்ற அனைத்தும் ஹிட்லருக்கு பாவ் பாஜி. திருப்தியாகத் தின்று தீர்த்து ஏப்பம் விட்டார்.

என்ன நடக்கிறது என்று புரியவில்லை. சர்வாதிகாரி என்றால் இப்படித்தான் இருப்பார்களோ? மன்னர் இப்படி இல்லையே? அடுத்து வந்த குடியரசுப் பிரதமர்களும் அதிபர்களும் கூட இப்படி இல்லையே? அட, வேறு தேசங்கள் சிலவற்றிலும்தான் சர்வாதிகாரிகளைப் பார்க்கிறோம். எங்கு, யார் இப்படியெல்லாம் ஆரம்பத்திலேயே அடித்து விளையாடுகிறார்கள்?

வியப்பும் கலவரமும் குழப்பமுமாகப் பேசிக்கொண்டிருந்தார்கள்.

ஹிட்லர் கட்சிகளைத் தடை செய்த கையோடு, நாட்டில் தொழிற்சங்கங்கள் என்று ஏதும் இருக்கக்கூடாது என்று அடுத்த மடியில் கைவைத்தார். தேசம் முழுவதிலும் உள்ள தொழிலாளர்களை ஒன்றிணைக்கும் தொழிலாளர் கூட்டமைப்பு என்றொரு புதிய அமைப்பு உருவாக்கப்பட்டது. நாஜிக்கட்சியின் கழுத்து, கை, கால்களிலிருந்து சில உறுப்புகளை எடுத்து அங்கே தலைமைப் பொறுப்பில் உட்கார வைத்தார் ஹிட்லர்.

இனி தொழிற்சங்கங்களுக்கு வேலை இல்லை. எதுவானாலும் தொழிலாளர் கூட்டமைப்பு பார்த்துக்கொள்ளும். தொழிற்சங்கங்கள் கட்சி வேலைதான் பார்க்கின்றன. தொழிலாளர்களுக்கு உருப்படியாக என்ன செய்திருக்கின்றன? இனி இந்நிலைமை மாறும். தொழிலாளர்களுக்கு என்ன பிரச்னை என்றாலும் கூட்டமைப்பிலிருந்து நேரடியாக என்னை அணுகலாம். உடனடித் தீர்வு என்று ஹிட்லர் சொன்னார்.

எத்தனை காலமாக ஹிட்லர் யோசித்துவைத்திருந்த விஷயங்கள் இவை!

அவரது மெய்ன் காம்ஃப் வெளியானபோது ஒரு நகைச்சுவை நூலைப் படிப்பது போலப் படித்துச் சிரித்த ஜெர்மானியர்கள் அத்தனை பேரும் அதை நினைவுகூர்ந்து யோசித்துப் பார்த்தார்கள். அடப்பாவி! அன்று சொன்னதையெல்லாம் தானே இன்றைக்குச் செய்து காட்டுகிறார்! அல்லது இன்று செய்துகொண்டிருந்தவற்றைத்தான் அன்றைக்கு ஹிட்லர் பட்டியலிட்டிருந்தார் என்றும் சொல்லலாம்.

ஹிட்லர் அடுத்தவர் கருத்துக்குத் தான் காது கொடுக்கமாட்டாரே தவிர, தன்கருத்தை, தான்சொன்னதை எத்தனைகாலம்கழித்தேனும் நனவாக்காமல் ஓய்ந்ததில்லை. அவரது இயல்பு அப்படி. அந்த ஆளுமை அப்படிப்பட்டது.

–

கட்சிகளை ஒழித்தாகிவிட்டது. தொழிற்சங்கங்களை ஒடுக்கியாகிவிட்டது. தன்னாட்சி அதிகாரம் பெற்ற மாகாண அரசுகளைக் கலைத்தாகிவிட்டது. முழு ஜெர்மனியும் தன் கட்டுப்பாட்டுக்கு வந்துவிட்டது.

இனி என்ன? ஆ, அந்தக் கிழ அதிபர் ஹிண்டர்பர்க் இன்னும் இருக்கிறார். எண்பத்தைந்து வயதிலும் பதவியை விட்டு இறங்காத ஜந்து. அப்புறம் ஒரு வேண்டாத சுமையாக துணை சான்சிலர் என்கிற பொறுப்பில் இருக்கிற முன்னாள் சான்சிலர் பாபன். இந்த இரண்டு பேரையும் என்ன செய்வது? இடுப்பில் முடிந்துகொண்ட சுண்டெலி மாதிரி எப்போதும் படுத்தும் இம்சை அரசர்கள்.

ஹிட்லர் யோசித்தார். நேர் வழியில் இவர்களை ராஜினாமா செய்யுங்கள் என்று கேட்டால் செய்யமாட்டார்கள். சட்டம் பேசுவார்கள். வெத்து சண்டை போடுவார்கள். எனவே, வேறு வழியில்தான் சமாளித்தாகவேண்டும்.

தன் அடிப்பொடிகளாக அவர் பலகாலம் தடவிக்கொடுத்து வளர்த்து வந்திருந்த நாஜிக் கட்சியின் பிரத்தியேக ராணுவம் நினைவுக்கு வந்தது. *SA* என்று சுருக்கமாகவும் *Sturmabteilung* என்று நம்மால்

படிக்க முடியாத விதத்திலும் அழைக்கப்படும் புயல் படை. அந்த ஜெர்மானியச் சொல்லுக்கு இதுதான் அர்த்தம். புயல்வேகப் படை. மின்னல் படை என்றும் சொல்வார்கள்.

முதல் முதலில் ம்யூனிக்கில் ஹிட்லர் ஒரு புரட்சியைத் தொடங்கிப் பாதி வழியில் கைதான காலம் தொடங்கி, அவர் ஜெர்மனியின் சர்வாதிகாரி ஆன காலம் வரை அவரது ஒவ்வொரு கட்ட நடவடிக்கையிலும் இந்தப் புயல் படையின் பங்களிப்பு உண்டு. குறிப்பாக, தேர்தல் பிரசார காலங்களிலும் கலவரத் திருவிழா தினங்களிலும் நகரச் சாலைகள் இவர்களால் நிரப்பப்படும். அணி வகுப்பும் விரைத்த சல்யூட்டுகளும் அதிரடிகளும் அமர்க்களப்படும். அத்தனை பேரும் ஆயுத தாரிகள். முறையான போர்ப்பயிற்சி பெற்றவர்கள். ஹிட்லர்மீதிருந்த காதலினால் நாஜிக் கட்சியில் சேர்ந்து, கட்சியின் ராணுவமாகக் கண்ணும் கருத்துமாக வளர்க்கப்பட்டவர்கள்.

அந்தப் படையின் தளபதிகளை ஹிட்லர் அழைத்தார். அதிபர் ஹிண்டன்பர்க் பதவி விலகவேண்டும். உடனடியாகக் கொல்ல வேண்டாம். முதலில் பேசிப்பாருங்கள். மசியவில்லை என்றால் மிரட்டிப் பாருங்கள். மிரட்டலுக்கும் பணியவில்லை என்றால் அடித்துப் பாருங்கள். அடித்தும் கேட்கவில்லை என்றால் மட்டும் அழித்துவிடுங்கள்.

இதுதான் உத்தரவு. வாங்கி பாக்கெட்டில் போட்டுக்கொண்டு அவர்கள் நேரே ஹிண்டன்பர்க்கின் வீட்டுக்கே போய்விட்டார்கள். முறைப்படி நோட்டீஸ் கொடுக்கும் வைபவம் நடைபெற்றது. ஐயா, அதிபரே தயவு செய்து பதவி விலகிவிடுங்கள்.

பிறகு தொலைபேசி வழியாகவும் தபால் மூலமாகவும் நேரடியாகவும் மறைமுகமாகவும் மெல்ல மெல்லத் தங்கள் லீலைகளை ஆரம்பித்தார்கள்.

மறுபுறம் துணை சான்சிலர் பாபனை அரசியல் அகதி ஆக்கும் முயற்சியை ஹிட்லரே ஆரம்பித்தார். ஒத்துழையாமை இயக்கம் என்றும் அதனைச் சொல்லலாம். அவையில் ஒரு ஜந்துவும் துணை சான்சிலரை மதிக்காது. அவரது கருத்து எதுவும் காதில் வாங்கப்பட மாட்டாது. கருத்தென்ன? அவருக்குப் பேசுவதற்கே சபாநாயகர் அனுமதி கொடுக்க மாட்டார். இந்த

விஷயத்தில் கட்சி பேதமே இல்லை. அவையில் இருந்த அத்தனை பேரும் ஹிட்லரின் அடிப்பொடிகளாக மட்டுமே அப்போது இருந்தார்கள். வென்று அடைந்த சீட்டுகள் கொஞ்சம். கட்சிகளைக் கலைத்தபோது அபகரித்த சீட்டுகள் கொஞ்சம். பழைய மாற்றுக்கட்சிக்காரர்களிலேயே ஹிட்லரை ஆதரிப்பதாக வாக்குறுதி கொடுத்துவிட்டுப் பதவியில் ஒட்டிக்கொண்டிருந்த அபலைகள் கொஞ்சம்.

எல்லாம் நாஜி மயம். அனைத்தும் ஹிட்லர் மயம். பாபன் வெறுத்துப் போனார். மெல்ல மெல்ல ஒதுங்கத் தொடங்கினார்.

அங்கே நாஜி ராணுவ வீரர்களால் மிரட்டப்பட்டுக்கொண்டிருந்த அதிபர் ஹிடன்பர்க்குக்கு என்ன செய்வதென்று தெரியவில்லை. அவருக்கு வயதாகியிருந்தது. சரியாகச் சொல்வதென்றால் தள்ளாத வயது. உண்மையிலேயே அவர் தேச சேவையாகத்தான் அதிபர் பொறுப்பை ஏற்று நடத்திக்கொண்டிருந்தார். இப்படி அபகரித்துக்கொண்டு போகப்படும் ஒரு போகப்பொருளாக அந்தப் பதவி ஆகும் என்று அவர் கனவிலும் நினைத்துப் பார்த்திருக்க முடியாது.

தீராக் கவலையுடனும் தினசரித் தொந்தரவுகளுடனும் போராடிக்கொண்டிருந்த ஹிண்டன்பர்க், 1934 ஆகஸ்ட் 2ம் தேதி காலமாகிப் போனார். இயற்கையான மரணம்தான். ஹிட்லரிடமிருந்து தப்பித்த நிம்மதி கண்டிப்பாக அவரது ஆன்மாவுக்குக் கிட்டியிருக்கும்.

இனிமேல் என்ன? ஹிட்லர் துள்ளிக் குதித்தார்.

‘ஐயா.. அதிபர் இறந்துவிட்டார்.. அதிபர் பதவிக்கான தேர்தல்..’

ஹிட்லர் முறைத்தார். தொண்டையைக் கனைத்துக்கொண்டு நாட்டு மக்களுக்கு அறிவித்தார். தேர்தல் ஒரு தண்ட செலவு. நான் இருக்கும்போது அதிபர் எதற்கு? அப்படி அவசியம் வேண்டுமென்றால் நானே அதிபராகவும் பொறுப்பேற்கிறேன். இனி ஜெர்மனியின் சான்சிலராகவும் அதிபராகவும் நானே இருப்பேன். சில பாதுகாப்புக் காரணங்களுக்காக ராணுவத் தளபதி பொறுப்பையும் நானே ஏற்றிருக்கிறேன்.

இதையெல்லாம் சட்டபூர்வமாக்குவதற்காக அந்த வருடம் ஆகஸ்டில் ஒரு கண்துடைப்பு வாக்கெடுப்பு நடத்தப்பட்டது. ஹிட்லர் ஜெர்மனியின் பூரண சர்வாதிகாரி ஆனதை எண்பத்தைந்து சதவீதம் பேர் அங்கீகரித்து இருப்பதாக அறிவிக்கப்பட்டது. மிச்சமுள்ள பதினைந்து சதவீதத்தினரைப் பற்றிப் பெரிய கவலை ஏதுமில்லை. நாஜிக் கட்சியினர் பார்த்துக்கொள்வார்கள். அவ்வளவுதான்.

கட்சி, ஆட்சி, ராணுவம். மூன்றும் ஹிட்லரின் கரங்களில் இப்போது இருந்தன. அல்லது கட்சி, ஆட்சி, ராணுவம் மூன்றாகவும் ஹிட்லர் இருந்தார்.

அத்தியாயம் எட்டு

வணக்கம் யூதனே!

ஹிட்லர் பிறப்பதற்குச் சுமார் ஆயிரத்தி எண்ணூறு ஆண்டுகளுக்கு முன்னர் ஜெர்மனிக்கு யூதர்கள் வரத் தொடங்கினார்கள். எங்கெல்லாம் பிழைக்க வழியுண்டோ, அங்கெல்லாம் சென்று குடியேறிக்கொண்டிருந்த யூதர்கள். அவர்களுக்குச் சொந்த மண் என்று ஒன்று கிடையாது அப்போது. என்றாவது ஒருநாள் அது அமையும் என்கிற நம்பிக்கை இருந்தது. அது அமைவது இருக்கட்டும். இருக்கிற காலத்தில் வாழ்ந்தாக வேண்டுமல்லவா?

ஜெர்மானிய யூதர்கள் முதல் முதலில் ரைன் நதிக் கரைகளில் தங்கள் குடியிருப்புகளை ஏற்படுத்திக்கொள்ளத் தொடங்கினார்கள். வளமையான இடம். விவசாய பூமி.

கி.பி. 321 என்று அந்தக் காலக்கட்டத்தை சரித்திர ஆசிரியர்கள் யூகிக்கிறார்கள். தகவலில் அத்தனை துல்லியம் இருக்கிறதா என்று உறுதிப்படுத்த முடியாது. ஆனால் அந்நாளில் உலகில் ஹிட்லர்கள் இல்லையாதலால் அவர்கள் வந்து குடியேற பகுதியில் வாழ்வதில் பெரிய பிரச்னை ஏதுமில்லாமல் இருந்தது. ஜெர்மானிய நிலப்பரப்பையும் சேர்த்து ஆண்டுகொண்டிருந்த ரோமானிய மன்னர்கள் யூதர்களுக்கு சட்டபூர்வமான உரிமைகளை வழங்கியிருந்தார்கள். வரலாம். தங்கலாம். வாழலாம். தொழில் செய்யலாம். ஒரே ஒரு நிபந்தனை இருந்தது. கிறித்துவர்களை அடிமைகளாக (உலகம் முழுவதும் அடிமைகளை வைத்துக்கொள்ளும் வழக்கம் அப்போது இருந்தது. ஒருவரின்

வளமை என்பது அவரிடம் இருக்கும் பணம், நிலம், அடிமைகளின் எண்ணிக்கையைக் கொண்டு தீர்மானிக்கப்பட்டுக்கொண்டிருந்த காலம்.) அவர்கள் வைத்துக்கொள்ளக் கூடாது.

காலனிய ஆதிக்க காலத்திலும் பிரமாதமான கஷ்டங்கள் அவர்களுக்கு இல்லை. எப்போதும் இருந்த இருப்பியல் சிக்கல்கள். அவ்வப்போது வந்து போகும் அதிரடி மன்னர்கள் இருக்கவே செய்தார்கள் என்றாலும் சொல்லிக்கொள்ளும்படியான சோகங்கள் ஏதும் கிடையாது.

கி.பி. 1096 வரை ஜெர்மனியில் வாழ்ந்த யூதர்கள் சௌக்கியமாகத் தான் இருந்தார்கள். ஐரோப்பா முழுவதும் கிறித்தவம் மிகத் தீவிரமாக வளர்ந்து செழிக்கத் தொடங்கிய காலத்தில் யூதர்களுக்குப் பிரச்னை வளர ஆரம்பித்தது. இயேசுவைக் கொன்றவன் ஒரு யூதனே அல்லவா? ஆனால் இயேசுவும் ஒரு யூதர். அது பிரச்னை இல்லை. இயேசுவைக் கொன்றவர்களைச் சும்மா விடக்கூடாது.

சுமார் பன்னிரண்டாயிரம் யூதர்கள் அந்த வருடம் தொடங்கி, அடுத்த முன்னூறு ஆண்டுகளில் பல்வேறு சந்தர்ப்பங்களில் ஜெர்மனியில் நடந்த இனக்கலவரங்களில் கொல்லப்பட்டார்கள். ஜெர்மனியில் மட்டுமல்லாமல் பக்கத்து தேசமான போலந்திலும் இது நடந்தது. பொதுவாகவே ஐரோப்பாவில் உள்ள அத்தனை தேசங்களிலும் அவ்வப்போது யூதர்களுக்கு வாழ்வதில் பிரச்னை இருந்த காலம் அது. பிறகு சகிப்புத்தன்மை வளரத் தொடங்கி, மீண்டும் அவர்கள் வாழ்வில் நிம்மதி வந்தது.

பதினாறாம் நூற்றாண்டுக்குப் பிறகு மறுபடியும் மண்டையிடி. கொடுமைக்கார மன்னர்கள் அப்போது இல்லை என்றாலும் மக்கள் அடிக்கடி ஏதாவது சிக்கல் செய்துகொண்டுதான் இருந்தார்கள். மன்னர்களால் பெரிய அளவில் ஒன்றும் செய்ய முடியவில்லை. கலவரம் உண்டாகி அவ்வப்போது யூதர்கள் படுகொலை செய்யப்பட்டுக்கொண்டிருந்தபோது மறக்காமல் அனுதாபம் தெரிவித்துக்கொண்டிருந்தார்கள்.

பதினெட்டாம் நூற்றாண்டில் அவர்கள் அங்கே சாதிக்க ஆரம்பித்திருந்தார்கள். கல்வி, பொருளாதாரம், விஞ்ஞானம், அரசியல் என்று பல துறைகளில் யூதர்கள் மெல்ல மெல்ல முன்னேறி, குறிப்பிடத்தகுந்த அளவில் ஜெர்மனியின் வளர்ச்சியில் அவர்களது

பங்களிப்பு இருந்தது. நிறைய தொழிற்சாலைகளை உருவாக்கி வேலை வாய்ப்புகளை ஏற்படுத்தினார்கள். பள்ளிக்கூடங்கள் கட்டினார்கள். கல்லூரிகளைக் கட்டினார்கள். பல்வேறு அரசுகளில் யூதர்கள் தீர்மானிக்கிற பொறுப்புகளில் இருந்தார்கள்.

நெப்போலியன் காலத்துக்குப் பிறகுதான் ஜெர்மனியில் தேசியவாதம் என்றொரு கோஷமே எழத் தொடங்கியது. அது விரிவடைய ஆரம்பித்தபோதுதான் ஜெர்மானியர்கள், யூதர்கள் என்கிற பிரிவினை மனப்பான்மையே உருவாகத் தொடங்கியது. ஆனபோதிலும் பிரச்னை என்று அதிகம் சொல்வதற்கில்லை. வசதியற்ற ஜெர்மானியர்கள் யூதர்களின் வளமை கண்டு புழுங்கியது இயல்பான நிகழ்வாக இருந்தது. ஒன்றும் செய்வதற்கில்லை. யூதர்கள் கல்வியில் தேர்ந்திருந்தார்கள். ஆகவே, வாய்ப்புகள் அவர்களுக்கே முதலில் சென்றன. அவர்கள் சிக்கனவாதிகளாக இருந்தார்கள். எனவே, சேமிப்பு சாத்தியமாகி, சொத்து சேர்ந்தது. சேர்ந்த பணத்தை அழகாக வட்டிக்கு விடத் தொடங்கினார்கள். பணம் மேலும் பெருகியது. பெருகிய பணத்தைத் தொழிற்சாலைகளில் முதலீடு செய்தார்கள். இன்னும் அதிகரித்தது.

சுருக்கமாகச் சொல்வதென்றால், யூதர்கள் வாழத் தெரிந்தவர்கள். எந்தச் சிக்கலிலும். எந்தச் சூழலிலும். எந்த தேசத்திலும். எந்தக் காலத்திலும். வாழ்ந்தாகவேண்டும் என்கிற அவர்களுடைய வெறி அவர்களைப் பெரும்பாலும் சுயநலமிகளாக அடையாளம் காட்டியிருக்கிறது. வட்டித்தொழில் விஷயத்தில் மேற்கொண்ட கறார் மனப்பான்மை, ஐரோப்பிய கிறித்துவர்களிடையே கசப்புணர்வை உண்டாக்கியது. இதுதான் கொஞ்சம் கொஞ்சமாகப் பெருகி, யூதர்கள் ஒழிக்கப்பட வேண்டியவர்கள் என்று உலகம் முழுவதும் எண்ணத் தொடங்குவதற்கு ஒரு தொடக்கப்புள்ளியானது.

–

ஹிட்லரும் நினைத்தார். யூதர்கள் ஒழிக்கப்பட வேண்டியவர்கள். அவருடைய தேசியவாதக் காரணங்களின் நியாய அநியாயங்கள் விவாதங்களுக்கு அப்பாற்பட்டவையாக இருந்தன. ஜெர்மானியர்கள் வாழ வேண்டுமானால் ஜெர்மன் யூதர்கள்

அழியவேண்டும். எப்படி கம்யூனிஸ்டுகள் ஒழியவேண்டுமோ அப்படி. எப்படி நாஜிக் கட்சியின் அரசியல் எதிரிகள் இல்லாது போகவேண்டுமோ அப்படி. தேசத்தில் இருந்த வறுமை, வேலையில்லாத் திண்டாட்டம், விலைவாசி உயர்வு அனைத்துக்கும் யூதர்கள்தான் காரணம் என்று நாஜிகள் குற்றம் சாட்டினார்கள். இருக்கவே இருக்கிறது முதல் உலக யுத்தத்தில் ஜெர்மனி அடைந்த படுதோல்வி.

ஒரு விஷயம். ஒழித்துவிடுவது என்று முடிவு செய்துவிட்டார். அதன்பின் காரணங்களைத் தேடிக்கொண்டிருப்பது அத்தனை முக்கியமா என்ன? தவிரவும் சர்வாதிகாரி. கேட்க ஒரு நாதி கிடையாது. பொறுப்பேற்ற உடனேயே தீவிரமாக யூத ஒழிப்பு நடவடிக்கைகளை ஆரம்பித்தார் ஹிட்லர்.

1933ம் ஆண்டு ஏப்ரல் மாதம் முதல் தேதி தொடங்கியது அது. ஹிட்லரின் முதல் உத்தரவு இது : இனிமேல் ஜெர்மனியில் எந்த யூதரும் டாக்டர் தொழில் பார்க்கக் கூடாது. யாரும் வழக்கறிஞர்களாகப் பணியாற்றக் கூடாது. யூதர்களுக்குக் கடை வைத்துப் பிழைப்பு நடத்த அனுமதி இல்லை. ஜெர்மானியர்களே கவனியுங்கள். யூத டாக்டர்கள், வழக்கறிஞர்களை நீங்கள் புறக்கணித்தே ஆகவேண்டும். இது சட்டம். யூதக் கடைகளில் கடலை மிட்டாய் வாங்கினாலும் குற்றம் .

இந்த உத்தரவு வந்த ஆறாவது நாள் அடுத்த உத்தரவு வெளியானது. ஜெர்மானிய அரசாங்கத்தில் பணியாற்றிக்கொண்டிருக்கும் அத்தனை யூதர்களும் உடனடியாகப் பதவி நீக்கம் செய்யப்படுகிறார்கள். யூதர்களுக்கு ஜெர்மனியில் அரசுப் பணியாற்றும் உரிமை கிடையாது.

மிகத் தெளிவாக இருந்தார் ஹிட்லர். ஜெர்மனியில் யூதர்களுக்கு இடமில்லை. அவ்வளவுதான். வெளியேறுங்கள் என்று சொல்லமுடியாது. சொன்னால் கேட்கிறவர்கள் இல்லை. எனவே வெளியேற்றுவதற்கான நடவடிக்கைகளை விதவிதமாகத் தொடங்கினார்.

1935 மே மாதம் ஹிட்லர் ராணுவத்தில் கைவைத்தார். ஒரு யூதரும் அங்கே இருக்கக் கூடாது. ஒரு வரி உத்தரவு. உடனடி அமலாக்கம். தவிரவும் ராணுவத்தையும் நாஜிக் கட்சியின் பிரத்தியேக

ராணுவத்தையும் அவர் ஒன்றிணைத்தார். உரசல்கள் கூடாது. மோதல்கள் கூடாது. இரண்டும் ராணுவம்தான். இரண்டுக்கும் ஒரே தளபதி. ஏதாவது வம்பு வழக்கு வந்தால் தீர்த்துவிடுவேன்!

கடுமையான உத்தரவு. ஜெர்மானிய ராணுவ வீரர்களுக்கு வேறு வழியில்லாமல் போனது. ஹிட்லர், அங்கிருந்த யூதர்களை நீக்கிவிட்டு அந்த இடத்தில் தமது மின்னல் படையினரை உட்காரவைத்துவிட்டார்.

அந்த வருடம் வரையப்பட்ட நியூரம்பர்க் சட்டங்கள் (Nuremberg Laws) கிட்டத்தட்ட ஹிட்லர் என்ன செய்ய உத்தேசித்திருக்கிறார் என்பதைப் படம் வரைந்து பாகம் குறித்துவிட்டன. ஜெர்மனியின் மக்கள் தொகைக் கணக்கெடுப்பில் சில புதிய அறிவியல்பூர்வமான வழிமுறைகள் புகுத்தப்படுகின்றன என்று முன்னதாகச் சொல்லப்பட்டது.

அந்த அறிவியல், மக்களின் இனப் பின்னணியை மட்டுமே ஆராய்ந்தது. ஜெர்மனியில் வசிக்கும் ஒவ்வொரு ஆண், பெண்ணிடமும் ஒரு கேள்வி கேட்கப்பட்டது. பதில் சொல்லியே ஆகவேண்டிய கேள்வி.

உன் தந்தை, உன் தாத்தா, உன் கொள்ளுத்தாத்தா, உன் எள்ளுத்தாத்தா. நான்கு பேரும் ஜெர்மானியர்களா?

ஆம் என்றால் ஆதாரம் காட்டு. ஆதாரம் சரியாக இருக்கிறதா? நல்லது. நீ சௌக்கியமாக இருக்கக் கடவாய். ஜெர்மானியக் காவலர் ஹிட்லரின் நிழற்குடையில் நீ சகல சம்பத்துகளும் பெற்று சந்ததி வளர்த்துக் கிடக்கக் கடவாய்.

உன்னால் நாலு தலைமுறை ஜெர்மானிய முன்னோரைக் காட்ட முடியவில்லையா? ஒரு காரியம் செய்யலாம். நீ ஓடிப்போகலாம். இரண்டு அல்லது மூன்று தலைமுறை யூதத் தாத்தாக்கள் உனக்கு இருக்கிறார்களா? மன்னிக்கவும். நீ இறந்தே தீரவேண்டியவன்.

நம்புங்கள். உண்மையிலேயே வீதி வீதியாக, வீடு வீடாக நாஜிகள் இந்தக் கணக்கெடுப்பை நடத்தினார்கள். யாரும் ஏமாற்ற முடியாது. மாற்றிச் சொல்ல முடியாது. முன்னதாக, வாக்காளர் பட்டியல் முதல் வம்ச ஜாதகம் வரை கையில் வைத்துக்கொண்டுதான் வீட்டுக் கதவைத் தட்டுவார்கள்.

இதென்ன அராஜகம் என்று யூதர்கள் கொதித்தார்கள். தவித்தார்கள். கதறினார்கள். ஆனால் அதற்குமேல் ஒன்றும் செய்யமுடியவில்லை. இப்படியொரு சட்டம் ஜெர்மனியில் புதிதாக அறிமுகப்படுத்தப்படுகிறது என்கிற விஷயம் கேள்விப்பட்டதுமே பிற ஐரோப்பிய தேசங்கள் ஜெர்மனிக்கான தங்கள் வாசல்களை மூட ஆரம்பித்தன.

ஹிட்லர் அசரவில்லை. நல்லுறவுகளுக்கு கெஞ்சிக் கொண்டிருப்பவன் ஹிட்லர் ஆகமாட்டான். கொஞ்சம் பொறுங்கள் நண்பர்களே, ஜெர்மனி கூடிய சீக்கிரம் உலகளந்த பெருமாளுக்கு ஒன்று விட்ட சகோதரனாகப் போகிறது. நீங்கள் மூடிய கதவுகளை எங்கள் கால்கள் உதைத்துத் திறக்கப் போகின்றன. அப்போது அடிபணிவதைத் தவிர உங்களுக்கு வேறு வழியில்லாமல் போகும். அதற்குமுன் இங்கே செய்து முடிக்க வேண்டிய சில்லறை வேலைகள் கொஞ்சம் இருக்கின்றன. இதோ வருகிறேன்.

ஆகஸ்ட் 20, 1935ம் ஆண்டு ஹிட்லரின் அமைச்சரவை மேற்படி நியூரம்பர்க் சட்டங்களைச் செயல்படுத்துவதில் உள்ளடங்கிய பொருளாதாரத் தேவைகள் குறித்துப் பேசுவதற்காகக் கூடியது. லட்சக்கணக்கான யூதர்கள் தேசம் முழுதும் இருக்கிறார்கள். கணக்கெடுப்பு முடியவே வெகுகாலம் ஆகும். அதற்குள் அவர்கள் ஏதாவது தகிடுதத்தங்கள் செய்ய முயற்சி செய்வார்கள். முயற்சிகள் அனர்த்தமாகும். தவிரவும் ஏராளமாகச் செலவு பிடிக்கும் கணக்கெடுப்புப் பணி. தேசத்தைப் பொருளாதார ரீதியில் முன்னேற்றுவதாகவாக்களித்துவிட்டு ஆட்சிக்குவந்திருக்கிறோம். யூதர்களை ஒழித்துவிட்டு, அவர்களுடைய தொழிற்சாலைகளை என்ன செய்யப்போகிறோம்? அவர்களுடைய கல்லூரிகளை, பல்கலைக் கழகங்களை, பெரிய பெரிய வர்த்தகச் சாலைகளை என்ன செய்யப்போகிறோம்?

கவலையுடன் கேட்டுக்கொண்டார்கள். சேச்சே. இதென்ன கவலை? நம்மிடம் ஆள்களா இல்லை? நாஜிக்கட்சியினர் என்ன வெத்துவேட்டுகளா? எதைக்கொடுத்தாலும் திறம்பட எடுத்து நடத்துவார்கள். கவலையே வேண்டாம். முன்னைக்காட்டிலும் பொருளாதாரம் வேகமாகத்தான் வளரப்போகிறது.

கரிசனத்துடன் பதிலும் சொல்லிக்கொண்டார்கள்.

ஒரு விஷயம். ஹிட்லர் உலகம் என்ன நினைக்கிறது, எப்படிப் பார்க்கிறது என்றெல்லாம் இந்தக் காலக்கட்டத்தில் நினைக்கவேயில்லை. செய்து முடித்துவிட்டு உலகத்தைக் கவனித்துக்கொள்ளலாம் என்றுதான் அவர் நினைத்தார். அதனால்தான் ஒரு நாள் தவறாமல் ஒட்டுமொத்த மேற்குலகமும் ஹிட்லரின் ஆட்சிக்கு எதிராகத் தங்கள் மீடியா மூலம் கண்டனம் தெரிவித்துக்கொண்டிருந்தபோது அவர் வெளி தேசத்துப் பத்திரிகைகள் எதுவும் ஜெர்மானிய எல்லைக்குள் எட்டிப்பார்க்க முடியாதபடி கதவை இழுத்து மூடி வைத்தார். தவிர, உள்நாட்டுப் பத்திரிகைகளுக்கும் தணிக்கை முறையைக் கொண்டுவந்தார்.

பிரசாரத்துறை அமைச்சர் ஜோசஃப் கெப்பல்ஸ் தலைமையிலான கமிட்டி அதற்குப் பொறுப்பேற்றிருந்தது. ஒவ்வொரு நாளும் குறிப்பிட்ட நேரத்தில் ஜெர்மானிய மீடியாவின் தலைவர்கள் அங்கே ஆஜராகவேண்டும். மறுநாள் என்னென்ன செய்திகள் வெளியாகப்போகின்றன? கெப்பல்ஸ் அவர்களுக்கு ஒவ்வொரு செய்தியாக எடுத்துச் சொல்வார். இதை எட்டு காலம் போடுங்கள். இது ஆறு காலம். இது சிங்கிள் காலம். இது ஃபுல் பேஜ். இது அரைப்பக்கம். இது பிட் மேட்டர். இங்கே இந்தப் படத்தை வையுங்கள். அங்கே ஒரு ஆய்வுக்கட்டுரை சேருங்கள்.

எல்லா செய்திகளுக்கும் அந்தச் செய்தி ஆசிரியர்கள் அங்கேயே தலைப்பு எழுதிக் காட்டி அனுமதி பெற்றாக வேண்டும். அனுமதிக்கப்பட்ட சொற்களுக்கு மேல் ஒரு சொல் கூட பத்திரிகையில் வரக்கூடாது. வந்தால், மறுநாள் பத்திரிகை வராது. பத்திரிகை அதிபர் வீட்டுக்கு வரமாட்டார்.

பிரச்னைக்குரிய நியூரம்பர்க் சட்டங்கள் அறிமுகப்படுத்தப்பட்ட வாரத்தில் ஜெர்மானியப் பத்திரிகைகள், நாட்டில் விவசாயம் செழிக்க ஹிட்லர் அரசு வகுத்தளிக்கும் புதிய திட்டங்கள் என்று பக்கம் பக்கமாக எழுதிக்கொண்டிருந்தன. யூதர்களுக்கு எதிராக அரசாங்கம் எடுத்துக்கொண்டிருக்கும் நடவடிக்கைகள் அனைத்தும் பூசி மெழுகப்பட்ட துணுக்குச் செய்திகளாக மட்டுமே தரப்பட்டன.

1 யூதர்களுக்கும் ஜெர்மானியர்களுக்கும் கலப்பு மணம் தடை செய்யப்படுகிறது.

2 அரசாங்க வழக்கறிஞர் மட்டும்தான் விவாக - விவாகரத்து வழக்குகளைக் கையில் எடுப்பார். எந்தத் திருமணம் செல்லும், செல்லாது என்பதை அவர் மட்டுமே தீர்மானிப்பார்.

3 ஒருவர் யூதர் என்று தெரியாது போனாலும், அவரது ஒரே ஒரு தாத்தா மட்டும் யூதராக இருந்தது தெரிந்தால் கூடப் போதும். அரசுப் பணியிலிருந்து உடனடியாக அவர் வெளியேற்றப்படுவார்.

4 ஜெர்மனியில் வசிக்கும் யூதர்கள் பெண்களை வீட்டு வேலைகளுக்கு வைத்துக்கொள்ள அனுமதி இல்லை. யூதரல்லாத யாரும் யூதர்களிடம் வேலை பார்க்கக் கூடாது.

5 ஜெர்மானிய தேசியக் கொடியையோ, அந்தக் கொடியின் நிறங்களையோ யூதர்கள் தொட அனுமதி இல்லை.

6 யூதர்கள், யூதக் கொடிகளை ஏற்றவும் அதன் வண்ணங்களைப் பயன்படுத்தவும் செய்யலாம். (எளிதில் அடையாளம் காண!)

7 யூதர்களுக்கு வாக்குரிமை இல்லை. ஜெர்மானியர்கள் மட்டுமே அரசியல் சாசனம் வரையறுக்கும் அனைத்து உரிமைகளுக்கும் தகுதியுள்ளவர்கள்.

இப்படிப் போகும் அந்தச் சட்டங்களுக்கு முடிவில்லை. தேவைக்கேற்ப, அவசரத்துக்கேற்ப உள்துறை அமைச்சர் சட்டத்தில் புதிய திருத்தங்கள், சேர்க்கைகள் கொண்டுவரவும் அதே சட்டத்தில் இடம் வைத்திருந்தார்கள்.

இப்படி யூத ஒழிப்பு என்பதை ஹிட்லரின் தனிப்பட்ட சிந்தனை என்பதிலிருந்து உருவி ஒரு சட்டமாக்கிவிட்டபிறகு, செயல்பாடுகளில் துரிதம் ஏற்படத் தொடங்கியது. நாஜிப் படையினர் வாள்களை உருவிக்கொண்டு வீதியில் இறங்கினார்கள்.

–

பழைய, மிகப்பெரிய தொழிற்சாலைகள். யுத்த காலத்தில் சிதிலமானவை. உற்பத்தி முடங்கியவை. அகண்ட நிலப்பரப்பு கொண்டவை. அடித்துப் போட்டால் கேட்க நாதியில்லை என்கிறபடி அத்வான வெளியில் இருப்பவை. இத்தகைய இடங்களைத் தான் முதலில் தேர்ந்தெடுத்தார்கள்

நாஜிகள். யூத ஒழிப்பு நடவடிக்கைகளுக்கான பிரத்தியேகச் சிறைச்சாலைகளுக்காக அவர்கள் இடம் தேடிக் கொண்டிருந்தார்கள்.

ஜெர்மன் அரசின் ரெகுலர் சிறைகள் இதற்குப் போதாது. பத்தாயிரம் பேர் காணாத குட்டிச் சிறைகள் அவை. நமக்கு வேண்டியது லட்சங்களை அடைத்து அழிக்கத் தேவையான பரந்த இடம். அழித்த சுவடு தெரியாமல் எரிக்கவோ புதைக்கவோ வெட்ட வெளியும் அருகே வேண்டும்.

அத்தகைய இடங்களை முதலில் தேடிப்பிடித்து, தேவையான சில மாற்றங்களைச் செய்தார்கள். அங்கிருந்த ஜன்னல்கள் நீக்கப்பட்டு முற்றிலும் செங்கல் வைத்து அடைக்கப்பட்டது. பத்தாயிரம் பேர் அடைக்கப்படக்கூடிய ஹாலுக்கு இரண்டடிக்கு இரண்டடி அளவே உள்ள இரண்டு ஜன்னல்கள் மட்டும் அனுமதிக்கப்பட்டன. அதுவும் பக்கவாட்டுச் சுவர்களில் இல்லை. மேற்கூரையில். கம்பி போட்ட ஜன்னல். அங்கும் காவலுக்கு ஆளிருக்கும் ஜன்னல்.

யாரும் தப்பித்து வெளியேறிவிடலாம் என்று மட்டும் நினைத்துவிட முடியாது. தினசரி லாரிகளில் சந்தைக்கு மாடு ஏற்றி வருவதுபோல நாஜிகள் யூதர்களைப் பிடித்துக்கொண்டு வருவார்கள். மேல் சட்டையைக் கழற்றிவிட்டு உள்ளே தள்ளிப் பூட்டிவிட்டால், கிடக்க வேண்டியதுதான். கூட்டுப் பிரார்த்தனை செய்யலாம். கூடி அமர்ந்து அழலாம். ஜெர்மனியில் பிறக்க நேர்ந்தது குறித்து வருத்தப்படலாம். அல்லது ஹிட்லரின் ஜெர்மனியில் வாழ நேர்ந்தது குறித்து.

இப்படிப் பிடித்து வரப்படும் யூதர்கள் குறித்து அரசுக்கோ, காவல் துறையினருக்கோ நாஜிப் படையினர் *(Gastapo* என்று அழைக்கப்பட்ட ரகசியக் காவல் படையினரும், *SS* என்று அழைக்கப்பட்ட கறுப்பு யூனிஃபார்ம் அணிந்த பாதுகாப்புப் படையினரும் இப்பணியில் ஈடுபடுத்தப்பட்டனர்.) தகவல் ஏதும் தரத்தேவையில்லை என்பது ஒரு சௌகரியம். யாரையும் கைது செய்யலாம். குற்றப்பத்திரிகை தாக்கல் செய்யவேண்டிய அவசியம் ஏதுமில்லை. விசாரணைக்காக எத்தனை காலம் வேண்டுமானாலும் உள்ளே வைத்திருக்கலாம். விசாரணைக் காலத்தில் கைதி இறந்தால், அதற்கான சிறப்பு விசாரணை, நீதி

மன்றம் என்று நாள் கடத்தப்படாது. இறந்தவர் அங்கேயே அடக்கம் செய்யப்படலாம்.

இத்தகைய வானளாவிய அதிகாரங்களுடன் யூத வேட்டையில் இறங்கிய நாஜிப் படையினர், தம்முடன் விசாரணைக்கு வர மறுக்கும் யூதர்களை நடுச் சாலையில் நிற்க வைத்தே சுட்டுவிடும் வழக்கத்தையும் ஆரம்பித்துவைத்தார்கள். அது மற்றவர்களுக்கு ஓர் எச்சரிக்கை. முரண்டு பிடிக்காமல் வந்து சேருங்கள். சாலையில் இறக்காமல், தனியே போய்ச் சாகலாம்.

யூதர்களுக்கு என்ன செய்வதென்று தெரியவில்லை. எங்கு போய் யாரிடம் முறையிடுவது? சாமர்த்தியம் இருந்த சுமார் ஐந்து லட்சம் யூதர்கள், ஹிட்லர் சான்சிலர் ஆனபோதே முன் யோசனையுடன் சொத்துகளை விற்றுவிட்டு வேறு நாடுகளுக்குக் குடிபோய்விட்டார்கள். மிச்சமிருந்த சுமார் ஆறு லட்சம் பேரின் நிலைமைதான் அந்தரத்தில் ஊஞ்சலாடிக்கொண்டிருந்தது.

தினசரி குறைந்தது ஐயாயிரம் பேரையாவது லாரிகளில் ஏற்றி கான்சண்டிரேஷன் கேம்ப்புகளுக்கு அழைத்துச் சென்றுகொண்டிருந்தார்கள். அன்றைய தேதியில் ஒவ்வொரு ஜெர்மன் காவலருக்கும் ஒரு யூதரையாவது கைது செய்வதென்பது கிட்டத்தட்ட ஒரு கடமை போலவே இருந்தது. அலவன்ஸுகளுக்காகவும் திடீர் விடுப்புகளுக்காகவும் பதவி உயர்வுகளுக்காகவும் கூட அவர்கள் யூத வேட்டை ஆடுவார்கள். கைது செய்யும் அல்லது கொல்லும் யூதர்களின் எண்ணிக்கைக்கு ஏற்ப உயரதிகாரிகளிடம் பாராட்டு கிடைக்கும். உயரதிகாரிகளுக்கு ஹிட்லரிடம்.

முதலில் அந்தப் பிரத்தியேகச் சிறைச்சாலைகளை, கம்யூனிஸ்டுகளை வைப்பதற்காகத்தான் ஹிட்லர் கட்டுகிறார் என்று உலகம் நினைத்தது. யூதர்கள் விஷயத்தில் ஹிட்லரின் விரோத மனப்பான்மை ஓரளவு வெளியே தெரிந்திருந்தது என்றாலும் இத்தனை பெரிய மாபெரும் படுகொலை உற்சவத்தை அவர் உத்தேசித்திருப்பார் என்று யாரும் யூகிக்கவில்லை. செய்தியே வெளியே போகாமல் வருஷக்கணக்கில் நாஜிகள் ரகசியமாகவே இதனைச் செய்ய முடிந்தது.

கம்யூனிஸ்டுகள், தொழிற்சங்கவாதிகள், சோஷலிஸ்டுகள், யூதர்கள் என்று ஹிட்லருக்கு யாரையெல்லாம் பிடிக்காதோ, அவர்கள்

அத்தனை பேரும் இந்தச் சிறைகளுக்கு அனுப்பப்பட்டனர். இருளைத்தவிரவேறொன்றும்இல்லாதகாங்கிரீட்காடுகள்அவை. காற்று வராது. தண்ணீர் இருக்காது. விஷ ஜந்துக்கள் இஷ்ட மித்ர பந்துக்களுடன் உள்ளே குடித்தனம் நடத்தும். இதனுடனெல்லாம் நட்பு பாராட்டித்தான் வாழ்ந்தாக வேண்டும்.

ஒவ்வொரு நாளும் இத்தனை பேரைக் கொல்வது என்று காலை எட்டு மணிக்கு மேலதிகாரிகள் ஒரு பட்டியலைக் கொண்டுவந்து தருவார்கள். நிறைவேற்ற வேண்டிய பொறுப்பில் உள்ள காவலர்கள் பட்டியலைப் படிப்பார்கள். சம்பந்தப்பட்ட கைதிகள் வந்து வரிசையில் நிற்க வேண்டும்.

எப்படிக் கொல்லலாம்? கொதிநீர்த் தொட்டி? திரும்பி நிற்கவைத்துச் சுடுவது? விஷ ஊசி? அடித்தே கொல்வது? உடனடி ப்ராஜக்டா? முழுநாள் நீளும் காட்சிகளுடன் கூடிய ப்ராஜக்டா?

அது அன்றன்றைய தேவை மற்றும் மனநிலையைப் பொறுத்த விஷயம். எப்படியும் மாலை ஆறு மணிக்குள் அன்றைய கணக்கைத் தீர்த்துவிடுவார்கள். தப்பித்தவர்கள் மறுநாள் தம் பெயர் வருமா என்று அன்றைய இரவையும் அத்தனை இரவுகளையும் உறங்காமல் கழிப்பார்கள்.

விசாரணை என்கிற பெயரில் இத்தகைய கொடூர சிறைகளுக்கு அழைத்து வரப்படும் கைதிகளைப் பார்ப்பதற்கு உறவினர்களுக்கு அனுமதி மறுக்கப்பட்டது. அவர்களை எப்போது நீதிமன்றத்துக்கு அழைத்துச் செல்வார்கள் என்றும் சொல்லமாட்டார்கள். ஒரு நாள் வெளியே போன யூதர் வீடு திரும்பாவிட்டால், அவரது குடும்பத்தினர் மனத்தைத் தேற்றிக்கொள்ள வேண்டியதுதான்.

–

ஹிட்லர் ஆட்சிக்கு வந்த முதல் ஆண்டில் கொலைகள் அதிகம் இல்லை. எண்ணூறு யூதர்களும் சுமார் ஆயிரத்தி ஐந்நூறு கம்யூனிஸ்டுகளும் மட்டுமே கொல்லப்பட்டிருந்தார்கள். இவர்களை அடையாளம் கண்டு பிடித்துக்கொண்டு போய் அடைக்கும் பணி மட்டுமே அப்போது மும்முரமாக நடந்தது.

ஆனால் 1938ம் ஆண்டு ஹிட்லர் முதல் முதலில் ஆஸ்திரியா மீது படையெடுத்து, அபகரித்த தினம் தொடங்கி, தேச

எல்லை விரிவடைந்துவிட, யூதர்களின் எண்ணிக்கையும் அதிகரித்துவிட்டது. எனவே, இன்னும் நிறைய சிறைச்சாலைகள். இன்னும் வேகமான கொலை வைபவங்கள். நாஜிகள் சோர்ந்து போகவே இல்லை. அவர்களுக்குக் கொலைத்தொழில் இன்பத்தைக் கொடுத்தது. புதிது புதிதாகக் கொல்லும் உத்திகளைக் கண்டுபிடிப்பது குறித்து அவர்கள் யோசிக்கத் தொடங்கினார்கள்.

முழு மனித உடலை அதிகபட்சம் எத்தனை துண்டங்களாக வெட்டலாம்? இப்படி ஒரு போட்டி ஒருநாள் நடந்தது. அன்றைக்கு முன்னூறு யூதர்கள் இறந்தார்கள். மனிதர்களுக்கும் வேட்டை நாய்களுக்கும் போட்டி வைத்தால் யார் ஜெயிப்பார்கள்? இந்தப் போட்டி நடந்த தினத்தன்று ஐம்பத்தி ஏழு யூதர்கள் குற்றுயிரும் குலை உயிருமாக ஒரு வெட்ட வெளியில் இரவெல்லாம் அலறிக்கொண்டு கிடந்தார்கள். மறுநாள், ‘பரிதாபப்பட்டு’ பெட்ரோல் ஊற்றி உயிருடன் எரித்தார்கள். ஒரு மாபெரும் ஹாலில் சாத்தியமுள்ள அளவுக்கு ஆயிரக்கணக்கில் நிர்வாணமாக அடைத்துவைத்து, இருந்த ஒரே ஒரு ஜன்னல் வழியே மூன்று மணிநேரம் இடைவிடாமல் விஷ வாயுவை உள்ளே செலுத்தினார்கள். மறுநாள், பிணங்களை அப்புறப்படுத்தப் போன ஆறு நாஜிகளும் வாயுத் தாக்குதலுக்கு இறந்துபோனார்கள்!

வருணிக்கச் சொல்லே கிடையாது. அது குரூரத்தின் எல்லைகளைத் தொட்டு மேலும் நகர்ந்துகொண்டிருந்த ஹிட்லரின் இனவெறியாட்டம்.

இத்தகைய ரகசியச் சிறைகளில் நடக்கிற விஷயம் நீண்டநாள் வெளியே தெரியாமலேயே இருந்துவந்தது. மெல்ல மெல்ல விஷயம் கசியத் தொடங்கியபோது, ஜெர்மனியில் எஞ்சியிருந்த யூதர்கள் அலறிக்கொண்டு அண்டை நாடுகளுக்கு ஓடத் தொடங்கினார்கள். சிலர் அரவணைத்தார்கள். சிலர் திருப்பி அனுப்பினார்கள். பரிதாபத்தின் பேரில் பிரிட்டன் ஒரு சமயம் சுமார் நாற்பதாயிரம் ஜெர்மானிய யூதர்களை அகதிகளாக ஏற்றுக்கொண்டது. தவிரவும் சுமார் இருபதாயிரம் ஆஸ்திரிய அகதிகளும் பிரிட்டனுக்குப் போனார்கள்.

அப்படிப் போன ஒரு குடும்பத்தில் பிறந்த பெண் பின்னாளில் பிரிட்டனையே ஆண்டார் என்பது ஓர் உபரித் தகவல். அவர் பெயர் மார்க்கரெட் தாட்சர்.

ஹிட்லரின் ஆஸ்திரிய ஆக்கிரமிப்பைத் தொடர்ந்து அடுத்தடுத்து அவர் யுத்த முஸ்தீபுகளில் இறங்கி, இரண்டாம் உலக யுத்தமே வந்துவிட்டாலும் இந்த யூத ஒழிப்பு நடவடிக்கை மட்டும் எந்த பாதிப்பும் இல்லாமல் நடந்துகொண்டேதான் இருந்தது. அவர்தம் சிறப்புக் காவல் படைப்பிரிவினருக்கு ஓர் உத்தரவிட்டிருந்தார்.

ஜெர்மானிய ராணுவம் நாடு நாடாக முன்னேறும். யுத்தம் நடக்கும். யுத்தத்தில் ஜெர்மனியே வெற்றி பெறும். அரசியல் சூடு பிடிக்கும். அறிக்கைகள் தூள் பறக்கும். உலகமே ஜெர்மனியைத் தூற்றலாம். அதெல்லாம் யுத்தக் காரணங்களுக்காக. ஆனால் நீங்கள் இதைப் பார்த்துக்கொண்டு, வாய்பிளந்து நிற்கக் கூடாது. நாம் கைப்பற்றும் தேசங்கள் அனைத்தும் நம்முடையவை. எனவே, நமது கொள்கைகள் அனைத்துப் பிரதேசங்களுக்கும் பொருந்தும். அனைத்து இடங்களிலும் நீங்கள் சிறைச்சாலைகளைக் கட்டுங்கள். யூதர்களைக் களையெடுங்கள். யுத்த வேகத்தில் இந்தப் பணி கெட்டுவிடக் கூடாது.

செப்டெம்பர் 1939க்குப் பிறகு ஹிட்லரின் யூத ஒழிப்புத் திட்டம் இன்னொரு பரிமாணத்தைத் தொட்டது.

அந்த மாதம்தான் ஹிட்லர் போலந்தின்மீது படையெடுத்து ஆக்கிரமித்தது. எப்படியும் ஒட்டுமொத்த ஐரோப்பாவும் நம்வசம்தான் வரப்போகிறது; இனி யாருக்கு பயந்து ரகசியச் சிறைச்சாலைகளைக் கட்டிக்கொண்டு அழவேண்டும்?

நாஜிப் படையினர் நேரடி நடவடிக்கையில் இறங்க ஆரம்பித்தார்கள். நேரே ஒரு யூதக் குடியிருப்பு அல்லது அவர்களுடைய தேவாலயத்துக்குச் செல்வார்கள். கண்ணில் படும் யாரையும் கூப்பிட்டு, நீங்கள் யூதரா என்று கேட்பார்கள். உயிரே போனாலும் ஒரு யூதர் தம்மை யூதரில்லை என்று சொல்லமாட்டார். ஆகவே, பரிதாபமாகத் தலையாட்டுவார்.

அப்படியே இரண்டடி பின்னால் நகர்ந்து சுட்டுவிட்டு அடுத்த நபரை நோக்கி நடக்கத் தொடங்கினார்கள். கொலைவெறியின் உச்சத்தில் இருந்தார்கள். யூதக் கொலைவெறி. தினசரி குறைந்தது இரண்டாயிரம் பேரையாவது அவர்கள் வேறு வேறு இடங்களில் கொன்றார்கள். புதைக்க இடமில்லாத போது எரித்தார்கள்.

எரிக்கவும் வழியில்லாதபோது நதியிலும் கடலிலும் மலை முகடுகளிலும் தூக்கி எறிந்தார்கள். வீட்டை ஒழித்துக் குப்பையை வெளியே கொட்டுகிற மாதிரி. கரப்பான்பூச்சியை அடித்து அதன் மீசையைப் பிடித்துத் தூக்கிகொண்டு போய் சாக்கடையில் போடுவது மாதிரி.

நாஜிகளில் யார் ஒருவரும் யூதர்களை மனிதர்களாகப் பார்க்கவில்லை. யூதர்களாக மட்டுமே பார்த்தார்கள். 'என்னை ஏன் கொல்கிறீர்கள்? நான் என்ன குற்றம் செய்தேன்?' என்று இறப்பதற்கு முன் ம்யூனிக் நகரத்து யூதர் ஒருவர் தம் எதிரே துப்பாக்கியுடன் நின்றுகொண்டிருந்த நாஜி வீரனைப் பார்த்துப் பரிதாபமாகக் கேட்டார்.

அதற்கு வந்த பதில்: 'நீங்கள் கொலைக்குற்றவாளியாக இருந்தால் கூட மன்னிப்பேன். ஆனால் ஐயோ, யூதனாக அல்லவா இருக்கிறீர்கள்!'

ஹிட்லரின்போலந்துப்படையெடுப்புநடந்துகொண்டிருந்தபோது ஜெர்மனியில் ஒரே வாரத்தில் பத்தாயிரம் யூதர்கள் படுகொலை செய்யப்பட்டார்கள். அத்தனை உடல்களையும் மொத்தமாகக் குவித்து எரித்தது காவல் துறை. இதில் இரண்டாயிரம் பெண்களும் நானூற்றைம்பது குழந்தைகளும் அடக்கம். போலந்து ஹிட்லரின் கரங்களில் விழுந்த சந்தோஷத்தையும் அவர்கள் முன்னூறு யூதர்களைக் கொன்றுதான் கொண்டாடினார்கள்.

போலந்தை ஹிட்லர் வென்றுவிட்டார் என்று தெரிந்ததும் அங்கிருந்த யூதர்கள், உயிரைக் கையில் பிடித்துக்கொண்டு எப்படியாவது எல்லையை விட்டு ஓடிவிடவேண்டும் என்று அலறியடித்துக்கொண்டு கிடைத்த சந்து பொந்துகளின் வழியாகவெல்லாம் ஊரைவிட்டு ஓடினார்கள்.

எதிர்பார்த்திருந்த நாஜிகள், ஒவ்வொரு பெரிய கட்டடத்தின் மாடியிலும் தயாராக நின்றுகொண்டு, சாலையில் ஓடும் மக்களைப் பன்றி சுடுவது போல் சுட்டுச்சாய்த்தார்கள். ஒரு யுத்தத்துக்கு இலவச இணைப்பாக அளிக்கப்பட்ட இன்னொரு குரூரத் தாக்குதலாக இருந்தது அது. வார்ஸா நகர வீதியெங்கும் பிணங்கள். எடுத்துப் போட ஆளில்லை. கொத்தித் தின்ன பயந்து வல்லூறுகளும்

கழுகுகளும் கூட ஹிட்லர் எட்டிப்பார்க்காத தேசங்களாகப் பார்த்துப் பறக்கத் தொடங்கியிருந்தன.

ஏப்ரல் 1940ல் ஹிட்லர் டென்மார்க்கையும் நார்வேவையும் கைப்பற்றினார். அடுத்த வருடம் பிரான்ஸ், பெல்ஜியம், ஹாலந்து. அப்புறம் யூகோஸ்லாவியா, கிரீஸ். கைப்பற்றப்பட்ட பிராந்தியங்களிலெல்லாம் யூத ஒழிப்பு மட்டுமே முதல் நடவடிக்கையானது.

மனித குல சரித்திரத்தில் ஹிட்லர் மேற்கொண்ட யூதப் படுகொலைகளைப் போல் உக்கிரமான இன்னொரு இனப்படுகொலைச் சம்பவம் கிடையாது. கிட்டத்தட்ட அறுபது லட்சம் யூதர்களை அவர் கொன்றார். இன்னொரு ஐம்பது லட்சம் யூதர்களை அகதிகளாக்கி அலையவிட்டார். தாம் கைப்பற்றும் தேசங்களில் உள்ள யூதர்களையெல்லாம் உடனுக்குடன் கைது செய்து கூட்ஸ் வண்டிகளிலும் ரயில்களிலும் பேருந்துகளிலும் அடைத்து ஜெர்மனிக்கு அனுப்பிக்கொண்டே இருந்தார்கள். ஒரு கட்டத்தில் வாகனங்கள் போதவில்லை. மாமிசங்களையும் கால்நடைகளையும் ஏற்றிச்செல்லும் பெட்டிகளில் யூதர்களைத் திணித்து அனுப்பினார்கள். வழியிலேயே மூச்சு முட்டிச் செத்துப்போனவர்களின் எண்ணிக்கை பல்லாயிரம்.

விவரித்துக்கொண்டே போவதில் அர்த்தமில்லை. முதலில் ஹிட்லரைத் திருப்திப்படுத்துவதற்காக ஆரம்பிக்கப்பட்டதுதான் இது. யூத ஒழிப்பு நடவடிக்கை. பின்னர் அது சட்டமாக்கப்பட்டது. எனவே கடமையானது. கொலை கடமை ஆகும்போது குரூரம் வாழ்க்கை முறையாகிறது. அது அப்படியே வளர்ந்து பரிமாண வளர்ச்சியில் மனநோயாகிவிடுகிறது.

சந்தேகமில்லாமல் நாஜிகள் அன்றைக்குக் கொலை நோயாளிகளாகத்தான் இருந்தார்கள். ஹிட்லரைப் போலவே.

அத்தியாயம் ஒன்பது

உலகம் பிறந்தது எனக்காக

ஹிட்லரின் லட்சியம் ஜெர்மனியின் சர்வாதிகாரி ஆவதல்ல. உலகை ஆள்வது. குறைந்தபட்சம் ஐரோப்பா முழுவதையும் ஆள்வது. ஜெர்மனியை உலகின் ஒரே வல்லரசாக ஆக்குவது. அந்த லட்சியத்தை நோக்கிய முதல் படியாகத்தான் அவர் சர்வாதிகாரத்தைப் பார்த்தார்.

இடையூறுகளற்றுப் பணியாற்ற ஓர் உபாயம். எதிர்த்துக் குரல் கொடுக்க யாரும் இருக்கக் கூடாது. விமரிசகர்களுக்கு வேலை கிடையாது. குழி பறிக்கக் கூடியவர்கள் அத்தனை பேரும் குழியில் இறக்கக் கடவர். யூதர்கள், கம்யூனிஸ்டுகள், தொழிற்சங்கவாதிகள், சில்லறைப் புரட்சியாளர்கள்.

ஜெர்மனிக்கு அவர் செய்ய உத்தேசித்திருந்த நல்லவையெல்லாம் யுத்தங்களின் இறுதியில் வரக்கூடியவை என்று எண்ணியிருந்தார். வெர்செயில்ஸ் ஒப்பந்தம். அடச்சே, அது ஒரு வெறுங்காகிதம். கிழித்துக் குப்பையில் போட்டுவிட்டார் ஹிட்லர். ஜெர்மனியைக் கப்பம் கட்டச் சொல்ல நீங்கள் யார்? எனக்குக் கட்டுங்கள் எல்லோரும், கப்பம்.

பெரிய தேசியவாதிதான். சந்தேகமில்லை. ஆனால் ஜெர்மனியை ஒரு வல்லரசாக்கும் கனவை நனவாக்க, அவர் நாடு பிடிக்கும் உபாயத்தை மேற்கொள்ள நினைத்தபோதுதான் ஐரோப்பா இன்னொரு மாபெரும் உலகப் போருக்கு வலுக்கட்டாயமாக இழுத்துவரப்பட்டது.

மாறாக ஹிட்லர் தொழில் துறையில் கவனம் செலுத்தியிருக்கலாம். அவருக்கு அதில் அடங்காத ஆவலும் இருந்தது. அமெரிக்கர்களைப் பாருங்கள். ஐந்து வீடுகளுக்கு ஒருவர் கார் வைத்திருக்கிறார். நாம் என்ன குறைந்து போய்விட்டோம்? ஒவ்வொரு ஜெர்மானியனும் இனி கார் வைத்திருக்க வேண்டும் என்று ஒருநாள் அதிரடியாகப் பேசினார் ஹிட்லர்.

ஒவ்வொரு ஜெர்மானியனும் கார் வைத்துக்கொள்வதா? அதெப்படி சாத்தியம்? அன்றைய தேதியில் ஜெர்மன் மார்க்கின் மதிப்பு பாதாளத்திலிருந்து நாலைந்து படிகள்தான் மேலேற முடிந்திருந்தது. ஏதோ வாழ்ந்தார்கள். சாப்பிட்டார்கள். யூதனாகப் பிறக்காத வரைக்கும் சந்தோஷம் என்று நினைத்துக்கொண்டார்கள். அதற்குமேல் பிரசிடெண்ட் ஹிட்லரிடம் வேறு என்ன எதிர்பார்க்க முடியும்?

ஆனால் ஹிட்லர் எதிர்பார்க்கலாம் என்று சொன்னார். யாரும் நம்பமுடியாத தொள்ளாயிரத்தித் தொண்ணூற்றொன்பது மார்க்குகள் விலையில் அவர் ஒரு காரை உற்பத்தி செய்தார். வோல்ஸ்வேகன் என்று அதற்குப் பெயர். அமெரிக்க மதிப்பில் சொல்வதென்றால் 396 டாலர்கள்.

இந்த விலையில் அன்றைய தேதியில் அமெரிக்காவில் கூடக் கார் கிடையாது. மிகப்பெரிய அதிரடி முயற்சி அது. ஹிட்லருக்குள் இருந்த இஞ்சினியரிங் மூளை உற்பத்தி செய்த ஐடியா அது. சர்வ நிச்சயமாக அந்தக் காரின் ஒவ்வொரு பாகத்தையும் ஹிட்லரேதான் வடிவமைத்தார். இருக்கை எப்படி இருக்கவேண்டும், ஸ்டியரிங் எப்படி இருக்கவேண்டும், இஞ்சின் எப்படி இருக்கவேண்டும், வெளிப்புறத் தோற்றம் எப்படி இருக்க வேண்டும், என்ன கலர், என்ன வேகம் - ஒவ்வொன்றும் ஹிட்லர் தீர்மானித்தது. டாக்டர் ஃபெர்டினாண்ட் ஃபோர்ஷே (Dr. Ferdinand Porsche) என்கிற ஆஸ்திரிய ஆட்டோமொபைல் வல்லுநர் ஹிட்லரின் ப்ளூ ப்ரிண்டுக்கு செயல்வடிவம் கொடுத்தார்.

ஹிட்லர் தீர்மானமாகச் சொன்னார். வைத்த விலை வைத்ததுதான். 999 மார்க்குகள். ஐந்து பைசா கூட அதிகரிக்கக் கூடாது. தனியாரால் இந்த விலைக்கு உற்பத்தி செய்யமுடியாதா? வேண்டாம். அரசாங்கமே செய்யும்.

பெரும்பாலும் அத்தனை தொழிற்சாலைகளையுமே அப்போது ஹிட்லர் அரசுடைமை ஆக்கியிருந்தார். நிலங்களை ஆக்கியது போல. நிறுவனங்களை ஆக்கியது போல. ஜெர்மானியர்களை ஆக்கியது போல. ஐரோப்பாவையே ஆக்க நினைத்தது போல. எதைச் செய்தாலும் அதிரடி. என்ன செய்தாலும் அதில் ஒரு அதிர்ச்சி மதிப்பு இல்லாமல் இருக்காது.

ஜெர்மானியர்களுக்கே புரியவில்லை. கொலைகள் நடக்கின்றன. அராஜகம் நடக்கிறது. மீடியா இறந்துவிட்டது. ஆனாலும் சில நல்ல காரியங்களும் செய்கிறார் ஹிட்லர். யுத்தத்துக்குப் பிறகு இப்போதுதான் விவசாயம் கொஞ்சம் செழிக்கத் தொடங்கியிருக்கிறது. தானியங்களுக்கு நல்ல விலை கொடுத்து அரசு வாங்குகிறது. பொது வினியோக முறை ஊழலில்லாமல் நடக்கிறது. ஆண்டுக்கணக்கில் உடைந்து கிடந்த சாலைகள் போடப்படுகின்றன. பொறியியல் வல்லுநர்களுக்கு நல்ல சம்பளம் கிடைக்கிறது. கௌரவமான வாழ்க்கை சாத்தியமாகிறது. நிறைய பொறியியல் கல்லூரிகள் திறக்கப்படுகின்றன.

இன்னொரு பக்கம் ராணுவம் பலம் பெற்றுக்கொண்டிருக்கிறது. முதல் உலக யுத்தத்தின் இறுதியில் ஏற்பட்ட ஒப்பந்தத்தின்படி ஒரு லட்சம் பேருக்கு மேல் ஜெர்மானிய ராணுவத்தில் இருக்கக் கூடாது என்று சொல்லியிருந்தார்கள். பழைய குடியரசுக்காரர்கள் அதை பைபிள் போல் மதித்து நடந்தார்கள். ஆனால் ஹிட்லர் வந்ததும் ராணுவத்துக்கு ரைட் ராயலாக ஆளெடுக்கிறார்கள். என்ன ஸ்கோர்? ஐந்து லட்சம்? ஆறு லட்சம்? தினசரி ஏறுகிறது.

பார்த்துக்கொண்டு பிரிட்டன் எப்படி சும்மா இருக்கிறது? அமெரிக்கா ஏன் கேள்வி கேட்கவில்லை?

ஆட்சிக்கு வந்த நாளாக ஹிட்லர் யுத்தம் குறித்து பயமுறுத்திக் கொண்டுதான் இருக்கிறார். மறைமுகமாக. உள்ளர்த்தங்களாக. ஜெர்மானியர்கள் இருக்கும் தேசமெல்லாம் ஜெர்மனுக்குத்தான் என்கிறார். முதல் உலக யுத்தத்தில் ஜெர்மன் இழந்த நிலப்பரப்பையெல்லாம் வட்டியும் முதலுமாக மீட்பேன் என்கிறார். கட்டவேண்டிய வட்டியும் அசலும் நிறைய மிச்சமிருக்கிறது. அதையெல்லாம் கட்டமாட்டேன் என்று அழிச்சாட்டியம் வேறு செய்கிறார்.

எப்படி விட்டுவைத்திருக்கிறார்கள்? ஒரு கண்டனமில்லை. களேபரமில்லை. ஜெர்மனி வேறு, உலகம் வேறு என்று அத்தனை பேருக்கும் புதிய ஞானம் வந்துவிட்டதா? அல்லது ஹிட்லரைக் கண்டு உண்மையிலேயே பயப்படுகிறார்களா?

புரியவில்லை. அல்லது புரிந்துகொள்ளத் தெரியவில்லை.

ஹிட்லரின் யுத்தத் திட்டங்கள் மிகத் தெளிவாக இருந்தன. சின்னச் சின்ன தேசங்களில் தொடங்குவது. பெரிதாக சோவியத் யூனியனை விழுங்குவது. அதற்கு மிஞ்சி ஏதுமில்லை. சோவியத் யூனியனை ஜெர்மனியுடன் இணைத்துவிட முடியுமானால் உலகுக்கு கம்யூனிஸ்டுகளிடமிருந்து விடுதலை கிடைக்கும்.

தொடர்ச்சியாகவும் போதிய இடைவெளியிலும் அவர் மறைமுகமாக இதைப் பிற தேசங்களின் தலைமைப் பீடங்களுக்கு அறிவித்துக்கொண்டேதான் இருந்தார். சிலருக்குப் புரிந்தது. சிலருக்குப் புரியவில்லை. அதுதான் வித்தியாசம்.

ஆனால் அமெரிக்கா புரிந்துகொண்டது. பிரிட்டன் புரிந்துகொண்டது. அடடே, சோவியத்துக்கு எதிராகப் போரிட இன்னொரு கை. சட்டை மடிப்புக் கலையாமல் சோவியத்துடன் மல்லுக்கட்ட நாம் யோசித்துக்கொண்டிருக்கிறோம். இதோ மடித்துக் கட்டிய லுங்கியுடன் ஒரு பேட்டை தாதா. சோவியத்தை எதிர்க்கப் போகிறாயா? மகனே உன் சமத்து. நீ அந்தக் காரியத்தைச் செய்து முடிக்கும் வரை நான் உன் விளையாட்டுகளை வேடிக்கை மட்டுமே பார்ப்பேன்.

அதனால்தான் அவர்கள் சும்மா இருந்தார்கள். ஒரே காரணம். மிகப்பெரிய காரணம். சோவியத்தின் வீழ்ச்சி. ஹிட்லரால் அது சாத்தியமென்றால்கசக்கிறதா? ஹிட்லர்பெரியாள்ஆகிவிடுவாரோ என்கிற கவலை இல்லை. ஜெர்மனி ஒரு கொசு. ஏற்கெனவே நசுக்கப்பட்ட கொசு. மீண்டும் உயிர்த்தெழுந்தால் மீண்டும் நசுக்கிவிடவும் முடியும். ஆனால் சோவியத் அப்படியல்ல. திட்டமிட்டு வல்லரசாகிக்கொண்டிருக்கிற தேசம். மிகப் பரந்த நிலம். அள்ளிக்குறையாத இயற்கை வளங்கள். பெட் ரோல் கிடைக்கிறது. தங்கம் கிடைக்கிறது. தாமிரம் கிடைக்கிறது. இரும்பு கிடைக்கிறது. எதற்கும் யாரிடமும் கையேந்துவதில்லை. உள்ளே என்ன நடக்கிறது என்பதே வெளியில் தெரிவதில்லை.

கம்யூனிசச் சுவர். அவர்கள் ராணுவம் வளர்க்கிறார்கள். ஆயுதம் வளர்க்கிறார்கள். அணுகுண்டு தயாரிக்கிறார்கள். விண்வெளித் திட்டங்களில் அமெரிக்காவைக் காட்டிலும் முன்னணியில் இருக்கிறார்கள்.

கண்டிப்பாக ஆபத்து. அப்பா, ஹிட்லர்! நீ அழிக்கிறாயா? உனக்கு சர்வ மங்களமும் உண்டாகட்டும். நீ சோவியத்தை கவனி. நான் உனக்கு எந்தத் தொல்லையும் தரமாட்டேன். அந்தக் காரியம் முடிந்ததும் நான் உனக்குக் காரியம் பண்ணும் வேலையைக் கையில் எடுக்கிறேன்.

அதனால்தான் அமெரிக்கா சும்மா இருந்தது. அதனால்தான் பிரிட்டன் பார்த்துக்கொண்டிருந்தது. ஜெர்மனியிலிருந்து நாற்பதாயிரம் யூத அகதிகள் அலறிக்கொண்டு ஓடிவந்தபோது, ஹிட்லருக்கு ஒருவரி கண்டனம் கூடச் சொல்லாமல், வந்தாரை மட்டும் வாழவைத்துவிட்டது.

ஒரு சோகம். ஹிட்லரை அமெரிக்காவும் பிரிட்டனும் புரிந்துகொண்டது போல ஹிட்லர் அவர்களைப் புரிந்து கொள்ளவில்லை. தன் மீதுள்ள அச்சத்தினால்தான் பேசாமல் ஒதுங்கியிருக்கிறார்கள் என்று அவர் நினைத்தார். இந்த எண்ணம் அவருக்கு இன்னும் உற்சாகத்தைக் கொடுத்தது. தன்னம்பிக்கையைக் கொடுத்தது. யுத்தத்தில் ஆவலை அதிகரிக்கச் செய்தது.

–

மார்ச் 12, 1938 அன்று ஹிட்லரின் முதல் எல்லை தாண்டிய பயங்கரவாதம் ஆரம்பித்தது. எவ்வித சிரமமும் இல்லை. பிரமாதமான எதிர்ப்புகள் இல்லை. யாரிடமும் அவர் அனுமதி கேட்கவும் இல்லை. ஒரு சிறு முன்னறிவிப்பு. முழு வேகத்தில் படைப் பிரயோகம். அவ்வளவுதான். அவர் பிறந்த மண்ணான ஆஸ்திரியாவை ஹிட்லர் ஜெர்மனியுடன் இணைத்துவிட்டதாக அறிவித்தார்.

ஜெர்மானியப் படைகள் ஆஸ்திரியாவின் தலைநகரான வியன்னா நகரின் அத்தனை சாலைகளையும் ஆக்கிரமித்து நின்றன.

ஹிட்லர் பெருமிதத்துடன் கண்ணீர் உகுத்தார். எத்தனை வருடக் கனவு! அவர் அரை டிராயர் சிறுவனாக இருந்த காலத்திலிருந்து

தீயூற்றி வளர்த்த கனவு. பிஸ்மார்க்கின் ஜெர்மானியர்கள் வேறு, இங்கே ஆஸ்திரியாவில் இருக்கும் ஜெர்மானியர்கள் வேறா? அதெப்படி?

அந்தக் கேள்விதான் இளம் வயதில் ஹிட்லரை மிகவும் இம்சித்துவந்தது. இதோ, விடை கிடைத்தாகிவிட்டது. தந்தை நிலத்துடன்தாய் நிலத்தை இணைத்துவிட்டேன். உலகம் வியக்கும் படைபலம். நிகரற்ற நிர்வாகத் திறமை. இனி நான் பிறந்து வளர்ந்த ஆஸ்திரியாவையும் சேர்த்து ஆள்வேன். என் மக்களுக்கு எப்போதும் நல்லது செய்வேன். உறுதி எடுத்துக்கொண்டார்.

ஆனால் ஹிட்லர் அத்துடன் நிறுத்தப்போவதில்லை என்று சுற்று வட்டார தேசங்கள் கணிக்கத் தொடங்கிவிட்டன. அடுத்தபடியாக எப்படியும் அவரது பார்வை செக்கஸ்லாவாக்கியாவின் மீதுதான் விழும் என்று அத்தனை பேருமே எதிர்பார்த்தார்கள்.

அந்த தேசத்தின் ஜெர்மானிய எல்லைப்புற மாகாணத்தின் *(Sudetenland)* மக்கள் பெரும்பாலும் ஜெர்மானியர்கள். அங்கே ஆட்சி புரிந்துகொண்டிருந்தவரும் ஹிட்லர் விசுவாசி. நாஜிக் கட்சியைச் சேர்ந்தவர். அவர் பெயர் கொன்ராட் ஹென்லெய்ன் *(konrad Henlein).*

இயல்பாகவே அந்த மாகாணத்து மக்கள் ஜெர்மனியுடன் இணைவதை விரும்பினார்கள். ஆட்சியாளரும் ஹிட்லரை வற்புறுத்திக்கொண்டே இருந்தார். ஒரு படையை அனுப்புங்கள். செக்கஸ்லாவாக்கியா அரசாங்கம் உங்கள் பராக்கிரமத்துக்கு முன்னால் வெறும் பல்லி அல்லது பல்லி மிட்டாய்.

ஹிட்லருக்கென்ன? ஒரு முடிவுடன் களமிறங்க ஆயத்தமாகிக்கொண்டிருந்தவர். நெட் பிராக்டிஸ் மாதிரி கொஞ்சம் விளையாடிப் பார்க்க ஒரு பிராந்தியம் கிடைக்கிறதென்றால் கசக்கிறதா? அந்த உத்தேசத்துடன் தான் இருந்தார்.

ஆனால் அவசரப்பட முடியாது. செக்கஸ்லாவாக்கியாவுக்கு சோவியத் யூனியன் ஆதரவு உண்டு. இரு தேசங்களுக்கும் யுத்த ஒப்பந்தங்கள் இருக்கின்றன. ஒருத்தருக்கு ஒருத்தர் ஆபத்துக் காலத்தில் உதவ வேண்டிய ஒப்பந்தம். தவிர பிரான்சுடனும் நல்லுறவில் இருந்த தேசம் அது. ஓர் அபாயம் என்றால் இரு

புறங்களில் இருந்தும் உதவுவதற்கு ஓடிவர ஆதிமூலங்கள் அவசியம் காத்திருக்கும்.

ஆனால்அதற்காகஹிட்லர்பயப்படவில்லை.அவர்எதற்காகத்தான் பயந்திருக்கிறார்? அவர் தருணத்துக்காகக் காத்திருந்தார். ஒரு கணக்குப் போட்டார். சோவியத் யூனியன் அப்போது ஒரு போரில் ஈடுபடும் மனநிலையில் இல்லை என்று அவருக்குத் தோன்றியது. ஸ்டாலினுக்கு உள்நாட்டுப் பிரச்னைகளே பெரிதாக இருந்தன. தவிரவும் செக்கஸ்லாவாக்கியா விஷயத்தில் அவருக்கு வேறொரு தர்மசங்கடமும் உண்டு. கடைந்தெடுத்த முதலாளித்துவ தேசமான பிரான்சுடனும் அந்நாடு கூட்டணி வைத்திருக்கிறது. பொது எதிரி ஜெர்மனிக்கு எதிராக ஓர் யுத்தம் என்றாலும் பிரான்ஸ் நிற்கும் அணியில் தன்னால் நிற்க முடியுமா?

மேதகு ஜோசஃப் ஸ்டாலின் அவசியம் யோசிப்பார். அப்படி அவர் யோசிக்க ஆரம்பித்து ஒரு முடிவுக்கு வருவதற்குள் காரியத்தை முடித்துவிட வேண்டும் என்று ஹிட்லர் நினைத்தார். அதற்கான ஆயத்தங்களில் இறங்க ஆரம்பித்தார்.

செக்கஸ்லாவாக்கியா அரசு கவலைப்பட ஆரம்பித்தது. அவர்களுக்கு ஹிட்லரைப் பற்றித் தெரியும். அவரது உடனடித் திட்டம், நீண்ட நாள் திட்டம் அனைத்தும் தெரியும். காலுக்குக் கீழே இருக்கும் கொசுவாக இருந்தாலும் காலமெல்லாம் கவனித்துக்கொண்டிருப்பவர்கள் அல்லவா?

ஆகவே ஹிட்லர் ஒரு மாகாணத்துடன் நிற்காமல் ஒட்டுமொத்த செக்கஸ்லாவாக்கியாவையும் சாப்பிட்டுவிடுவார் என்று அஞ்சி, கண்ணில் பட்ட அத்தனை பேரிடமும் முறையிட ஆரம்பித்தார்கள்.

இந்த அழுகை பொறுக்கமாட்டாமல் செப்டெம்பர் 29ம் தேதி ம்யூனிக்கில் ஓர் உடன்படிக்கைக்கு ஹிட்லரைத் தேடி வந்தார்கள் சிலர். பிரான்ஸ் பிரதமர் யூடோர்ட் டலாடியர் (Edouard Daladier), இத்தாலியின் அதிபர் பெனிட்டோ முசோலினி (Benitto Mussolini), பிரிட்டன் பிரதமர் சாம்பர்லைன் (Neville Chamberlain).

சாரம் இதுதான். புவியியல் படியும் இன ரீதியிலும் சூடடன்லாந்து ஜெர்மனியைச் சார்ந்ததாகத்தான் இருக்கிறது. அது அப்படியே இருக்கட்டும். ஹிட்லர் எடுத்துக்கொள்ளலாம். ஆனால்

செக்கஸ்லாவாக்கியா மீது படையெடுக்க வேண்டாம். அங்கே இறையாண்மைக்குக் குந்தகம் விளைவிக்க வேண்டாம்.

அதற்கென்ன, பார்த்துக்கொள்ளலாம் என்று ஹிட்லர் சொல்லிவிட்டார். உண்மையில் செக்கஸ்லாவாக்கியாவுக்குத் தன் மாகாணத்தை இப்படி அநியாயமாகத் தாரைவார்க்க நேர்வதில் சற்றும் விருப்பமில்லை. ஆனால் ஒரு தேசத்தைக் காப்பாற்ற ஒரு மாநிலத்தைக் கொடுத்துத்தான் தீரவேண்டும் போலிருக்கிறது.

ம்யூனிக்குக்கு வந்த விருந்தாளிகளை மரியாதையாக வரவேற்று, உட்காரவைத்துப் பேசி, கையெழுத்துப் போட்டுக்கொடுத்து அனுப்பிவைத்தார் ஹிட்லர். போகிற போக்கில் ஜெர்மனிக்கும் பிரிட்டனுக்கும் இடையில் எதிர்காலத்தில் என்ன பிரச்னை ஏற்பட்டாலும் அடித்துக்கொள்ளாமல் பேசித்தீர்த்துக் கொள்ளலாம் என்று இன்னொரு ஒப்பந்தமும் செய்துகொண்டார்.

அடடே, ஹிட்லரைப் போர் வெறியர் என்று நினைத்தோமே? அவருக்கு நேரடி அரசியலும் தெரிகிறதே? என்ன டிப்ளமடிக்காகப் பிரச்னையைப் பேசி, பெரிதாகாமல் முடித்துவிட்டார்?

மகிழ்ந்து போனது மேற்குலகம். அமெரிக்காவின் புகழ்பெற்ற வார இதழான ‘டைம்’, தன் அட்டையில் ஹிட்லரின் படத்தை வெளியிட்டு நாலு பக்கத்துக்குக் கட்டுரை எழுதியது. ஆண்டின் முக்கிய மனிதர்.

அந்த வருடக் கணக்கை அத்துடன் முடித்துக்கொண்டு, அடுத்த வருடக் கணக்கை மார்ச் 10ம் தேதி ஆரம்பித்தார் ஹிட்லர். செக்கஸ்லாவாக்கியாவின் பிற பகுதிகளின் மீதும் தனக்கிருந்த காதலை அவர் மறைமுகமாக வெளிப்படுத்தினார். வெர்செயில்ஸ் ஒப்பந்தத்தின் அடிப்படையில் போலந்துக்குத் தாரை வார்க்கப்பட்ட ஜெர்மானியப் பகுதிகளையும் மீட்கிற திட்டத்தைக் கையில் எடுத்தார்.

பிரிட்டன் சுதாரித்துக் கொண்டது. இங்கே ஆபத்து தொடங்குகிறது. ஆரம்பத்திலேயே தட்டிவைப்பது நலம் பயக்கும். என்ன செய்யலாம்?

சாம்பர்லைன், சோவியத் யூனியனின் தலைவர் ஸ்டாலினைத் தொடர்புகொள்ளப் பார்த்தார். ஜெர்மனிக்கும் சோவியத் யூனியனுக்கும் நடுவில்தான் போலந்து இருக்கிறது. இரண்டு

பகாசுரன்களுக்கு இடையே மாட்டிக்கொண்ட இட்லி மாதிரி. எப்படி ஹிட்லருக்குப் போலந்தின் மீது கண் இருந்ததோ, அதே மாதிரி ஸ்டாலினுக்கும் இருந்தது. இருவருமே சாப்பிட விரும்பினார்கள். இருப்பது ஒரு இட்லி. என்ன செய்யலாம்?

இடையில் வந்து போர் உடன்படிக்கைக்குச் சம்மதம் கேட்ட பிரிட்டன்பிரதமரைஸ்டாலின்நிராகரித்துவிட்டார். மாறாக, யாரும் எதிர்பாராத விதத்தில் அவர் ஹிட்லருடன் ஓர் உடன்படிக்கைக்கு சம்மதம் தெரிவித்தார். நீ பாதி, நான் பாதி கண்ணே!

ஆகஸ்ட் 23, 1939ம் ஆண்டு ஹிட்லர் - ஸ்டாலின் ஒப்பந்தம் அரங்கேறியது. எந்தச் சூழல் ஏற்பட்டாலும் ஜெர்மனி சோவியத் யூனியன் மீது போர் தொடுக்காது என்று சூடம் ஏற்றி அணைத்து சத்தியம் செய்து கொடுத்தார் ஹிட்லர். சத்தியங்கள் அவருக்கு வெஜிடபிள் சூப் மாதிரி. சுவைத்துச் சாப்பிடுவார். நிறைய மிளகு சேர்த்து, தேவையான அளவு உப்பு போட்டு. புறை ஏறினால் தண்ணீர் குடித்தால் போகிறது. என்ன பெரிய கஷ்டம்?

சரியாக ஏழுநாள். ஒப்பந்தம் கையெழுத்தான மறுவாரமே ஜெர்மன் படைகள் போலந்தின் மேற்குப் பகுதிக்குள் ஊடுருவின. மறுபுறம் சோவியத் யூனியனின் படைகள் கிழக்கு போலந்து எல்லை வழியாக உள்ளே வந்தன. பாதி பாதி எடுத்துக் கொள்ளும் ஒப்பந்தம் இருக்கிறது. பாவங்கள் செய்யப்படும்போது பரலோக சாம்ராஜ்ஜியத்தை ஆளும் சக்கரவர்த்தி பார்த்துக்கொண்டுதான் இருப்பாரே தவிர, அவரும் படையெடுத்து வந்துவிட மாட்டார். பிரிட்டனும் பிரான்சும் போலந்துக்கு உதவ வந்தது போல.

போலந்துவிஷயத்தில்ஜெர்மனிக்குஎதிராகபிரிட்டனும்பிரான்சும் கூட்டணி வைத்து சண்டைக்கு வந்ததில்தான் இரண்டாம் உலக யுத்தம் தொடங்குகிறது.

ஹிட்லரின் தடுத்து நிறுத்த முடியாத யுத்த கள வெற்றிகளும் அந்தக் கணத்தில்தான் ஆரம்பமாயின.

அத்தியாயம் பத்து

இரண்டாம் உலக யுத்தம்

*'**ச**ரி, தாக்கத் தொடங்குங்கள்!'* என்று ஹிட்லர் உத்தரவிட்டார்.

செப்டெம்பர் 1, 1939. அதிகாலை நான்கு மணி நாற்பத்தைந்து நிமிடங்கள் ஆகியிருந்தன. கிழக்கு ஜெர்மனியின் எல்லைப் புறங்களிலிருந்து சீறிக்கொண்டு கிளம்பின போர் விமானங்கள். முன்னதாக, ஜெர்மானிய எல்லையில் போலந்து ராணுவம் அத்துமீறித் தாக்குதல் நிகழ்த்தியதாக ஒப்புக்கு ஒரு குற்றச்சாட்டை முன்வைத்துவிட்டுக் கிளம்பியிருந்தார்கள்.

புறப்பட்ட அரை மணிக்குள் போலந்தின் வான் எல்லையில் அவை அணிவகுத்திருந்தன. திட்டம் தெளிவானது. விமான நிலையங்களை முதலில் வசப்படுத்த வேண்டும். பிறகு தகவல் தொடர்பு மையங்கள். ரயில்பாதைகள். சாலை வழிகள். போக்குவரத்து வழிகள் முற்றிலும் வசமானபிறகு ரெகுலர் தாக்குதல் தொடங்கும். முதலில் போகிற விமானப்படை, இலக்குகளைத் தாக்கித் தயாராக வைக்கும். பின்னால் வரும் மோட்டார் வாகனப்படை முற்றுகையிட்டுக் கைப்பற்றி ஆக்கிரமிக்கும்.

ஒரு முழுநீள யுத்தத்துக்குத் தயாரான தேசமாகப் போலந்து அப்போது இல்லை. எப்போதுமே இருந்ததில்லை. இருக்கவும் முடியாது. சிறிய தேசம். சிறிய ராணுவம். எளிய வாழ்க்கை. பூர்வ குடிகளான போலிஷ் மக்களும் யூதர்களும் செக் இனத்தவரும் கொஞ்சம் உக்ரேனியர்களும் பெரிய பிரச்னைகள் ஏதுமின்றி

வாழ்ந்துகொண்டிருந்தார்கள். பூர்ஷ்வா அரசாங்கம்தான். நில உடைமைக் கொள்கைகளில் ஏகப்பட்ட குழப்பபடிகளுக்குப் பேர்போன அரசாகவும் இருந்தது. ஆனாலும் மக்களுக்குப் பிரமாதமான எதிர்ப்புணர்வு ஏதுமில்லை. ஐரோப்பா முழுவ்தையும் பாதித்த முதல் உலக யுத்தத்தை அடுத்த பொருளாதார நெருக்கடி போலந்தையும் பாதித்திருந்தது. கைக்கும் வாய்க்கும் சரியாக இருந்த வாழ்க்கை.

ஆனாலும் ஒரு யுத்தம் என்று வந்தபோது போலந்து ராணுவத்தினர் சற்றும் சளைக்காமல்தான் தற்காப்புக்குப் போராடக் களமிறங்கினார்கள். எப்படியும் பிரான்சும் பிரிட்டனும் உதவிக்கு வரும் என்று அவர்களுக்குத் தெரியும். ஆனால் ஜெர்மானியப் படை முன்னேறிக்கொண்டிருந்த வேகத்துடன் ஒப்பிடுகையில் நண்பர்களின் வேகம் குறிப்பிடும்படியாக இல்லை என்கிற கவலை அவர்களுக்கு இருந்தது.

ஜெர்மனியின் ராணுவத்தில் நாஜிப் படைகளும் கலந்திருந்தன. இம்மாதிரியான சர்வதேச யுத்தங்களில் அனுபவமில்லாத படைகள். ஆனாலும் அவர்களிடம் வெறி இருந்தது. தாக்குதல் வெறி. அழிக்கும் வெறி. அபகரிக்கும் வெறி. மேலே பறந்து வந்து தாக்கும் தங்கள் போர் விமானங்களைப் பார்த்து அவர்கள் உற்சாகக் குரல் கொடுத்துக்கொண்டே முன்னேறிக்கொண்டிருந்தார்கள். எதிர்ப்பட்ட கிராமங்களையும் நகரங்களையும் தீவைத்துக்கொண்டே போனார்கள். கதறியோடும் பொதுமக்களைச் சுட்டுத் தள்ளியபடி முன்னேறினார்கள்.

அது மொத்தம் 62 டிவிஷன்கள் கொண்ட பெரும்படை. 6000 பீரங்கிகள், 2800 கனரக டாங்குகள், 2000 போர் விமானங்கள் மற்றும் பரிபூரண ஆயுத பலம் பெற்ற 16 லட்சம் வீரர்கள் இருந்தார்கள். போலந்து போன்ற ஒரு தேசத்துக்கு இது மிகவும் ஆடம்பரம். ஹிட்லருக்கும் தெரியும். ஆனாலும் சர்வதேச அளவில் ஒரு கவனம் கவரவேண்டும் என்று அவர் உத்தேசித்திருந்தார். என்னைப் பார். என் பலத்தைப் பார்.

தவிரவும் அன்றைய ஜெர்மனியின் கடற்படைப் பிரிவில் இருந்த ஏழு நீர் மூழ்கிக் கப்பல்களும், இரண்டு விமானம் தாங்கிப் போர்க்கப்பல்களும், மூன்று க்ரூஸர் கப்பல்களும்

முற்றிலும் போலந்தை கவனிப்பதற்காகவே அணிவகுத்து நிறுத்திவைக்கப்பட்டன. இது நிச்சயம் அச்சுறுத்தும். போலந்தை மட்டுமல்லாமல் ஒட்டுமொத்த ஐரோப்பாவையும்.

உண்மையில், ஹிட்லர் தாக்குதல் உத்தேசத்துடன் கடல் படையைத் தயார் செய்யவில்லை. தனது விமானப்படையும் தரைப்படையும் யுத்தத்தில் ஈடுபட்டிருக்கும்போது, நடுநிலை நாடுகள் எதுவும் கடல் வழியே போலந்துக்கு எவ்வித உதவியும் அளிக்கமுடியாதபடி தடுப்பதற்காகத்தான் அந்த ஏற்பாடு. வர்த்தகக் கப்பல்களைப் பார்த்தால் கூடச் சுடுங்கள் என்று அவர்களுக்கு உத்தரவு கொடுத்திருந்தார்.

பால்டிக் கடலில் ஜெர்மனிக்கும் போலந்துக்கும் இடையிலான கடல் எல்லை முழுவதையும் இந்தக் கப்பல்கள் ஐயனார் போல் காக்கத் தொடங்கின.

போலந்து கவலைப்படத் தொடங்கியது. கைவசம் வீரம் இருந்தாலும் வீரர்களின் எண்ணிக்கை போதாது. 39 டிவிஷன் காலாட்படை வீரர்கள். 11 குதிரைப்படைகள். 200 பீரங்கிகள், 800 போர் விமானங்கள். இதுதான் பலம். வைத்துக்கொண்டு பொம்மைச் சண்டை போடுவது கூடக் கஷ்டம். பிரிட்டனும் பிரான்சும் எப்போது வந்து சேரும் என்பது தெரிந்தால், அதுவரை தாக்குப் பிடிப்பதற்கு ஏற்பப் படைகளைப் பிரித்துப் பயன்படுத்தலாம். ஆனால் அதுதானே தெரியவில்லை?

வருவார்கள் என்றார்கள். வருகிறேன் என்றும் சொன்னார்கள். கிளம்பியாகிவிட்டது என்றும் தெரிந்தது. மாநகரப் பேருந்துக்காகவா காத்திருக்கிறார்கள்? வந்து தொலைக்க எத்தனை நேரம்?

அந்தத் தாமதம்தான் போலந்து வீரர்களின் தன்னம்பிக்கையைக் குலைத்தது. செப்டெம்பர் முதல் தேதி தொடங்கிய யுத்தத்துக்கு, மறுநாள் வரை அவர்கள் வெறுமனே ஆயத்தம்தான் செய்துகொண்டிருந்தார்கள். படைகளைத் திரட்டவே அவகாசம் போதவில்லை. ஜெர்மானியப் படைகள் அரைவட்ட வடிவ வியூகத்துடன் மேற்கு எல்லையில் புகுந்து, வியூகம் கலையாமல் முன்னேறிக்கொண்டிருந்தார்கள். ஆரம்பித்த முதல் நாளே பேரழிவுகளைப் பார்க்கத் தொடங்கியது போலந்து.

முன்னேறும் ஜெர்மானியப் படைகளைத் தடுக்க முடியாதது ஒரு பிரச்னை. அவர்களது தாக்குதலிலிருந்து தற்காத்துக்கொள்ளவும் முடியாமல் போனது, அடுத்தது. விமானப்படை தாக்குகிறது என்று குறியை விண்ணில் வைத்தால், தரைப்படை மறுபுறம் கட்டடங்கள் மீது சரமாரித் தாக்குதல்களில் ஈடுபட்டன. அதைக் கவனிக்கப் புகுந்தால் மீண்டும் விமானப்படையின் குண்டு மழை.

அந்த நெருக்கடியில் இரு பிரிவாக நின்று தற்காப்புப் பணிகளில் ஈடுபடக் கூட ஒழுங்கான உத்தரவு வரவில்லை அவர்களுக்கு.

ஜெர்மானிய வீரர்கள், மின்னல்வேகத் தாக்குதல் என்னும் புதிய உத்தி ஒன்றை அந்த யுத்தத்தில் அறிமுகப்படுத்தினார்கள். எதிரி சிந்திக்கவும் அவகாசம் அளிக்காமல் உள்ளே புகுந்து புரட்டி எடுத்துவிட்டுக் கண் இமைக்கும் நேரத்தில் காணாமல் போய்விடுகிற உத்தி. போதிய இடைவெளியில் திரும்பத்திரும்ப இதே நடவடிக்கை. எப்போது விமானம் வரும், குண்டு வீசும், அடித்து நொறுக்கும் என்று யாரும் யூகிக்க முடியாது. குறி பார்த்துக்கொண்டு காத்திருக்க முடியாது. கணக்குகளைத் தவிடுபொடியாக்கும் புதிய கணக்குகளை முன்னதாக ஹிட்லர் போட்டுக்கொடுத்திருந்தார். அதிலிருந்து அங்குலம் கூட நகர்ந்து போரிட அனுமதி இல்லை.

ஒரு நகரத்தையும் மிச்சம் வைக்கக் கூடாது. முழுமையாக நகரம் வசமாகும்வரை அடுத்த இலக்கு நோக்கி நகரக் கூடாது. நகரம் வசமாவது என்றால் என்ன? அத்தனை முக்கியக்கட்டடங்களையும் அடித்து நொறுக்குதல். போலந்தின் ஒரு ராணுவக் கொசுவும் அங்கே இருக்கக்கூடாது. காவல் நிலையங்கள், அரசு அலுவலகங்கள் அனைத்தும் வசப்பட்டாக வேண்டும். மக்களில் யாரும் துண்டுக் கலகங்களில் ஈடுபடலாகாது. வீதிக்கு வந்தால் சுட்டுத் தள்ளு. வீட்டுக்குள் பதுங்கிக்கொண்டால், கதவை இழுத்துப் பூட்டி வாசலில் ஆள் போடு.

இப்படித்தான் அவர்கள் முன்னேறினார்கள். சரியாகப் பன்னிரண்டு தினங்களில் ஓர் அரைவட்ட வடிவில் நெருங்கி வார்சாவை முற்றுகையிட்டுவிட்டார்கள் ஜெர்மானியர்கள்.

இதுதான் எல்லை. இதற்குமேல் வாழ்வா சாவா யுத்தம்தான்.

போலந்துப் படைகள் இறுதி ஆயத்தங்களில் இறங்கின. தளபதிகள் தம்மாலான அதிகபட்ச சிரத்தையுடன் வியூகங்களை வகுத்தார்கள். முன்னேறி அடித்தல் என்னும் சித்தாந்தம் இறந்துவிட்டது. செய்யவேண்டியது தற்காப்புத் தாக்குதல் மட்டுமே. உதவிக்கு வருவதாகச் சொல்லியிருந்த பிரிட்டனும் பிரான்சும் மிக அழகாக ஏமாற்றியிருந்தன. யுத்தத்தில் நுழைவதற்கு போலந்து ஒரு சாக்கு. அவர்கள் பிரான்சின் எல்லையில் நின்றுகொண்டு ஜெர்மனிக்குள் தாக்குதலைத் தொடங்க ஆலோசித்து, முன்னேறத் தொடங்கியிருந்தார்கள். ஜெர்மனி மீது தாக்குதல். சரிதான். நல்லது. அப்போது போலந்தின் கதி?

உண்மையில் போலந்தைக் கைவிட்டது பிரிட்டனும் பிரான்சும் மட்டுமல்ல. போலந்தின் அப்போதைய ஆட்சியாளர்களும்தான்.

சரித்திரம் அதற்குமுன் கண்டிராத மிகக் கேவலமான நடவடிக்கை அப்போது அரங்கேறியது. அதிபர் தொடங்கி, அவர் வீட்டு நாய்க்குட்டி வரை - போலந்தின் அதிகார மையத்தில் இருந்த அத்தனை பேரும் அன்று இரவோடு இரவாக வார்சாவைவிட்டு ஓடிப்போனார்கள். ருமேனியாவுக்கு அவர்கள் உயிர்பிழைத்து ஓடிவிட்டார்கள் என்கிற தகவலே மிகத் தாமதமாகத்தான் ராணுவத்துக்குக் கிடைத்தது.

இதென்ன அவலம்? இப்படியும் நடக்குமா? ராணுவம் அங்கே யுத்தம் புரிந்துகொண்டிருக்கிறது. பன்னிரண்டு தினங்களில் லட்சக்கணக்கான போலீஷ் மக்கள் உயிர் துறந்திருக்கிறார்கள். தேசமே பற்றி எரிந்துகொண்டிருக்கிறது. எல்லாம் எதற்காக? கொத்துக்கொத்தாகக் கைது செய்து மக்களை ஜெர்மானிய ராணுவம் ரயிலேற்றி அனுப்பிக்கொண்டிருக்கிறது. அத்தனை பேரும் யூதர்கள். ஆண்கள், பெண்கள், குழந்தைகள். வழியிலேயே சுட்டுக்கொன்று வீசி எறிகிறார்கள் என்று தகவல் வருகிறது. ஒரு நிமிடம் நின்று அஞ்சலி செலுத்தக்கூட அவகாசமில்லாமல் இங்கே தாக்குதல் அதன் உச்சத்தை எட்டிக்கொண்டிருக்கிறது. உயிர் ஒன்றைத்தவிர மிச்ச எல்லாம் போய்விட்ட சூழ்நிலை. ஒரு அரசாங்கம் இப்படியா புறமுதுகிட்டு ஓடும்?

ராணுவத்தின் ஒழுங்கு அந்த வினாடியில் குலைந்துபோனது. அவர்களது தன்னம்பிக்கை தளர்ந்துவிட்டது.

அன்றைய தினம் ஹிட்லர் விமானம் ஏறி வார்சாவுக்கு வந்தார். சுற்றிப் பார்த்தார். என்ன நடக்கிறது? போலந்துக்குப் பன்னிரண்டு தினங்களா? ம்ஹூம். இது அதிகம். எனக்குத்தாமதத்துக்குக்காரணம் வேண்டாம். வெற்றிச் செய்தியைத் தந்தியில் அனுப்பிவிட்டு அடுத்த ஊருக்குக் கிளம்ப ஆயத்தமாகுங்கள்.

மறுநாள் இரண்டாயிரம் போர் விமானங்கள் வார்ஸா நகரத்தின் வானை வட்டமிட்டன. ஒரு வினாடி இடைவெளியும் இல்லாமல் அடித்துக்கொண்டே இருந்தார்கள். நகரில் ஒரு செங்கல் கூட மிச்சமில்லாமல் உதிர்ந்துவிட்டன. அதே வேளையில் சில லட்சம் காலாட்படைகள் நகர் முழுவதையும் சுற்றி வளைத்து வீடு வீடாக, வீதி வீதியாக ஆக்கிரமிக்கத் தொடங்கினார்கள். எதிர்ப்பட்ட அத்தனை பேரையும் கொன்றார்கள்.

அது கற்பனைக்கு அப்பாற்பட்ட பேரழிவு. அந்த ஒரு தினத்தில் மட்டும் இரண்டாயிரம் பேர் வார்சாவில் வீதியில் இறந்துகிடந்தார்கள். தவிரவும் இரண்டாயிரத்தி இருநூறு ராணுவ வீரர்கள் உயிர் துறந்திருந்தார்கள். படு காயத்துடன் உயிருக்குப் போராடிக்கொண்டிருந்தவர்கள் எண்ணிக்கை பதினேழாயிரம். பின்னால் இடிபாடுகளை விலக்கி, சிக்கியிருந்த உடல்களை மீட்டு எண்ணிப் பார்த்ததில் மொத்த ஸ்கோர் அறுபத்தி மூவாயிரம் பேர்.

முப்பதாம் தேதி வரை தாக்குப் பிடித்தார்கள் போலந்து வீரர்கள். அதற்குமேல் முடியவில்லை. விழுந்துவிட்டார்கள்.

கொண்டாடிக்கொண்டிருக்க அவகாசமில்லை என்று ஹிட்லர் அங்கிருந்து எச்சரித்தார். வார்ஸா, கேலெட்ஸ், சிலேஸியா, போமரானியா, லோட்ஸ் ஆகிய போலந்தின் மாகாணங்கள் உடனடியாக ஜெர்மனின் பகுதிகளாக அறிவிக்கப்பட்டன. மீதமிருந்த பகுதிகளை ஜெர்மனியின் பிரதிநிதியாக ஒரு கவர்னர் ஜெனரல் தனியே ஆள்வார் என்றும் அறிவிக்கப்பட்டது.

பல லட்சக்கணக்கான போலந்து மக்கள் கிடைத்ததை வாரிச் சுருட்டிக்கொண்டு அகதிகளாக அக்கம்பக்கத்து தேசங்களின் எல்லைகளில் போய் நின்று கதறிக்கொண்டிருந்தார்கள். சிலர் தப்பித்தார்கள். பலர் மாட்டிக்கொண்டார்கள். கணக்கில் வராத பல்லாயிரக்கணக்கான படுகொலைகள் எல்லைகளில் அரங்கேறின.

போலந்தின் வசமிருந்த ஜெர்மானிய நிலப்பரப்பைச் சேர்ந்த பூர்வ ஜெர்மானியர்கள் மட்டும் யுத்தத்தின் முடிவுக்கு சந்தோஷப்பட்டு ஹிட்லருக்கு மலர்க்கொத்து அனுப்பினார்கள்.

அதற்காக அவர்கள் வருத்தப்பட வேண்டிய காலமும் விரைவிலேயே வந்தது. பிராந்தியத்தின் அத்தனை வளங்களும் உடனடியாக ஜெர்மன் ராணுவத்தின் வசமாகிப் போனது. மக்களுக்கு ரொட்டி கிடைத்தாலே பெரிய விஷயம் என்கிற நிலைமை.

–

போலந்தில் ஜெர்மனிக்குக் கிடைத்த வெற்றி மிகப்பெரியது. இதில் சந்தேகமில்லை. உண்மையில் அந்த வெற்றியை ஹிட்லரே எதிர்பார்த்திருக்கவில்லை. வெறும் போலந்து அவருக்குப் பெரிய விஷயமில்லைதான். ஆனால் பிரிட்டனும் பிரான்சும் உதவிக்கு வரும்பட்சத்தில் அந்த வெற்றிக்கு அத்தனை வாய்ப்புகள் இருக்காது என்றுதான் நினைத்தார். சற்றே தள்ளிப்போகக் கூடும். இன்னும் சில காலம் போர் நீடித்திருக்கும். ஒருவேளை இடைவேளை விடவேண்டி வந்திருக்கலாம்.

ஆனால் ஏன் பிரான்சும் பிரிட்டனும் தாமதித்தன?

ஹிட்லருக்குப் புரியவில்லை. போலந்திலிருந்து அவர்கள் சோவியத்யூனியனைநோக்கிநகர்வதற்காகவேண்டுமென்றேதான் அவர்கள் தாமதித்தார்கள் என்று சோவியத் யூனியன் குற்றம் சாட்டியது.

அதெப்படி நகரும்? ஏற்கெனவேதான் ஹிட்லர் ஸ்டாலினுடன் ஒப்பந்தம் செய்துகொண்டிருக்கிறாரே?

அதுசரி. ஹிட்லர் எந்த ஒப்பந்தத்தை மதித்திருக்கிறார்? எப்படியும் அவர் சோவியத்தைத் தாக்காமல் இருக்கமாட்டார் என்பதுதான் பிரிட்டன் கூட்டணிப் படைகளின் எதிர்பார்ப்பு. போலந்தில் ஒரு பெரிய வெற்றி கிடைத்துவிடும்பட்சத்தில் அப்படியே நகர்ந்து அடுத்த எல்லைக்குள் நுழைய ஒரு சந்தர்ப்பம் இருக்குமானால் அதை ஏன் கெடுக்க வேண்டும்?

இரண்டாம் உலக யுத்தத்தின் சூத்திரதாரி ஹிட்லர்தான். இதில் சந்தேகமில்லை. ஆனால், அந்த வாய்ப்பை ஒவ்வொரு ஐரோப்பிய தேசமும் தம் தனிப்பட்ட அரசியல் லாபங்களுக்காகப் பயன்படுத்திக்கொள்ள போட்டிபோட்டன என்பதும் உண்மை. கிடைத்தவரை லாபம். குற்றம் சுமத்த வேண்டிய நேரம் வரும்போது ஹிட்லரைக் கைகாட்டிவிடலாம். இப்படியொரு வாய்ப்பு இன்னொருமுறை கிடைக்காது.

ஐரோப்பிய முதலாளித்துவ தேசங்களுக்கு சோவியத் யூனியனை ஒழித்துவிடும் பேரவா இருந்தது. ஜெர்மனிக்கு வல்லரசாகும் கனவு இருந்தது. சோவியத் யூனியனுக்குத் தன் மேற்கு எல்லைகளை விஸ்தரிக்கும் நப்பாசை இருந்தது. கடல் கடந்து தூரத்தில் இருந்த அமெரிக்காவுக்கு இந்த யுத்தத்தை சாக்காக வைத்து எத்தனை ஆயுதங்கள் விற்கலாம், எவ்வளவு பெட்ரோல் ஏற்றுமதி செய்யலாம், எத்தனை சம்பாதிக்கலாம், எப்படியெல்லாம் சம்பாதிக்கலாம் என்ற எண்ணம் இருந்தது. கிழக்கு எல்லையில் இருந்த ஜப்பானுக்கு சீனாவை கபளீகரம் செய்துவிட்டு, முடிந்தால் சோவியத் யூனியனைப் பதம் பார்க்கும் வேட்கை இருந்தது.

மொத்தத்தில் அத்தனை பேரும் மலைப்பாம்புகளாக ஆகவிரும்பினார்கள். அகப்பட்டவரை விழுங்கிவிட்டு ஆயாசத்துடன் விரிந்துகிடக்கிற வேட்கை. அருவருப்பானதுதான். ஆட்சேபகரமானதுதான். அசிங்கமானதுதான். ஆனாலும் அதுதான் ராஜதந்திரம் என்று சொல்லப்பட்டது. அதுதான் பிழைக்கும் வழி என்று அவர்கள் நினைத்தார்கள். கிடைத்த எந்த சந்தர்ப்பத்தையும் விட்டுவிட யாரும் தயாராக இல்லை. ஹிட்லரைப் போலவே.

போலந்து தாக்குதலின் வெற்றிக்குச் சில மாதங்களிலேயே ஹிட்லர் டென்மார்க்கின் மீது படையெடுத்தார். இப்போது அவருடைய ராணுவத்தின் பலம் கொஞ்சம் அதிகரித்திருந்தது. போலந்து ராணுவத்திடமிருந்து கைப்பற்றிய அத்தனை விமானங்கள், ஆயுதங்கள், பீரங்கிகளும் ஜெர்மானிய ராணுவத்துக்கு வந்து சேர்ந்திருந்தன. வார்சாவில் கைப்பற்றப்பட்ட வளங்கள் எல்லாம் ஜெர்மன் ராணுவ நல நிதியில் சேர்க்கப்பட்டன. ஜெயித்துக்கொண்டிருக்கிற வரை சௌக்கியங்களுக்குக் குறைவே இல்லை. அது சந்தோஷம் தருகிறது. தன்னம்பிக்கை தருகிறது. புதிய உற்சாகத்தைக் கொடுக்கிறது.

ஜெர்மானியப் படைகளுக்கு டென்மார்க், நார்வே எல்லாம் ஒரு பொருட்டாகவே இல்லை. நடந்தவாக்கில் நாலு வெற்றிலை வாங்கி மடித்து மெல்வது போல் மென்றுத் துப்பிவிட்டார்கள். அப்படியே பெல்ஜியத்துக்குப் போனார்கள். அதையும் விழுங்கி ஏப்பம் விட்ட பிறகுதான் ஹிட்லரின் மனத்தில் பிரான்ஸின் வரைபடம் வந்து விழுந்தது.

பிரான்ஸ். என்ன பெரிய தாதாவா? என்னை விடவா? கேவலம் பிரிட்டன் தானே உனக்குக் கூட்டு? நான் கடவுளுடன் கூட்டணி வைத்தவன். தடுத்து நிறுத்த முடியாதவன். ஆளப்பிறந்தவன். போலந்தை மட்டுமல்ல. உன்னையும் வேறு எவனையும் கூட.

1940ம் ஆண்டு மே மாதம் 10ம் தேதி அதிகாலை ஹிட்லர் தம் வீரர்களுக்கு ஓர் அறிக்கையை வாசித்தார். பிரான்சும் பிரிட்டனும் மானுட இனத்துக்கே துரோகிகள். அவர்களை ஒழிப்பதே ஜெர்மனியின் இறுதி லட்சியம். அதற்கான தாக்குதல் இன்றே தொடங்கும். இதுவே அடுத்த ஆயிரம் ஆண்டுகளுக்கு ஜெர்மனியின் தலையெழுத்தை எழுதும்.

அன்றைய சூழ்நிலையில் பிரான்சுக்கு எதிராக இப்படிப் பேச மிகப்பெரிய துணிச்சல் வேண்டும். ஹிட்லர் ஒருவரைத் தவிர வேறு யாருக்கும் அது கிடையாது. 1936ம் ஆண்டிலிருந்து ஜெர்மனியுடன் அரசியல் மற்றும் ராணுவ ரீதியில் மிக வலுவான கூட்டணி வைத்த தேசம் இத்தாலி. யுத்தத்தில் ஜெர்மனிக்கு ஆதரவாக பிரான்ஸ் மீது படையெடுத்த ஒரே தேசம். ஆனாலும் பெனிட்டோ முசோலினி இம்மாதிரியெல்லாம் அறிக்கை விடுத்தவர் இல்லை. ஹிட்லர் அதிகாரத்தைக் கைப்பற்றுவதற்கு முசோலினி காட்டிய வழியைத்தான் கடைப்பிடித்தார். ஆனால் யுத்த காலத்தில் ஹிட்லரைப் பின்பற்றுவதுதான் தனக்கும் தன் தேசத்துக்கும் நல்லது என்று முசோலினி நினைத்தார்.

அந்த நட்பு அலாதியானது. இறுதிவரை உறுதி குலையாதது. ஆஸ்திரியாவில் தொடங்கி போலந்து வழியே டென்மார்க், நார்வே, நெதர்லாந்து, பெல்ஜியம் என்று ஹிட்லர் வெற்றி மேல் வெற்றி பெற்றுக்கொண்டே போன காட்சியைப் பார்த்த முசோலினிக்குப் புல்லரித்துப் போய்விட்டது. இதோ ஒரு புதிய சக்தி. ஐரோப்பாவின் தலையெழுத்தை மாற்றி எழுதப்போகிற ஒரே பெரிய தலைவர் ஹிட்லர்தான். ஒட்டுமொத்த ஐரோப்பாவும்

அவருடைய வசமாகப் போவது சர்வநிச்சயம். அப்போது ஐரோப்பாவில் இரண்டு ஆட்சிகள் மட்டுமே இருக்கும். ஒன்று ஹிட்லருடையது. இன்னொன்று அவருடன் தோழமை கொண்ட தன்னுடையது.

ஹிட்லருக்கு உதவியாக மட்டுமே தான் யுத்தத்தில் பங்கெடுக்க வேண்டும் என்று முசோலினி நினைத்தார். கிடைத்த வாய்ப்பில் தானும் நாடு பிடிக்கும் உத்தேசமுடன் நகரவேண்டாம் என்று முடிவு செய்திருந்தார். ஆசை இருந்தது. ஆனால் அதைக் கடல்தாண்டி வைத்துக்கொள்ளலாம் என்று அவர் முடிவு செய்து ஆப்பிரிக்காவுக்குத்தன்படைகளைஅனுப்பிவைத்தார். அங்கிருந்த பிரெஞ்சுக் காலனிகள். அங்கிருந்த பிரிட்டன் காலனிகள். தாக்குவதற்கு இடங்களா இல்லை? ஐரோப்பா முழுவதும் ஹிட்லர் விளையாடுவதற்கான மைதானம். தனக்கு ஆப்பிரிக்கா போதும்.

அப்படி ஒரு தோழமை அவருடையது.

பொதுவாக ஹிட்லரின் வாழ்வில் மென் உணர்வுகளுக்குப் பெரிய இடம் இருந்ததில்லை. அவருக்கு அம்மா செண்டிமெண்ட் உண்டு. நினைத்து நெகிழ ஓர் உறவு. தன் தாயைத் தவிர அவர் வேறு யாரையும் தனக்கு அந்தரங்கமாகக் கருதியதில்லை. பின்னாளில் ஒன்றிரண்டு காதல்கள் வந்தபோதும் (காதலிகளின் உயிர்) போனபோதும் கூட அவர் பெரிதாக பாதிக்கப்பட்டதில்லை. ஈவா ப்ரான் விஷயத்தில் கூட ஹிட்லர் ஓர் அதிகாரத் தோரணையுடன் தான் நடந்துகொண்டதாகத் தெரிகிறது. டூயட் பாடியதாக சரித்திரமில்லை. நினைத்து, நெகிழ்ந்து உருகியதாகக் கதைகள் ஏதுமில்லை.

ஆனால் முசோலினி விஷயத்தில் அவர் மூச்சு விடாமல் முஸ்தபா முஸ்தபா பாடிய தருணங்கள் அநேகம். இப்படியொரு நட்பு தனக்குக் கிடைத்தது ஒரு வரம் என்றே ஹிட்லர் கருதினார். தன்னைப் போலவே சிந்திக்கிற ஒரு மனிதன். தன் எழுச்சியையும் தன் வளர்ச்சியையும் பொறாமையில்லாமல் பார்க்கிற மனிதன். தனக்குத் தோள் கொடுத்ததற்காக சர்வதேசக் கண்டனங்களைப் பெற்றபோதும் துடைத்துப் போட்டுவிட்டுப் புன்னகை புரிந்த மனிதன்.

முசோலினிக்குச் சரியாகப் படும் தனது நடவடிக்கைகள் மற்ற அனைவருக்கும் தவறாகவே படுகிறதென்றால் தவறு யாரிடம்?

நிகரற்ற புகழ் பெற்ற ரோம சாம்ராஜ்ஜியத்தின் குலக் கொழுந்து. அவரைவிடவா மற்றவர்கள் பெரிது?

ஹிட்லருக்கு வேறு எதுவுமே, யாருமே ஒரு பொருட்டில்லை என்று தோன்றியது. அவர் சற்றும் எதிர்பாராவிதமாகத்தான் இரண்டாம் உலகப்போரில் ஜப்பான் ஜெர்மனியுடன் கைகோத்தது. இருந்த இரண்டு சக்திகள் மூன்று சக்திகளாயின. முசோலினிதான் அந்தக் கூட்டணிக்கு *Axis Power* என்று பெயர் வைத்தார்.

நல்லதுதான். ஜப்பானுக்கு சோவியத் யூனியனையும் பிடிக்காது. அமெரிக்காவையும் பிடிக்காது. இரு தேசங்களுக்கும் நடுவில் இருந்த குட்டித்தீவு அது. ஆனாலும் ராணுவ பலம் அதிகம். பெயருக்குமன்னர்இருந்தார். சக்கரவர்த்திஎன்றுகுறிப்பிடுவார்கள். ஆனால் ஆட்சி ராணுவத்திடம் இருந்தது. சீனாவின் சில பகுதிகளும் மங்கோலியாவும் ஜப்பானுக்கு இலக்குகள். உலகமே மோதிக்கொள்கிறது. சந்துகளில் சிந்துபாட தனக்கொரு தருணம் வாய்க்காமலா போய்விடும்?

அன்றைய ஜப்பான் ஹிட்லரை நம்பியது. என்றால், அவருடைய வீரத்தை. வெற்றிகளை. அதிகார சக்திகள் என்று வருணிக்கப்படும் அத்தனை பேரையும் அலட்சியப்படுத்திவிட்டுத் தன் பாதையில் முன்னேறும் அவருடைய ஆண்மை ஜப்பானைக் கவர்ந்தது. எத்தனை துணிச்சலாக சர்வதேச சங்கத்திலிருந்து (ஐ.நா. தோன்றுவதற்கு முன் இருந்த அமைப்பு. முதல் உலகப்போரின் விளைவுகளுள்ஒன்று.) ஜெர்மனிதன்னைவிடுவித்துக்கொள்வதாக அறிவித்தது? வெர்செயில்ஸ் உடன்படிக்கையை மீறுகிற துணிச்சல் வேறு யாருக்கு வரும்? பிரிட்டிஷ் பிரதமர் சாம்பர்லெயினே ஜெர்மனிக்கு வந்து ஹிட்லருக்குத் தடவிக்கொடுத்துவிட்டுப் போன காட்சியை செக்கஸ்லாவாக்கியா விஷயத்தின்போது பார்த்தோமே? அதுவல்லவா வீரம்? அதுவல்லவா ஆண்மை?

இரண்டு விஷயங்கள் அப்போது ஹிட்லருக்குச் சாதகமாக இருந்தன. ஒன்று, இந்தக் கூட்டணி பலம். இன்னொன்று, அவர் வெற்றி கொண்ட நாடுகளிலிருந்து கிடைத்த ஆயுதங்கள், பணம் மற்றும் தாதுப்பொருள்கள்.

விமானக் கட்டுமானங்களுக்குத் தேவையான அலுமினியம், போக்குவரத்துக்கு பெட்ரோல், ஆயுதத் தயாரிப்புக்கு

வேண்டிய இரும்பு, பாக்சைட், மாங்கனீஸ் போன்ற பல்வேறு மூலப் பொருள்கள் யுத்த காலத்தில் எப்போதும் ஆட்டம் காட்டக்கூடியவை. யுத்தம் செய்யும் தேசங்களுக்கு அப்போது இத்தகைய தாதுப்பொருள்களை சப்ளை செய்வோர் கொள்ளை லாபம்பார்ப்பார்கள். போர்க்காலத்தில்பேரம்பேசிக்கொண்டிருக்க முடியாது.

ஹிட்லருக்கு அந்தப் பிரச்னையே இல்லாமல் போய்விட்டது. தான் கைப்பற்றிய தேசங்களின் அத்தனை வளங்களையும் உடனுக்குடன் அவர் ஜெர்மனிக்குக் கொண்டுவர உத்தரவிட்டார். நூற்றுக்கணக்கானரயில்கள்தாதுப் பொருள்களுடன்நாளெல்லாம் பெர்லினை நோக்கிப் போயின.

மறுபுறம் ஹிட்லர் பாலூட்டி வளர்த்துவைத்திருந்த ஜெர்மானிய இஞ்சினியர்கள் பேயாய் உழைத்து ஆயுதங்கள் தயாரித்தார்கள். கனரக பீரங்கிகளையெல்லாம் வெகு அநாயாசமாக ஒரு நாளைக்கு ஆறுஎன்கிறகணக்கில்தயாரித்துத்தள்ளிக்கொண்டேஇருந்தார்கள். யுத்த காலத்துக்கென்றே பிரத்தியேகமாக வடிவமைக்கப்பட்ட ஹெவி வெயிட் மோட்டார் வாகனங்கள் ஜெர்மனியில் மிகப் பிரபலம்.

அவர்கள் எதுதான் செய்யவில்லை? நீர்மூழ்கிக் கப்பல்களிலிருந்து சின்ன கார் வரை எதையும் ஜெர்மானிய இஞ்சினியர்களால் நினைத்த மாத்திரத்தில் தரம் குறையாமல் தயாரிக்க முடிந்தது.

ஹிட்லர் அவர்களுக்கு எல்லா ஒத்துழைப்புகளையும் வழங்கினார். ராணுவத்துக்கு அளித்த முக்கியத்துவத்தை அவர் இஞ்சினியர்களுக்கு அளித்தார். தொழிற்சாலைகளைக் கண்ணும் கருத்துமாகப் பராமரிக்கவென்றே தனியொரு அமைச்சகம் அவரது ஆட்சியில் இருந்தது. எங்கு என்ன அக்கிரமம் நடந்தாலும் அந்தப் பிரிவில் ஒரு சிறு பிரச்னையும் வரக்கூடாது என்பது கண்டிப்பான உத்தரவு.

யூதர்களை அவர் எத்தனைக்கு எத்தனை வெறுத்தாரோ, அதே அளவு அவர் இஞ்சினியர்களை நேசித்தார். தொடர் யுத்தங்களை உத்தேசித்தே ஆட்சிக்கு வந்தவர் ஹிட்லர். எனவே ராணுவத்துக்கு நிகராக பொறியியல் துறை வளர்ச்சியுற்றிருக்க வேண்டும் என்று

அவர் முன்கூட்டியே திட்டமிட்டிருந்தார். இன்றைக்கு வரை உலகில் ஜெர்மன் தயாரிப்பு இயந்திரங்கள் என்றால் ஒரு தனி மதிப்பு உண்டு. அது ஹிட்லர் பாடுபட்டு உருவாக்கிய மதிப்புதான். சந்தேகமில்லை.

–

ஆ, பிரான்ஸ் யுத்தம்.

அதுவரை யுத்தம் பெரும்பாலும் வானத்திலும் கடலிலுமே நடந்துகொண்டிருந்தது. ஹிட்லருடைய பலம் அங்கேதான் அதிகம் இருந்தது. ஜெர்மானிய நீர்மூழ்கிக் கப்பல் என்றால் அத்தனை தேசங்களுக்குமே ஒரு நடுக்கம் இருந்தது. அவை வெல்ல முடியாதவை. ராட்சச பலம் கொண்டவை என்கிற பிம்பம் உருவாகியிருந்தது. வீரர்களிடமும் ஒரு கட்டுக்கோப்பு இருந்தது. அதை பயம் என்றும் சொல்லலாம்.

முப்படைகளுக்கும் தளபதியாக ஹிட்லரே இருந்தார். அடிமட்ட வீரன் வரை யாருக்கு வேண்டுமானாலும் பிரசிடெண்டின் உத்தரவு எப்போதும் வரும் என்கிற அளவுக்கு அவர் தன் ராணுவத்தின் அந்தராத்மாவில் ஊடுருவி இருந்தார். செய்கிற ஒவ்வொரு தவறுக்கும் உடனடியாக பெர்லினிலிருந்து கண்டனம் வரும். சாதிக்கிற ஒவ்வொரு நடவடிக்கைக்கும் அதே போலப் பூச்செண்டு வரும். திடீர் திடீரென்று ஹிட்லர் எந்த இடத்துக்கு வேண்டுமானாலும் சர்ப்ரைஸ் விசிட் அடிப்பார். சில நிமிடங்கள்தான் இருப்பார். ஆனால் அந்தச் சில நிமிட நேரத்துக்குள் அவர் உதிர்க்கும் சொற்கள் அடுத்த சில மாதங்கள் வரை உற்சாகத்துடன் போரிடப் பேருதவியாக இருக்கும்.

குறிப்பாகக் கப்பல் படை விஷயத்தில் ஹிட்லர் மிகுந்த கவனம் எடுத்துக்கொண்டார். நீர் வழிதான் அனைத்து தேசங்களுக்கும் சரக்குப் போக்குவரத்துக்கு உதவி செய்பவை. கடலை ஆளத் தொடங்கிவிட்டால், எதிரிகளின் பலத்தில் பாதியை அபகரித்ததாகிவிடும் என்பது ஹிட்லரின் சித்தாந்தம். யுத்த காலத்தில் ஜெர்மானியப் படைகள் ஒரு சரக்குக் கப்பலைக் கூடக் கரைசேரவிட்டதில்லை. நடுக்கடலில் சொக்கப்பனை கொளுத்தும் வைபவங்கள் தினசரி நடந்துகொண்டிருந்தன.

ஆனால் ஹிட்லர் அந்தக் கடல் யுத்தத்தை 1940க்குப் பிறகுதான் வைத்துக்கொள்வதாக இருந்தார். போலந்தைக் கைப்பற்றியவுடனேயே பிரான்ஸ் மீதுதான் அவருக்குக் குறி. ஆனால் அவரது தளபதிகள் திட்டத்தை ஓராண்டு தள்ளிப்போடச் சொன்னதால்மற்றசிறுதேசங்களைகவனிக்கத்தொடங்கிவிட்டார்.

ஐரோப்பாவின் மேற்கு தேசங்கள் அனைத்தையும் முதலில் கைப்பற்றிவிடுவது எல்லா விதங்களிலும் சௌகரியமானது. இரு முனை யுத்தம் அதன்மூலம் தவிர்க்கப்படும். பிரான்ஸ் பெரிய புள்ளி. அதைக் கடைசியாகப் பார்த்துக்கொள்ளலாம். முதலில் குட்டி தேசங்கள் அனைத்தையும் வளைத்துவிட்டால் மேற்கு ஐரோப்பா முழுவதுமாக வசமாகிவிடும். பிறகு எங்கிருந்து வேண்டுமானாலும் படையெடுக்கலாம். யதார்த்தத்தில் அதுவே சௌகரியமாக இருக்கும் என்று ஜெர்மானியத் தளபதிகள் கருதினார்கள். ஹிட்லர் சம்மதித்திருந்தார்.

ஏப்ரல் 1940ல் ஹிட்லர் டென்மார்க் மற்றும் நார்வே மீது படையெடுத்தார். எதிர்ச்சண்டைக்கு பிரான்சும் பிரிட்டனும் வந்தன. முன்னதாக போலந்தில் ஜெர்மானியர்கள் காட்டிய வேகமும் வெறியும் அவர்களை மிகவும் எச்சரித்திருந்தபடியால் அதிகவனமாக வியூகங்களை வகுத்திருந்தார்கள். ஆனாலும் ஹிட்லரின் வேகத்தை அவர்களால் எதிர்கொள்ள முடியவில்லை. ஜெர்மானியர்களின் விமானப்படைக்கும் காலாட்படைக்கும் ஓர் ஒத்திசைவு இருந்தது. இரட்டைச் சகோதரிகளின் கச்சேரி போல் தொடங்கிய வேகத்தில் களைகட்டும் லாகவம் அவர்களுக்குக் கைகூடியிருந்தது. விமானங்கள் பயணம் செய்யும் பாதை கீழே முன்னேறும் வீரர்களுக்குத் துல்லியமாகத் தெரிந்திருந்தது. எப்போது குண்டு வீசும், எங்கே சரியும், எங்கே டான்ஸ் ஆடும், எப்படி வளையும் என்று அனைத்தும் அத்துப்படி ஆகியிருந்தது.

அதேபோல, தான் ஏற்படுத்திக் கொடுக்கும் வழியில் முன்னேறும் காலாட்படையின் நடவடிக்கைகளை முற்றிலுமாக ஜெர்மானியப் போர் விமானங்களே கட்டுப்படுத்தும் வல்லமை பெற்றிருந்தன. பல சமயங்களில், காலாட்படைப்பிரிவுகளின் தலைவர்கள் விமானங்களில்இருந்தபடியேதான்இயக்கிக்கொண்டிருந்தார்கள். இது உலகில் வேறு எந்த தேசமும் கைக்கொள்ளாத நடைமுறை. எப்படி ஜெர்மானியர்களுக்கு மட்டும் சாத்தியமாகிறது என்று யாருக்கும் புரியவில்லை.

அவர்கள் வியந்துகொண்டிருந்தபோதே ஹிட்லர் பிரான்ஸ் ஊடுருவலுக்கு உத்தரவளித்திருந்தார். பெல்ஜியம், நெதர்லாந்து என்று பிரிட்டன் கூட்டணிப் படைகள் தம் கவனத்தைக் குவித்துக்கொண்டிருந்த வேளையில் ஜெர்மனியின் ஒரு பெரும் படைப்பிரிவு பிரான்ஸின் தெற்கு எல்லை வழியே ஊடுருவத் தொடங்கியது.

அன்று மே 10. நள்ளிரவு தாண்டி அரைமணி ஆகியிருந்தது. பிரான்சின் எல்லையில் படர்ந்திருந்த அடர்ந்த கானகத்தின் வழியே ஜெர்மானிய ராணுவம் நகரத் தொடங்கியது. முதலில் பொறியாளர்கள். அவர்களுக்குப் பின்னால் டாங்குகள். அதன்பின் காலாட்படை. அதன்பின் மோட்டார் படைகள்.

பாதை ஏற்படுத்திக்கொண்டே போகிற பொறியாளர்களை மற்றவர்கள் பின் தொடர வேண்டும். இடையில் நதி குறுக்கிடும். நரி குறுக்கிடும். மலைகளும் சதுப்பு நிலங்களும் குறுக்கிடும். என்னவானாலும் பிரச்னை இல்லை. வழி இல்லை என்று ராணுவம் சோர்ந்து உட்காரும்படி ஆகாது. ஒரே இரவில் ஜெர்மானியப் பொறியாளர்கள் ஒரு சமயம் கிட்டத்தட்ட ஐந்நூறு மீட்டர் தொலைவுக்கு ஒரு மரப்பாலம் கட்டி டாங்குகள் கடக்க வழி ஏற்படுத்திக் கொடுத்திருக்கிறார்கள். ஒரு சத்தம் கிடையாது. எலேய், நாலாம் நம்பர் ஸ்பானர எடு என்கிற ஏவல் கிடையாது. என்ன செய்வார்கள், எப்படிச் செய்வார்கள் என்று தெரியாது. ஆனால் சொன்ன நேரத்தில் காரியம் நடந்து முடியும். அதுவும் எதிரிகள் மோப்பம் பிடிக்காத விதத்தில்.

மிகத் திறமையாக அவர்கள் முன்னேறிக்கொண்டிருந்தார்கள். முன்னதாக ஒரு ஏற்பாடு செய்யப்பட்டிருந்தது. முன்னேறி வரும் ஜெர்மானியப் படைகளை ஏதோ ஓரிடத்தில் பிரெஞ்சுப் படைகள் எதிர்கொள்ளத்தான் போகிறது. அந்தக் கணத்தில் ஒரு கவனத் தடுமாற்றம் ஏற்படுத்தினால் நன்றாக இருக்குமே?

தளபதிகள் ஹிட்லரிடம் விஷயத்தைச் சொன்னார்கள். அதனாலென்ன என்றார் ஹிட்லர். உடனடியாகத் தம் நண்பர் முசோலினியைத் தொடர்புகொண்டார்.

'நண்பரே, ஓர் உதவி. நீங்கள் உங்கள் நாட்டு எல்லையிலிருந்து நான் சொல்லும்போது பிரான்ஸுக்குள் ஊடுருவித் தாக்கத் தொடங்கவேண்டும்.'

மறுப்பது முசோலினியின் இயல்பல்ல. அதுவும் ஹிட்லர் கேட்கும்போது. அவரும் ஒரு பெரிய படையை பிரான்ஸ் எல்லைக்குக் கொண்டுவந்து நிறுத்திவிட்டு, பெர்லின் சிக்னலுக்காகக் காத்திருந்தார்.

–

மிகத் தாமதமாகத்தான் பிரான்ஸ் தன்னைத் தாக்கவரும் அபாயத்தைக் கண்டுகொண்டது. உடனடியாக தேசத்தில் இருந்த முழு ராணுவ பலமும் திரட்டப்பட்டது. எல்லைகளுக்குக் கொஞ்சம். முன்னேறிவரும் தொல்லைகளுக்குக் கொஞ்சம் என்று பிரிக்கப்பட்டது. விமானப்படை உஷார்படுத்தப்பட்டு, விரட்டப்பட்டன. விமானம் தாங்கிக் கப்பல்களில் வெடி மருந்துகள் குவிக்கப்பட்டன. ஒரு நட்சத்திர வடிவில் வியூகம் வகுத்திருந்தார்கள். பாரீஸில் தொடங்கிய அணி வகுப்பு, மைல் கணக்கில் நீண்டது.

படைகள் முன்னேறத் தொடங்கின. வெடிச் சத்தம் விண்ணைத் தொட்டது. ஜெர்மானிய பீரங்கிகள் மிகவும் கனமானவை. பொறியில் மாட்டி இயக்கத் தொடங்கினால் அரை மணிநேரம் ஓயாமல் வெடிக்கக் கூடியவை. கண் மண் தெரியாமல் தாக்கியபடியே அவை முன்னேறிக்கொண்டிருந்தன. பீரங்கிகளின் பின்னால் நூற்றுக்கணக்கான காலாட்படை வீரர்கள் பதுங்கிப் பதுங்கி முன்னேறினார்கள்.

அவர்களின் முதல் இலக்கு, சாலைகள்தான். ஒவ்வொரு சாலையாக அழித்துக்கொண்டே போனார்கள். பிரெஞ்சு ராணுவம் வரும் பாதைகளெங்கும் வெடி வைத்துவிட்டுப் பக்கவாட்டில் காத்திருந்தார்கள். முன்னேறும் பிரெஞ்சுப் படையினர் வாகனங்களுடன் தூக்கியெறியப்படும்போது, ஜெர்மானியப் படைவீரர்கள் தலைதெரிக்க முன்னால் ஓடுவார்கள். தூக்கி எறியப்படும் வீரர்களும் வாகனங்களும் கீழே விழும் நேரத்தில் காத்திருக்கும் பீரங்கிகள் பக்கவாட்டிலிருந்து இடைவிடாமல் தாக்கத் தொடங்கும்.

மிகத் திறமையாக இந்த உத்தியை அவர்கள் பயன்படுத்தினார்கள். வெற்றியின் முதல் படி எதிரியை பலவீனப்படுத்துவது. தன்னம்பிக்கையைக் குலைப்பது. இதைத்தான் ஹிட்லர்

திரும்பத் திரும்பத் தன் வீரர்களுக்குச் சொல்லியிருந்தார். போர் விமானங்களில் தரைப்படையினருக்கு அவர் தினசரி கடிதமெல்லாம் கொடுத்தனுப்புவார். குண்டுகளுடன் சேர்த்துக் கடிதங்களையும் விமானங்கள் வீசிச் செல்லும்.

ஆர்வமுடன் எடுத்துப் படிக்கும் ஜெர்மானிய வீரர்கள் புது மலர்ச்சியுடன் மேலும் தீவிரமாகப் போரிடுவார்கள்.

ஜெர்மானிய ராணுவம் ஓரளவு குறிப்பிடத்தகுந்த தூரம் வரை பிரான்ஸில் முன்னேறிவிட்டிருந்தபோது ஹிட்லர், முசோலினிக்கு சிக்னல் கொடுத்தார். இனி நீங்கள் களத்தில் இறங்கலாம்.

அது பிரான்ஸ் எதிர்பாராதது. திடீரென்று இத்தாலி பிரான்சுக்குள் ஊடுருவியது. காட்டுத்தனமான வேகம். குலை நடுங்கச் செய்யும் சத்தம். முழுக்கவனத்தையும் ஜெர்மனியின் மீது குவித்திருந்த பிரான்ஸ் - பிரிட்டன் கூட்டணிப் படை, இந்தத் திடீர் தாக்குதலில் சற்றே நிலைகுலைந்து போனது. முசோலினி மிகச் சுலபமாக பிரான்சின் சில பகுதிகளைத் தன்வசப்படுத்திக்கொண்டார்.

இது ஹிட்லர் எதிர்பார்த்த சௌகரியத்தைக் கொடுத்தது. பிரான்சின் கவனம் இத்தாலியப் படைகளின் மீது திரும்பிய தருணத்தை அவர் பயன்படுத்திக்கொண்டார். முன்னெப்போதுமில்லாத வேகத்துடன் ஜெர்மானியப் படைகள் பாரிசை நெருங்கின.

பிரான்ஸின் வாழ்வா சாவா யுத்தம் அது. கட்டிக்காத்திருந்த பெருமைகள். மேலான பெருமிதம். ஐரோப்பாவின் கிரீடத்தில் இருக்கிற தேசங்களுள் ஒன்று என்கிற அந்தஸ்து. வற்றாத பொருளாதாரம். வளமான வாழ்க்கை. மேலான நாகரிகப் பெருமை. அனைத்தும் ஜெர்மனியின் காலடியில் விழத்தான் போகிறதா?

யுத்த ஃபார்முலாவிலிருந்து எள்ளளவும் பிசகாமல் போர் புரிந்தார்கள் ஜெர்மானிய வீரர்கள். அதற்குமுன் அவர்கள் நிறைய வரம்பு மீறல்கள் செய்தவர்கள்தான். ஆனாலும் பிரான்ஸ் விஷயத்தில் அடக்க ஒடுக்கமாகவே நடந்துகொண்டார்கள். ஒன்று மேலான பலம் படைத்தவர்கள். அல்லது சமபலம். நிச்சயம் தாழ்ந்தவர்கள் இல்லை. எனவே, மிகுந்த கவனம் செலுத்த வேண்டியது அவசியம் என்று ஹிட்லர் சொல்லியிருந்தார்.

அப்படித்தான் நடந்துகொண்டார்கள்.

மே மாதம் 15ம் தேதி அது நடந்தது. தனது பலம் முற்றிலும் குலைந்துபோய், ராணுவக் கட்டுக்கோப்பை இழந்து பரிதாபமாகத் தோல்வியைச் சந்தித்தது பிரான்ஸ். பிரெஞ்சுப் பிரதமர் பால் ரெனாட் (Paul Reynaud), அழுகையும் துக்கமுமாக பிரிட்டிஷ் பிரதருக்கு போன் செய்தார். அப்போதுதான் புதிதாகப் பொறுப்பேற்றிருந்த வின்ஸ்டன் சர்ச்சில் அவர்.

'நாங்கள் தோற்கடிக்கப் பட்டுவிட்டோம். அடிவாங்கிவிட்டோம். எல்லாம் இழந்துவிட்டோம்!'

அமைதியாக இருங்கள், நான் வருகிறேன், பதறாதீர்கள் என்று சர்ச்சில் அவருக்கு ஆறுதல் சொன்னார்.

மறுபுறம் பாரிஸ் நகரெங்கும் நிரம்பியிருந்த ஜெர்மானிய வீரர்களும் இத்தாலி வீரர்களும் பட்டாசு வெடித்து மகிழ்ச்சியைக் கொண்டாடினார்கள். ஊரைச் சுற்றிப்பார்த்த தளபதிகள், பிரான்ஸின் எழிலில் சொக்கிப் போனார்கள். வானளாவிய கட்டடங்கள். எங்கும் கலை எழில். சாலைகள் எல்லாம் சோலைகளாக இருக்கின்றன. ஓரங்களில் பசுமை. உயரங்களைத் தொடும் தேவாலயங்கள். எதிலும் நளினம். எல்லாவற்றிலும் நாகரிகம்.

அதனாலென்ன? அடித்து நொறுக்கியதில் அத்தனையும் அலங்கோலமாகத்தான் ஆகிக்கிடக்கின்றன. குவிந்திருக்கும் கான்கிரீட் மலைகளைஅப்புறப்படுத்தவே ஒரு மாதம் ஆகக்கூடும். பிரான்ஸ் திரும்ப எழுந்திருக்க எப்படியும் ஒரு வருடம்.

பதினாறாம் தேதி காலையே பிரிட்டிஷ் பிரதமர் சர்ச்சில் அவசர அவசரமாக பாரிசுக்கு வந்தார். நிலவரம் அவர் எதிர்பார்த்ததைக் காட்டிலும்மோசமாகத்தான்இருந்தது. அதிகாரிகள்மிகத்தீவிரமாக அரசு ஆவணங்களை, ரகசியங்களை எரித்துக்கொண்டிருந்தார்கள். எந்தக் கணமும் ஹிட்லர் வந்துவிடுவார். அத்தனை பேரும் ரகசிய இடங்களில் பதுங்கியிருந்தார்கள். ஊர் பிழைக்கவில்லை. உயிராவது பிழைத்தால் தேவலை.

சர்ச்சில் கேட்டார்: 'எங்கே போனது உங்கள் திறமை? எப்படிக் கோட்டை விட்டீர்கள்? முதல் உலக யுத்தத்தில் காட்டிய வீரம் எங்கே? விவேகம் எங்கே? திட்டமிடல் எங்கே?'

தலைகுனிந்தார்கள் பிரெஞ்சு தளபதிகள். சர்ச்சில் சொன்னார். என் வாழ்வில் இதனைக் காட்டிலும் பேரதிர்ச்சி ஒன்று இனி வரப்போவதில்லை.

பிரான்ஸ் அடைந்த தோல்வி உலகம் முழுவதையும் பாதித்தது. போர் முனைகளில், பல்வேறு இடங்களில் போரிட்டுக்கொண்டிருந்த பிரெஞ்சு வீரர்கள் அத்தனை பேரும் சோர்ந்து போனார்கள். யாராலும் நம்ப முடியவில்லை. தோல்வியா? பிரான்சுக்கா? நிஜமாகத்தானா?

ஒப்புக்காக அப்போதும் அவர்கள் யுத்தம் செய்துகொண்டுதான் இருந்தார்கள். தளபதியை மாற்றிப் பார்த்தார்கள். திடீர் திடீரென்று சிறு வெற்றிகள் அடைந்துவிட்டதாக மீடியாவுக்குச் செய்தி கொடுத்தார்கள். எல்லாம் வீண் என்று எல்லோருக்குமே தெரிந்துதான் இருந்தது. இருந்தாலும் அந்தத் தோல்வியை அவர்களால் ஜீரணிக்க முடியவில்லை.

இறுதித் தோல்வியை ஒப்புக்கொள்ள அவர்களுக்கு மேலும் சில தினங்கள் தேவைப்பட்டன. ஜூன் மாதம் 25ம் தேதி அந்தச் சம்பவம் நடந்தது. ஆம். நாங்கள் தோற்றுத்தான் போனோம். இனி தாக்கவேண்டாம்.

பிரெஞ்சுத் தளபதிகள் ஜெர்மானியத் தளபதிகளிடம் கேட்டுக்கொண்டார்கள். முதல் உலகயுத்தசமயத்தில் 1918ம் ஆண்டு எந்த இடத்தில் ஜெர்மனி தோற்று, பிரான்சிடம் தன் தோல்வியை ஒப்புக்கொள்ள நேர்ந்ததோ அதே இடத்தில். கம்பெய்ன் (Compiegne) என்று அந்த இடத்துக்குப் பெயர்.

தோல்வியை அப்போதும் ஒப்புக்கொள்ள மறுத்த பிரெஞ்சுப் பிரதமர் வலுக்கட்டாயமாக ராஜிநாமா செய்யவைக்கப்பட்டார்.

பிரான்சின் வடக்கு மற்றும் மேற்குப் பகுதிகள் முழுவதையும் ஜெர்மனி ஆக்கிரமித்திருந்தது. அது ஜெர்மனியின் ஒரு பகுதியாக அறிவிக்கப்பட்டது. தெற்குப் பகுதியில் பிரெஞ்சு அரசாங்கம், 'தோல்வியுற்ற தேசம்' என்கிற அந்தஸ்துடன் ஆண்டுகொள்ள ஹிட்லர் அனுமதித்தார்.

பெருமை பொங்க பாரிசுக்கு வந்த ஹிட்லர், ஊரைச் சுற்றிப் பார்த்துவிட்டுச் சொன்னார்: 'அழகான ஊர். நீண்டநாளாக இங்கு வர ஆசைப்பட்டேன். இன்றைக்குத்தான் சந்தர்ப்பம் கிடைத்தது.'

–

பிரான்ஸ் யுத்தம் ஏற்படுத்திய பாதிப்புகள் சிறிதல்ல. பிரான்ஸ் மட்டுமல்லாமல் பிரிட்டனின் பொருளாதாரத்தையும் அது மிகவும் பாதித்தது.

என்ன செய்வதென்று பிரிட்டனுக்குப் புரியவில்லை. விஷயம் மிகத் தீவிரமாக விவாதிக்கப்பட்டது. பிரெஞ்சுப் பிரதமர். பிரிட்டன் பிரதமர். அமெரிக்க அதிபர். மூவரும் கூடி அமர்ந்து ஆலோசித்தார்கள்.

அமெரிக்க அதிபர் ரூஸ்வெல்ட், காங்கிரஸில் இது குறித்துப் பேசினார். இது நியாயம் பேசும் நேரமல்ல. உதவ வேண்டிய தருணம். மார்ச் 11, 1941 அன்று அமெரிக்கப் பாராளுமன்றத்தில் ஒரு முடிவெடுக்கப்பட்டது. யுத்தத்தில் ஈடுபட்டிருக்கும் 37 தேசங்களுக்கு ஐந்து பில்லியன் டாலர் ராணுவ உதவியாக வழங்கப்படும். அதில் 3.4 பில்லியன் பிரிட்டனுக்குப் போகும்.

அமெரிக்காவைப் பார்த்து கனடாவும் இதே போல் ஒரு தீர்மானம் கொண்டுவந்தது. 4.7 பில்லியன் டாலர்களை அது ராணுவச் செலவுகளுக்காக பிரிட்டனுக்கு வழங்கியது.

இந்த அன்புப் பரிமாற்றங்கள் நிகழ்ந்துகொண்டிருந்த அதே சமயத்தில்ஹிட்லர்தன்படைகளையூகோஸ்லாவியாமீதுஏவினார். அப்போது ஜெர்மனிக் கூட்டணியில் சேர்ந்திருந்த பல்கேரியா, ஹங்கரி போன்ற தேசங்களும் இத்தாலியும் இணைந்து இந்தத் தாக்குதலில் பங்கெடுத்தன. பிரான்சை வெற்றி கொண்ட மிதப்பு அவர்களுக்கு இருந்தது. தவிரவும் யூகோஸ்லாவியா அத்தனை ஒன்றும் பலம் பொருந்திய தேசமல்ல.

ஏப்ரல் 6ம் தேதி தொடங்கிய படையெடுப்பு 17ம் தேதிக்குள் ஒரு முடிவுக்கு வந்துவிட்டது. யூகோஸ்லாவியா சரணடைந்துவிட்டது. உடனடியாக ஹிட்லர் அங்கே ஒரு பொம்மையைப் பிடித்து ஆட்சியில் உட்காரவைத்துவிட்டு, கிரீஸை நோக்கிப் போகத் தொடங்கிவிட்டார். ஏப்ரல் 27ம் தேதி அதுவும் வசமானது. பிரிட்டன்அனுப்பியசுமார்ஐம்பதாயிரம்பேர்கொண்டஓர்உதவிப் படைக்குழுவினால் பெரிய அளவில் உதவ முடியவில்லை.

வெற்றிதான் என்றாலும் ஹிட்லருக்கு இந்தச் சில்லறை வெற்றிகள் போரடிக்கத் தொடங்கிவிட்டது.

அவருடைய லட்சியம் என்ன? சோவியத் யூனியன். படையெடுக்க மாட்டேன் என்று ஒப்பந்தம் செய்துகொண்ட தினமே, படையெடுத்தேதீருவதுஎன்றுமனத்துக்குள்இன்னொருஒப்பந்தம் போட்டுக்கொண்டார் அவர். ஒரு நல்ல தருணத்துக்காகத்தான் காத்திருந்தார். இப்போது மிச்சம் மீதி ஏதுமில்லை. கிட்டத்தட்ட ஐரோப்பா முழுவதும் அவர் வசமாகியிருந்தது. அட, பிரான்ஸே விழுந்துவிட்டது. இனி என்ன?

ஆரம்பித்துவிடலாம் என்று ஹிட்லர் சொன்னார்.

உலகின் மாபெரும் படையெடுப்பு என்று இன்றுவரை வருணிக்கப்படும் அந்தப் பிரசித்தி பெற்ற ரஷ்யப் படையெடுப்பு ஜூன் 22, 1941 அன்று தொடங்கியது. ஆப்பரேஷன் பார்பரோஸா (Operation Barbarossa) என்று அதற்குப் பெயரிடப்பட்டது.

நாற்பது லட்சம் வீரர்கள். ஜெர்மனியின் அனைத்துக் கூட்டணி தேசங்களில் இருந்தும் வந்து குவிந்திருந்தார்கள். நாலாயிரத்தி முன்னூறு பீரங்கிகள். சுமார் ஐயாயிரம் விமானங்கள். ஏராளமான ஆயுத வசதிகள். அனைத்தும் ஜெர்மனியின் கிழக்கு எல்லையில் முதலில் குவிக்கப்பட்டன. போர்த் திட்டத்தை ஹிட்லரும் முசோலினியும் இணைந்து வரைந்தார்கள்.

முதலில் பால்டிக் குடியரசுகள். தொடர்ந்து உக்ரைன். அப்படியே முன்னேறிப் போய்க்கொண்டே இருக்கவேண்டியது. மாஸ்கோவை அடையும்வரை பயணம் நிற்காது.

மறுபுறம் சோவியத் யூனியனும் இந்தத் தாக்குதலை எதிர்கொள்ளத் தயாராகிக்கொண்டிருந்தது. உடனடியாக ராணுவ பட்ஜெட் உயர்த்தப்பட்டது. தேசமெங்கும் ராணுவ சேவைக்குத் தீவிரமாக ஆள் திரட்டப்பட்டது. அத்தனை தொழிற்சாலைகளும் ஆயுதம் செய்ய ஆரம்பித்தன. உயர் ரக பீரங்கிகள், போர் விமானங்கள், துப்பாக்கிகள் தயாரிப்பு முடுக்கிவிடப்பட்டது. எத்தனை காலம் நீடிக்கப்போகிற யுத்தம் என்று தெரியாது. எல்லாவற்றுக்கும் ஆயத்தமாக இருக்கவேண்டும் என்று சோவியத் அரசின் செய்தித் தொடர்பாளர்கள் தொடர்ந்து நாட்டு மக்களுக்குச் சொல்லிக்கொண்டிருந்தார்கள்.

ராணுவத்தின்பெரும்பகுதிஎல்லைப்புறங்களுக்குஅனுப்பப்பட்ட வேளையில் ஹிட்லர் யுத்தத்தைத் தொடங்க உத்தரவளித்தார்.

1941 ஜூன் 22ம் தேதி அதிகாலை நான்கு மணிக்கு ஆரம்பமானது. சோவியத் யூனியனின் பரந்த மேற்கு எல்லை முழுவதிலும் இருந்து ஹிட்லரின் கூட்டணிப் படைகள் ஊடுருவத் தொடங்கின. ஒலிக்கத் தொடங்கிய குண்டுச் சத்தம் ஓய மறுத்தது. கண்ணில் பட்ட அத்தனை தொழிற்சாலைகள், கிடங்குகள், இருப்புப்பாதை வழிகளிலும் ஜெர்மனிப் படைகள் தொடர்தாக்குதல் நடத்தின.

பதிலுக்கு சோவியத் வீரர்கள் நிகழ்த்திய தற்காப்புத் தாக்குதலும் உக்கிரமாகவே இருந்தது. அவர்களுடைய தரைப்படை பலம் பொருந்தியது. போர்த்தந்திரங்களில் கைதேர்ந்த சில ஆயிரம் பேர்களைத் தான் அவர்கள் எல்லையில் நிறுத்தியிருந்தார்கள். பீரங்கிகளை வீழ்த்தும் கலையில் அவர்கள் விற்பன்னர்களாக இருந்தார்கள்.

ஆனாலும் ஹிட்லர் திடீரென்று தம் படையினருக்கு ஓர் உத்தரவை அனுப்பினார். யுத்தம் தொடங்கிய முதல் நாளே அது ஜெர்மானியத் துருப்புகளுக்கு மிகப்பெரிய சாதகமாக அமைந்துவிட்டது.

திட்டமிட்டபடி தரைப்படை முன்னேறட்டும். ஆனால் நமது விமானப்படையினரை, சோவியத் விமானத் தளங்களைக் குறிவைத்து முதலில் அனுப்புங்கள். அவர்கள் முதல் நாளே அதை எதிர்பார்க்க மாட்டார்கள்.

ஹிட்லர் நினைத்தது சரி. சோவியத் அதை எதிர்பார்க்கவில்லை. முன்னேறி வரும் தரைப்படைக்கு உதவியாகத்தான் ஜெர்மனின் விமானப்படைப்பிரிவு பணியாற்றுவது வழக்கம். சட்டென்று அம்முறை ஹிட்லர் தம் திட்டத்தை மாற்றினார்.

விளைவு, ஒரே நாளில் சோவியத் விமானப்படையின் 1200 போர் விமானங்கள் தாக்குதலுக்கு உள்ளாகி, நாசமடைந்துவிட்டன.

ஜெர்மனி துள்ளிக்குதித்தது. தாக்குதல் இன்னும் உக்கிரமானது. தாக்கிக்கொண்டே அவர்கள் முன்னேறத் தொடங்கினார்கள். ஆனால் சோவியத் ரஷ்யாவின் எல்லைப்புற நிலப்பரப்பு அத்தனை சாதகமாக இல்லை. விமானங்கள் பறக்கக்கால நிலையும் சாதகமாக இல்லை. எப்போதும் குளிர். சதுப்பு நிலங்கள் மிகுந்த பகுதிகள். அடர்ந்த கானகங்கள். திடீர் திடீரென்று எதிர்ப்படும் நீர்ப்பரப்பு. மீறி முன்னேற முடியாதபடி எதிர்த்தாக்குதல் தொடுக்கும் சோவியத் படைகளுக்கு அந்த நில அமைப்பெல்லாம் அத்துப்படி.

ஜெர்மன் துருப்புகளுக்கு ஒரே இலக்குதான். ரஷ்யாவின் கடும் பனிக்காலத்துக்கு முன்னதாக இந்தத் தாக்குதலை வெற்றிகரமாக முடித்துவிட வேண்டும். பனி மிகுந்துவரத் தொடங்கிவிட்டால் முன்னேற முடியாது. இருக்கவும் முடியாது.

திட்டமிட்டுத்தான் அவர்கள் புறப்பட்டிருந்தார்கள். ஆனால் எதிர்பார்த்த வேகத்தில் முன்னேற முடியவில்லை அவர்களால்.

யுத்தத்தின் தொடக்கத்தில் ஏற்பட்ட சிறு தோல்விகளிலிருந்து சோவியத் விரைவில் மீண்டுவிட்டது. அலையலையாக அவர்கள் வீரர்களைக் கொண்டுவந்து குவிக்கத் தொடங்கினார்கள். அதிநவீன ராணுவத் தளவாடங்கள் பளபளத்தன.

ஒன்று சொல்லவேண்டும். இரும்புக் கோட்டையாக, உள்ளே நடப்பது என்னவென்றே தெரியாதிருந்த சோவியத் யூனியனின் நிஜமான பலம் முதல் முறையாக வெளி உலகுக்குத் தெரியவந்த தருணம் அதுதான். அப்பா! எத்தனை ஆயுதங்கள்! எவ்வளவு பீரங்கிகள், விமானங்கள், வீரர்கள்! தங்களுக்கெனப் பிரத்தியேகமாக அவர்கள் வடிவமைத்து வைத்திருந்த வியூக யுத்திகளும் தாக்குதல் ஃபார்முலாக்களும் ஜெர்மானிய வீரர்களுக்கு மிகுந்த வியப்பை உண்டாக்கின. பேய்த்தனமாக அல்லவா வந்து மோதுகிறார்கள்!

ஆனாலும் சலிக்காமல் முன்னேறிக்கொண்டிருந்தது ஹிட்லரின் படை. ஒவ்வொரு நாளும் ஹிட்லர் யுத்த நிலவரம் கேட்பார். ஆலோசனைகள் தருவார். எல்லைப்பகுதியில் வந்து உட்கார்ந்துகொண்டு, தளபதிகளுடன் ஆலோசனை நடத்துவார். ஒரு அவசரமென்றால் தயங்காமல் கூப்பிடுங்கள், நானே ஓடி வருகிறேன் என்று எப்போதும் சொல்வார். வாய் வார்த்தையாக அல்ல. உண்மையிலேயே அவர் தயாராக இருந்தார். ஒரு முழு ராணுவத்தின் உற்சாகத்தையும் வெறியையும் தனி மனிதராக அவர் பெற்றிருந்தார் என்பதை மறுக்க முடியாது.

ஜூன் மாதம் ஆரம்பித்த யுத்தம், எதிர்பார்த்ததைவிடத் தாமதமாக நவம்பர் இறுதியில் ஒரு முக்கியமான கட்டத்தில் வந்து நின்றது.

ஜெர்மானியப் படைகள் லெனின் கிராட், மாஸ்கோ, ரோஸ்டாவ் போன்ற முக்கிய இலக்குகளின் எல்லைகளுக்கு வந்து சேர்ந்திருந்தன. பல்லாயிரக்கணக்கான வீரர்கள் அதற்குள்

இறந்துபோயிருந்தார்கள். நிறைய சேதம். ஆயுதங்களும் பீரங்கிகளும் கூட. மொத்தப் படையில் சுமார் இருபத்தைந்து சதவீதம் பேரை ஜெர்மனி இழந்திருந்தது.

ஆனாலும் அவர்கள் நம்பிக்கை இழக்காமல் இருந்தார்கள். இத்தனை தூரம் முன்னேறி வந்துவிட்டோம். இனி என்ன? வெற்றி என்கிற ஒற்றைச் சொல்லுக்காக இன்னும் கொஞ்சகாலம் போரிட்டுவிட்டு வீட்டுக்குப் போக வேண்டியதுதான்.

–

ஆனால் அங்கேதான் விதி குறுக்கிட்டது. ஹிட்லருக்கு பால்ய சிநேகிதனான அதே விதி. அவர் அடிக்கடி குறிப்பிடுகிற விதி. எப்போதும் அவருக்கு தகிக்கும் சூட்டுடன் வருகிற விதி, அம்முறை குளிர்காலத்தின் வடிவில் வந்திருந்தது.

ரஷ்யாவின் குளிர்காலம். ஆம். இந்தியாவின் தாஜ் மஹால் மாதிரி, பிரான்ஸின் சாய்ந்த கோபுரம் மாதிரி, சீனாவின் பெருஞ்சுவர் மாதிரி அது ரஷ்யாவின் மிக முக்கியமான அடையாளம். நவம்பரில் தொடங்கி, மார்ச் வரை நீள்கிற ஐந்து மாதக் குளிர்.

ரஷ்யாவிலேயே அது பிராந்தியத்துக்குப் பிராந்தியம் மாறுபடும் என்றாலும் மைனஸ் ஐம்பது டிகிரிக்குக் குறைந்து எங்கும் இருக்காது. அதிகபட்ச வெப்பநிலையாக அப்போது பதிவாகக் கூடியது மைனஸ் பதினைந்து டிகிரி. மாஸ்கோ என்றால் மைனஸ் முப்பது.

உலகில் வேறு யாராலும் அந்தக் குளிரைச் சமாளிக்க முடியாது. ரஷ்யர்களுக்கு இயற்கை அந்த வரத்தை வழங்கியிருந்தது. குளிரைச் சமாளிப்பது. குளிரில் யுத்தம் செய்வது. குளிரைச் சாதகமாகப் பயன்படுத்திக்கொள்வது.

அந்தக் குளிர்காலத்தில் பகலுக்கும் இரவுக்கும் அங்கே மேலதிக வித்தியாசங்கள் இருக்காது. ஆளுயரத்துக்குச் சாலைகளில் பனி குவிந்து மூடியிருக்கும். எதிரே இருப்பது மரமா, கட்டடமா, பேருந்தா, பரம்பொருளா என்று தெரியாது.

முன்னதாகப் பல யுத்தங்களை ரஷ்யா அத்தகைய குளிர்காலங்களில்தான் வென்றிருக்கிறது. பீரங்கிகள்,

துப்பாக்கிகள், அணுகுண்டைக் காட்டிலும் அவர்கள்வசம் இருந்த வலுவான ஆயுதம் அது. குளிர்.

ஜெர்மானியப் படையினருக்கு இந்த விஷயம் தெரியும். எப்படியும் குளிருக்கு முன்னால் காரியம் முடிந்துவிடும் என்று போட்ட கணக்குதான் பிசகிவிட்டது. சோவியத்தின் ராணுவ பலம் குறித்து அவர்கள் குறைத்து மதிப்பிட்டுவிட்டார்கள். அதற்கான விலையைக் கொடுக்கவேண்டிய தருணமாக அது இருந்தது. பரிதாபம், அந்தக் குளிருக்கு வேண்டிய ஆடைகளைக் கூட அவர்கள் எடுத்து வந்திருக்கவில்லை. பனியில் விரைத்தே பலபேர் செத்து விழுந்துகொண்டிருந்தார்கள்.

அப்புறப்படுத்தக் கூட அவகாசம் அளிக்காத சோவியத் படைகள் இடைவிடாமல் பீரங்கித் தாக்குதல் நடத்திக்கொண்டிருந்தது. தவிரவும் ஜெர்மானியப் படைவீரர்களை ஓரிடத்திலிருந்து இன்னொரு இடத்துக்கு நகர்த்த முடியாத சூழல் உண்டானது. இது அபாயகரமானது. எங்குமே வழி புரியவில்லை. வரைபடங்கள் கைவிட்டன. குளிர் அவற்றைச் சாப்பிட்டது. விற்பன்னர்கள் மலைத்துப் போனார்கள். பாதைகளை சோவியத் படையினர் மூடிவிட்டிருந்தார்கள். மூடிய பாதைகளில் தாக்குதல் மட்டும் தொடர்ந்துகொண்டிருந்தது. முன்னேற விடாத தாக்குதல். மூன்று புறங்களிலிருந்தும் தாக்குதல்.

சமாளித்துப் பார்த்தார்கள். முடியவில்லை. செத்துப் போனார்கள். மிச்சமிருந்தவர்களுக்கு பயம் வந்தது. டிசம்பர் 5ம்தேதி சோவியத்தின் தாக்குதல் ஓர் உச்சத்தை எட்டியிருந்தது. அன்றைக்குக் குளிர் அவர்களுக்கு மிகவும் சாதகமாக மைனஸ் அறுபது டிகிரியைத் தொட்டது.

ஜெர்மானியர்களால் ஒன்றும் செய்யமுடியவில்லை. ஏதாவது ஒரு கூடாரத்தைப் பற்றவைத்துவிட்டு உள்ளே போய் உட்காரலாம் போலிருந்தது. சோவியத் படைகள் விடவில்லை. அதி ஆக்ரோஷமாகத் தாக்கத் தொடங்கினார்கள். பின்வாங்குவது தவிர வேறு வழியில்லை.

யுத்தம் தொடங்கிய நாள் முதல் அதுதான் ஜெர்மனிக்கு ஏற்பட்ட முதல் சரிவு. சுமார் இருநூறு கிலோ மீட்டர் தூரம் வரை சோவியத் படைகள் அவர்களை விரட்டிக்கொண்டு போய்ப் பின்னால் தள்ளின.

ஹிட்லர் அதிர்ந்தார். அவர் அதிர்ச்சியடைய இன்னொரு சம்பவமும் அதே காலக்கட்டத்தில் நடந்தது.

ஜப்பானின் அமெரிக்கத் தாக்குதல். பர்ல் துறைமுகத் தாக்குதல். விளைவாக அமெரிக்கா யுத்தத்தில் குதிப்பதாக அறிவித்தது. வின்ஸண்ட் சர்ச்சிலும் அமெரிக்க அதிபர் ரூஸ்வெல்ட்டும் சோவியத் சுப்ரீம் ஸ்டாலினைச் சந்தித்தார்கள். ஜப்பானை ஒழிப்பது முக்கியம்தான். ஆனால் ஜெர்மனியை அடக்குவது அதைவிட முக்கியம். விளையாடியது போதும். ஹிட்லருக்கு ஒரு முடிவு கட்டியாக வேண்டும்.

யார் எதிர்பார்த்திருப்பார்கள்? அமெரிக்காவும் பிரிட்டனும் சோவியத் யூனியனும் ஓரணியில் வந்து நிற்கும் என்று?

அதே விதி. ஹிட்லரின் விதி. அந்த வினாடி முதல் ஹிட்லரைத் தள்ளிவைத்துவிட்டு, யுத்தத்தின் கதாநாயகனாக அதுவே ஆகிப்போனது.

அத்தியாயம் பதினொன்று

கதவை மூடுங்கள்!

அதே டிசம்பர். அதே *1941.* அங்கே சோவியத் யூனியனில் ஜெர்மானியர்கள் தடுமாறத் தொடங்கிய சமயத்திலேயே ஹிட்லர் அமெரிக்காவுடனான யுத்தத்தை அறிவித்தார். முன்னதாக பர்ல் துறைமுகத் தாக்குதலில் ஜப்பான் பெற்றிருந்த எதிர்பாரா வெற்றி கொடுத்த துணிச்சல். கூட்டணிப் பொடியன் கிடைத்த சந்தில் கோலி விளையாடிக்கொண்டிருக்கிறான். நமக்கென்ன குறைச்சல்? படையா இல்லை? பலமா இல்லை?

ஹிட்லர் அதைத் தவிர்த்திருக்க வேண்டும். பிரிட்டன் கூட்டணி தேசங்களில் அமெரிக்காவுடன் மட்டும்தான் அவர் அதுவரை மோதலைத் தொடங்காமல் இருந்தார். பிரிட்டனைத் தாக்கியாகிவிட்டது, சோவியத்தைத் தாக்கியாகிவிட்டது. பிரான்ஸைத் தாக்கியாகிவிட்டது. ஒரு நெருக்கடி என்று வருமானால் அமெரிக்காவும் ஜெர்மனியை எல்லை தாண்டி வந்து தாக்குவதற்கான தார்மீக நியாயத்தை அளிக்காமல் இருந்திருக்கலாம். ஆனால் அவர் ஹிட்லர் அல்லவா? வேறென்ன செய்வார்?

ஹிட்லர் அம்மாதிரி ஒரே சமயத்தில் ஒன்றுக்கு மேற்பட்ட யுத்தங்களை நிர்வகித்துப் பழகியவர் அல்லர். ஒரு குறி. ஓர் அடி. அதுதான் அவரது ஸ்டைல். ஆனாலும் சோவியத் யூனியனின் குளிரிடம் தன்னுடைய வீரர்கள் தோற்றுப் பின்வாங்குவதைக் கேள்விப்பட்டபோது அவருக்குப் பதற்றம் ஏற்பட்டது. ஹிட்லராக இருப்பவர்களால் தோல்வியை ஜீரணிப்பது சிரமம்.

குளிர் குறைந்தால் ஒழிய ரஷ்யாவில் வெற்றியை நோக்கி முன்னேறுவது கஷ்டம். ஐந்து மாதங்கள் என்கிறார்கள். அதுவரை அடித்தால் வாங்கிக்கொண்டு சமாளிக்க வேண்டியதுதான். ஆனால் அதுவரை வேறு செயலற்று இருக்க முடியாது. உயிர்வாழ வெற்றி அவசியம்.

முதல்முறையாகஅப்போதுதான்ஒன்றுக்குமேற்பட்டஇடங்களில் ஹிட்லர் தாக்குதல்களை உத்தேசித்தார். இங்கே ரஷ்யா. அங்கே அமெரிக்கா. கீழே எகிப்து. எப்படியாவது சூயஸ் கால்வாயைக் கைப்பற்றுவது என்று அவர் ஒரு திட்டம் வைத்திருந்தார். மத்திய தரைக்கடலையும் செங்கடலையும் இணைக்கிற கால்வாய். எகிப்தின் உயிர்நாடியாக விளங்குகிற நீர்ப்பாதை. மேற்கு தேசங்களையும் கிழக்கு தேசங்களையும் தூரத்தில் குறைக்கிற கப்பல் பாதை. அது சாத்தியமாகிவிடுகிற பட்சத்தில் வர்த்தகம் சூடு பிடிக்கும். வாழ்க்கைத்தரமே மாறிப்போகும்.

பிரிட்டன், பிரான்ஸ் உள்பட எல்லா தேசங்களுக்குமே இருந்த கனவுதான். ஹிட்லரும் அந்தக் கனவைக் கண்டார். இர்வின் ரொமேல் *(Erwin Rommel)* என்னும் மிக முக்கியத் தளபதி ஒருவர் தலைமையில் ஒரு படையை அவர் எகிப்துக்கு அனுப்பியிருந்தார். ஹிட்லரின் நம்பிக்கைக்கு உரிய மிகச் சிலரில் ஒருவர் அவர். மிகப் பெரிய திறமைசாலி என்று உள்ளூரில் பெயரெடுத்திருந்தவர். ராணுவதந்திரி.

ஆனாலும் என்ன? பிரிட்டன் படைகளிடம் படுதோல்வி கண்டது ஜெர்மானியப்படை. ஹிட்லர்எதிர்பாராத தோல்வி அது. படையில் உயிர் தப்பிப் பிழைத்தவர்கள் மிகச் சொற்பம் என்று மத்தியக் கிழக்கிலிருந்து தகவல் வந்தது. அதிர்ந்துவிட்டார் ஹிட்லர். முன்னதாக அவருடைய நாஜிப்படையின் முக்கியத் தளபதிகளுள் ஒருவரான ரெய்ன்ஹார்ட் ஹைட்ரிச் *(Reinhard Heydrich)* என்பவரை பிரிட்டனிடம் பயிற்சி பெற்ற செக்கஸ்லாவாக்கியா புரட்சியாளர்கள் சிலர் படுகொலை செய்திருந்ததும், அங்கே ரஷ்யாவில் ஸ்டாலின்கிராடு நகரைக் கைப்பற்றுவதற்காக நடைபெற்ற யுத்தத்தில் ஜெர்மானியப்படை முழுவதுமாக அழிக்கப்பட்டிருந்ததும் அவரை நிலைகுலையச் செய்திருந்தது.

இந்தத் தோல்விகளில்தான் ஹிட்லரின் சரிவு தொடங்கியது. மனத்தளவிலும் உடலுறுதி ரீதியிலும் ஹிட்லர் மிகவும்

பாதிக்கப்பட்டார். அதற்குமுன் ஹிட்லர் குடிகாரராக இருந்ததில்லை. ஏதாவது பார்ட்டி, விசேஷம் என்றால் ஷாம்பெய்ன் அருந்தும் வழக்கம் மட்டும் அவருக்கு இருந்தது. அதுவும் மிதமாக. ஒருவாய். இரண்டு வாய். ஒரு மரியாதைக்கு.

ஆனால் இந்தத் தோல்விகளின் விளைவாக அவரது பதற்றம் அதிகரிக்க, ஹிட்லர் குடிக்கத் தொடங்கினார். எப்போதோ வந்து ஒட்டிக்கொண்ட ஹிஸ்டீரியா நோய் அப்போது அதிகம் ஆட்டம் காட்டத் தொடங்கியது. தொடர்ச்சியாக, மணிக்கணக்கில் அவருடைய இடது கை கட்டுப்பாடு இல்லாமல் ஆடிக்கொண்டே இருந்தது. பார்கின்சன் என்கிற நோய் தாக்கியது. ஓய்வுக்காகவும் உறக்கத்துக்காகவும் ஹிட்லர் சில போதைப் பொருள்களையும் உபயோகிக்கத் தொடங்கினார்.

பெரும்பாலான அப்போதைய அவரது உத்தரவுகள் பதற்றத்தில் வெளியானவை. பலனும் மேலும் பதற்றம் கொள்ளும் விதங்களிலேயே வந்தது.

ஜூன் 6, 1944 அன்று பிரிட்டன் கூட்டணி தேசங்கள் அனைத்தும் ஒன்று திரண்டு பிரான்ஸின் வடக்கு எல்லையில் அணிவகுத்தன. ‘ஆப்பரேஷன் ஓவர்லார்ட்’ *(Operation Overlord)* என்று பெயரிடப்பட்ட மிக உக்கிரமான தாக்குதலுக்கு அவர்கள் தயாரானார்கள். வெற்றி அல்லது விட்டு ஓடுதல். இடையில் வேறெந்த சிந்தனைக்கும் அனுமதியில்லை. பேய் போல் தாக்கத் தொடங்கினார்கள். பிரிட்டன் மற்றும் அமெரிக்கப் படைகளின் ஆயுத பலம் அப்போது நம்பமுடியாத அளவில் இருந்தது. ஒரு ஜெர்மானிய வீரருக்கு நான்கு எதிர் வீரர்கள் என்கிற கணக்கில் ஆள்களைக் கொண்டுவந்து குவித்திருந்தார்கள்.

மூச்சுவிட அவகாசமில்லாமல் நிகழ்த்தப்பட்ட தாக்குதலில் ஜெர்மன் படை முற்றிலுமாகக் குலைந்துபோய் பின்வாங்கியது. ஸ்டாலின்கிராட் தோல்வியைக் காட்டிலும் மிகப்பெரிய தோல்வி அது என்று ஹிட்லர் நினைத்தார்.

சந்தர்ப்பத்தை விட்டுவிடாமல் அப்படியே ஹிட்லரைக் கொன்றுவிட்டுத்தான் திரும்பவேண்டும் என்று முடிவு செய்த பிரிட்டிஷ் படைகள், ராஸ்டன்பர்க்கில் இருந்த ஜெர்மனியின் ராணுவத் தலைமையகத்துக்கு ஜூலை 20ம் தேதி ரகசியமாக

குண்டு வைத்தார்கள். ஹிட்லர் அப்போது அங்கேதான் இருந்தார். இரவு பகலாக. உணவு, உறக்கமில்லாமல்.

ஜெர்மானிய ராணுவத்தில் இருந்த ஹிட்லர் அதிருப்தியாளர்களையே கருவியாகக் கொண்டு, ஒரு ராணுவப் புரட்சிக்கும் ஆட்சி மாற்றத்துக்கும் வழி செய்வதாகச் சொல்லி இந்தக் காரியத்துக்கு வித்திட்டது பிரிட்டன்.

மயிரிழையில் ஹிட்லர் தப்பினார் என்றுதான் சொல்லவேண்டும். அவருடைய மன உறுதியை முற்றிலுமாகக் குலைத்துப் போட்ட சம்பவம் அது. விசாரணையில் அந்த முறை மட்டுமல்லாமல், அவர் ஆட்சிக்கு வந்த காலம் தொடங்கியே பல சமயங்களில் ராணுவப் புரட்சிகளுக்கு திட்டம் தீட்டப்பட்டிருந்ததையும் பல அதிகாரிகள் முதல் கடைநிலை வீரர்கள் வரை அதற்கு உடந்தையாக இருந்ததையும் கண்டுபிடித்தார்கள். வியாதிகளில் மிகக் கொடுமையான சந்தேக வியாதி ஹிட்லரைப் பற்றிக்கொண்டது. எதிலும் சந்தேகம். எல்லார் மீதும் சந்தேகம். ஒரு தீவிரத்துடன் சதியாளர்களை தண்டிக்கும் விதத்தில் அவர் இட்ட உத்தரவுக்கு சம்பந்தம் உள்ளவர்களும் இல்லாதவர்களுமாகச் சேர்த்து 4,900 பேர் பலியாகிப் போனார்கள்.

ஜெர்மனியில் புரட்சிப்படையாக மலரக்கூடும் என்று கருதப்பட்ட (அதாவது ஹிட்லரால்) அத்தனை சிறு இயக்கங்களையும் சமூக நல அமைப்புகளையும் கூட நிர்மூலம் செய்தார்கள்.

வெல்லும் வழி அடைக்கப்படும்போது வீழும் வழியைப் பெரும்பாலும் புத்தியில் குடிபுகும் சாத்தான் அடையாளம் காட்டுகிறது. ஹிட்லருக்கு ஒரு பிரச்னை என்னவெனில், அவர் பெரும்பாலும் யார் சொல்வதையும் கேளாதவர். அவர் சொல்லித்தான் மற்றவர்கள் கேட்டுப் பழக்கம்.

ஒரு மாறுதலை உத்தேசித்து அவர் தனது தளபதிகளிடம் அப்போது பொறுப்புகளை விட்டிருந்தார். முடிவெடுங்கள். வேண்டியது வெற்றி மட்டும். என்ன வேண்டுமானாலும் செய்துகொள்ளலாம். எப்படி வேண்டுமானாலும் தாக்குதல்களை வடிவமைக்கலாம்.

முடிவெடுக்கத் தெரிந்த அனுபவஸ்தர்கள்தாம் என்றாலும் அதுநாள்வரை ஹிட்லரின் உத்தரவுகளுக்குக் கட்டுப்பட்டு மட்டுமே

பழகியவர்கள் அவர்கள். திறமையில் சற்றே துருப்பிடித்திருந்தது. தவிரவும் அச்சம். தொடர்ந்து நாலாபுறங்களில் இருந்தும் வந்துகொண்டிருந்த தோல்விச் செய்திகள் கொடுத்த அச்சம். வெற்றியைப் போல தோல்வியும் சகஜமானதுதான் என்பதில் அவர்களுக்குச் சந்தேகம் இருக்கவில்லை. ஆனால் ஹிட்லரின் தோல்வியல்லவா? ஹிட்லரின் வெற்றியைப் போலவே அதன் தாக்கமும் வீரியமும் கூட அதிகமாகத்தான் இருக்கும் என்று தோன்றியது.

காட்டிக்கொள்ளாமல் களத்துக்கு விரைந்தார்கள்.

ஆனால் நிலைமை எதிர்பார்த்தது போலவே பாதகமாகத்தான் இருந்தது. ரஷ்யாவில் ஜெர்மானியப் படைகள் தங்கள் இறுதி அடியை வாங்கிக்கொள்ள ஆரம்பித்திருந்தார்கள். புற்றீசல் போல் கிளம்பிக்கொண்டிருந்த சோவியத் ராணுவம், ஜெர்மானியர்களை அடித்துத் துவைத்துக் காயப்போட்டிருந்தது. கணிசமான உயிர்ச்சேதம். பெர்லினில் இருந்து ஓர் உத்தரவு வராதா என்று மட்டும்தான் அவர்கள் எதிர்பார்த்துக்கொண்டிருந்தார்கள். வெற்றி பெறும் வேட்கையெல்லாம் தணிந்துவிட்டிருந்தது. உயிர் மீண்டால் போதும். ஊருக்குப் போனால் போதும்.

ஆனால் அப்படிப்பட்ட உத்தரவு ஏதும் வரவில்லை. பின்வாங்கச் சொல்லி உத்தரவிடக்கூடியவர் அல்ல ஹிட்லர். இறுதிவரை போராட்டம். உயிர் போகும் வினாடி வரை உழைப்பு. அதுதான். அது ஒன்றுதான் அவரது விருப்பமும் விழைவுமாக இருந்தது.

அதற்காகத்தான் அவர்கள் மூச்சைப் பிடித்துக்கொண்டு யுத்தம் செய்துகொண்டிருந்தார்கள். ஆனாலும் முடியவில்லை. மாபெரும் படைக் கடலாக சோவியத்துக்குள் நுழைந்த ஜெர்மன் கூட்டணி ராணுவம் ஒரு கசங்கிய போர்வை அளவில் சுருங்கி, தன் கடைசி உயிரை விடுவதற்குள் உயிர் பிழைத்தால் போதும் என்று திரும்பி ஓடிவந்துகொண்டிருந்தது. அது 1944ம் வருடத்தின் டிசம்பர் மாதம். மீண்டும் குளிர். மீண்டும் தோல்விகள். ஒவ்வொரு குளிர் காலத்திலும் புத்துணர்ச்சி அடைந்துவிடும் சோவியத் படைகளை அவர்களுக்குப் புரியவேயில்லை. பனியைச் சாப்பிட்டு, பனியை சுவாசித்து, பனியில் குளித்து, பனியில் பணிபுரியும் வினோத ஜென்மங்கள். நல்லது. அவர்களுக்கும் மங்களம் உண்டாகட்டும். நாம் விடை பெறும் நேரம் இது.

ஜெர்மானிய வீரர்கள் கிடைத்ததை வாரிச் சுருட்டிக்கொண்டு ஜெர்மனியின் எல்லைகளை நோக்கி ஓடத் தொடங்கினார்கள்.

உலகம் பார்த்தது. ஓ, ஜெர்மானியர்கள் பின்வாங்குகிறார்களா? நல்லது. நாம் என்ன செய்யலாம்? அமெரிக்காவும் பிரிட்டனும் அமர்ந்து யோசித்தன. இறுதித் தாக்குதலுக்கு ஆயத்தங்கள் அவசியம். இதற்குமேல் ஒன்றுமில்லை. கணிசமான அளவில் அப்போது ஜெர்மனியின் ராணுவ பலமும் குறைக்கப்பட்டுவிட்டிருந்தது. போரின் தொடக்கத்தில் இருந்த மாதிரி வற்றாத ஆயுதக் கிடங்குகள் அப்போது இல்லை. மிகவும் வற்றியிருந்தன. போதிய வீரர்கள் இல்லை. பெருமளவில் இறந்திருந்தார்கள். புதிய வீரர்களைச் சேர்ப்பதும் கஷ்டமாக இருந்தது.

யூதர்கள் இல்லாத ஜெர்மனி. கம்யூனிஸ்டுகள் இல்லாத ஜெர்மனி. தொழிற்சங்கவாதிகள் இல்லாத ஜெர்மனி. நாஜிகளும் அவர்களுடைய ஜெர்மானியர்களும் மட்டுமேதான் இருந்தார்கள். ஆனாலும் ராணுவத்துக்கு ஆள் பலம் சேர மறுத்தது.

டெக்னிகலாகப் பார்த்தால் அப்போதே யுத்தம் முடிந்துவிட்ட மாதிரிதான். ஆனால் ஹிட்லர் அப்படியொரு சிந்தனைக்கே இடம் கூடாது என்று சொல்லிவிட்டார். பலமில்லை என்பது தோல்வி நிலை அல்ல. பலத்தைக் கூட்டிக்கொள்ளவேண்டிய தருணம் என்று அவர் சொன்னார். பிரிட்டன் கூட்டணிப் படையுடன் நல்லவிதத்தில் ஏதேனும் ஒப்பந்தம் செய்துகொள்ள இயலுமானால் மிகப்பெரிய இழப்புகளில் இருந்து தப்பிக்கலாம் என்று அவருடைய தளபதிகளில் சிலர் நினைத்தார்கள்.

ஹிட்லர் சம்மதிக்கவில்லை. தோற்றுக்கொண்டிருக்கிறோம் என்று நினைப்பதையே அவர் தவிர்க்க விரும்பினார். இறுதிவரை ஆடிப்பார்த்துவிடுவது என்கிற முடிவில் இருந்தார்.

ஒரு பிரச்னைதான் இருந்தது. பிரான்ஸ் எல்லையிலிருந்து பிரிட்டன் கூட்டணிப் படை - குறிப்பாக அமெரிக்கப் படைகள் முன்னேறிக்கொண்டிருக்கின்றன. இங்கே ரஷ்ய எல்லையில் பின்வாங்கி வரும் வீரர்களைத் துரத்திக்கொண்டு சோவியத் படைகளும் முன்னேறிக்கொண்டிருக்கின்றன. இரண்டு பக்கங்களில் இருந்து அபாயம் வந்துகொண்டிருக்கிறது.

இப்போதைய செயல்திட்டம் என்ன? இரண்டையும் சமாளிப்பது. திருப்பித்துரத்த முயற்சிகள் மேற்கொள்வது. அதைப் பற்றி மட்டும் பேசலாம் என்று அவர் தம் தளபதிகளிடம் சொன்னார்.

அதைப்பற்றித்தான் பேசினார்கள். மணிக்கணக்கில். இரவு பகலாக. எஞ்சிய வீரர்கள் அனைவரையும் இரு எல்லைகளிலும் அணிவகுக்கவைத்துவிட்டு நாஜிப் படையிலிருந்து பொறுக்கி யெடுத்த சில ஆயிரம் முக்கிய வீரர்களை பெர்லினைச் சுற்றி அணிவகுக்க வைத்தார் ஹிட்லர். எதற்கும் இருக்கட்டும் என்று பதுங்கு அறைகள் தயார் செய்யப்பட்டன. அரசு ஆவணங்கள் அனைத்தும் திரட்டப்பட்டு மறைத்துவைக்கப்பட்டன. பொதுமக்களில் யார் யாரெல்லாம் யுத்தத்தில் பங்குபெற விரும்புகிறார்களோ, அத்தனை பேருக்கும் ஆயுதம் வழங்க ஏற்பாடு செய்யப்பட்டது. ராணுவ உடை தரிக்க வேண்டாம். ஸ்வஸ்திக் சின்னத்தை ஏந்தவேண்டாம். துப்பாக்கி தூக்கினால் போதும். வீட்டிலிருந்தபடியே கூட வீதியில் போகும் எதிரிகளை நோக்கிச் சுடலாம் என்று சொல்லப்பட்டது.

கடவுளே, இது கனவுகள் மிதிபடும் காலம்தானா? எத்தனை பெரிய கோட்டைகள் கட்டிவைத்தேன். ஜெர்மனியை உலகின் ஒரே வல்லரசாக்கும் கனவு ஆடம்பரமா? இல்லையே? என்ன குறைச்சல் இங்கே? என்ன வளத்தில் பின் தங்கிவிட்டோம்? எதற்காக பிரிட்டனுக்கு வால் பிடிக்க வேண்டும்? பிச்சை எடுக்க வேண்டும்? ஒப்பந்தங்கள் என்ற பெயரில் அடிமை சாசனம் எழுதிக்கொடுத்த முந்தைய ஆட்சியாளர்களை நீக்கிவிட்டு நான் ஆட்சிக்கு வந்தது ஒரு தீவிர தேசியவாதியின் குறைந்தபட்ச முயற்சியே அல்லவா? என் தேசத்துக்கு நல்லது செய்யத்தானே நினைத்தேன்? எங்கே சறுக்கினேன்? அல்லது யார் என்னை ஏமாற்றினார்கள்?

ஹிட்லர் மேலும் மேலும் குழம்பிக்கொண்டிருந்தார்.

பிப்ரவரி - மார்ச் மாதங்களில் சோவியத் துருப்புகள் அதிவேகத்தில் ஜெர்மனியின் நகரங்களை விழுங்கி முன்னேறிக்கொண்டிருந்தன. தடுக்க முடியவில்லை. தடுக்க நிறுத்தப்பட்டிருந்த வீரர்களில் பெரும்பாலானோர் பின்வாங்கத் தொடங்கியிருந்தார்கள். அல்லது சரணடைய ஆரம்பித்திருந்தார்கள். விழுந்த உயிர்களின் எண்ணிக்கையும் சாதாரணமாக இல்லை.

எத்தனை யுக்திகள்! ஹிட்லர் தம் அனைத்துத் திறமையையும் பிரயோகித்துத் தாக்குதலுக்கு வியூகங்கள் வகுத்துக் கொடுத்தார். மின்னல் வேகத் தாக்குதல். புயல் தாக்குதல். மழைத் தாக்குதல். கெரில்லா தாக்குதல். விதவிதமான பெயர்கள். விதவிதமான உத்திகள்.

ஆனால் எதுவும் பலனளிக்கவில்லை. வெறிகொண்ட சோவியத் படை ஒரு வினாடியும் தயங்காமல் முன்னேறிக்கொண்டே இருந்தது. ஒரு தேசத்தின் அத்தனை மக்களுமே ஆயுதம் ஏந்தி வருவது போலொரு மாயத்தோற்றம் உண்டானது.

உண்மையில் பிரிட்டனின் இதர கூட்டணி தேசங்களின் படைகளுக்குமே இது வியப்புத்தான். அதுநாள் வரை அவர்கள் யாரும் சோவியத் யூனியனின் ராணுவ பலத்தை அத்தனை நெருக்கமாகப் பார்த்திருக்கவில்லை. எத்தனை வீரர்கள், எத்தனை விதமான ஆயுதங்கள்! அமெரிக்கா அப்போதே முடிவு செய்துவிட்டது. இப்போதைக்குக் கூட்டணி தேசம் என்றாலும் எப்போதைக்கும் என் கவனம் இதன்மீதுதான் இருக்கும்; இருக்கவேண்டும்.

அரசியல் அபாயகரமானது. நட்பு என்றோ, நிரந்தர உறவு என்றோ அங்கு ஏதுமில்லை. கைகுலுக்கும் வேளையில் கால்கள் ஜாக்கிரதையாக இருந்தாக வேண்டும். பொது எதிரியை ஒழிக்கும் தருணத்தில் கூட புது எதிரிகளை உருவாக்கிக்கொள்ளும் காரியங்கள் நடக்கும் சாத்தியங்கள் அநேகம்.

ஏப்ரலில் நிலவரம் மோசமாகிக்கொண்டிருந்தது. ஹிட்லரின் தளபதிகள் அவரை பவேரியா மாகாணத்துக்குப் போய்விடச் சொல்லிவற்புறுத்தத்தொடங்கினார்கள்.தாக்குப்பிடிப்பதுகஷ்டம். விருப்பமில்லை என்றாலும் விழுந்துகொண்டிருக்கிறோம். சோவியத் படைகளைத் தடுக்க முடியவில்லை. பல இடங்களில் ஜெர்மானிய வீரர்கள் தடுப்பு நடவடிக்கையை மேற்கொள்ளாமல் தப்பித்து ஓடுவதில் குறியாக இருக்கிறார்கள்.

ஏன் என்று கேட்டார் ஹிட்லர்.

யுத்தம் அளித்த களைப்பு. தொடர் யுத்தங்கள். தொடர் தாக்குதல்கள். தவிரவும் அடுத்தடுத்து வந்த வெற்றிகளைப் போலவே,

அடுத்தடுத்த தோல்விகளும் ஏற்பட்டதில் அவர்கள் மனத்தளவில் தெம்பிழந்து போயிருந்தார்கள். வெற்றி பெறும்போது உற்சாகம் அளிக்கும் தலைமை, தோல்வியுறும் வேளையில் அளிக்கும் ஆறுதலும் புதிய உத்வேகமும் போதிய அளவுக்கு இல்லை. ஹிட்லரே பொறுப்புகளைத் தளபதிகளிடம் அளித்துவிட்டு, போதையில் மூழ்கிப் போகவில்லையா?

இயல்பு நிலை என்பது இல்லாமல் போயிருந்தது. எங்கும் பதற்றம். எப்போதும் பதற்றம். பதற்றம் தரும் சோர்வு சாதாரணமானதல்ல. அதுவே தப்பிக்கச் சொல்லும். கண்காணாமல் ஓடி ஒளியச் சொல்லும். குடும்பம் முக்கியம். குழந்தைகள் முக்கியம். மனைவி உள்ளிட்ட உறவினர்கள் யாருக்கும் முக்கியம். எல்லாவற்றுக்கும் மேலாக வாழ்க்கையில் ஒரு அமைதி வேண்டாமா? ஆறு வருடங்களாக சனி ஞாயிறு விடுமுறை கூட இல்லாமல் அவர்கள் யுத்தம் செய்துகொண்டிருந்த களைப்பெல்லாம் அந்த நெருக்கடி நேரத்தில்தான் மேலே நிறைந்து கவிய ஆரம்பித்திருந்தது.

ஹிட்லருக்கும் இது புரிந்தது. ஆனால் என்ன செய்யமுடியும்? வரக்கூடாத நேரத்தில் வந்திருக்கிற சோர்வு. இது சந்தேகமில்லாமல் தேசத்துக்குஆபத்தைத்தரக்கூடியது.அவர்தன்னால்இயன்றமட்டும் வீரர்களுக்கு உற்சாகமூட்டும் பணியை மேற்கொள்ளப் பார்த்தார். முடியவில்லை. அவரே கலங்கியிருந்ததைச் சற்றுத் தாமதமாகத்தான் உணர்ந்தார்.

உணர்ந்ததும் அவர் உத்தரவிட்டார். 'பெர்லினின் கதவுகளை மூடுங்கள். அத்தனை பாதைகளையும் அடைத்துவிடுங்கள். அலுவலகங்கள் இனி வேண்டாம். நாம் ரகசிய இடத்துக்குப் போய்விடுவோம்.'

இதனிடையில் அபத்தமாகச் சில காரியங்கள் அங்கே நடந்தன. ஹிட்லர் ரகசிய இடத்துக்குப் போய்விட்டார். பல்வேறு மாகாணங்களில் யுத்தம் புரிந்துகொண்டிருந்த வீரர்களுக்கும் தளபதிகளுக்கும் தகவல் தொடர்பு சிரமமாகியிருந்தது. அவ்வப்போது உத்தரவுகள் வந்தன என்றாலும், எங்கிருந்து எப்படி வருகிறது என்று புரியவில்லை. தவிரவும் உத்தரவுகள் ஹிட்லருடையவைதானா என்றும் குழப்பமாக இருந்தது.

அந்தச் சூழ்நிலையில் ஜெர்மானிய நாஜிப் படைகளின் தலைமைத் தளபதியும் ஹிட்லரின் வலக்கரம் மாதிரி இயங்கிவந்தவருமான ஹென்ரிச் ஹிம்லர் *(Heinrich Himmler)*, இனி போரிட்டுக்கொண்டிருப்பதில் அர்த்தமில்லை என்கிற முடிவுக்கு வந்து, பிரிட்டனிடம் சமரசத்துக்கான சாத்தியங்கள் குறித்துப் பேச ஓலை அனுப்பினார்.

எப்படியும் கிழக்கிலிருந்து முன்னேறிவரும் சோவியத் படைகளைத் தடுத்து நிறுத்த முடியப்போவதில்லை. ஹிம்லர் அப்போது டச்சு எல்லையில் இருந்தார். தனது ஸ்வீடன் தொடர்புகளின் மூலம் அவர் பிரிட்டிஷ் ஹைகமாண்டைத் தொடர்புகொள்ள முயற்சி செய்துகொண்டிருந்தார்.

இந்த விஷயம் ஹிட்லருக்குத் தெரியாது. அதுவும் தன் உயிரின் ஒரு பாதியாக அவர் கருதிக்கொண்டிருந்த ஹிம்லர் இதனைச் செய்துகொண்டிருக்கிறார் என்று தெரிந்தால் துடித்தே தூளாகிவிடக் கூடும். ஆனாலும் தேசம் மேற்கொண்டு இழப்புகளை எதிர்கொள்ளாதிருப்பதற்கான நடவடிக்கை என்று நினைத்து அவர் இதனை மேற்கொண்டார்.

ஹிட்லருக்கு இந்த விஷயம் மிக மிகத் தாமதமாகத்தான் தெரியவந்தது. அன்றைக்குத் தேதி ஏப்ரல் 29, 1945. அன்று ஈவா ப்ரானைத் திருமணம் செய்துகொள்ளவும் மறுநாள் தற்கொலை செய்துகொள்ளவும் அவர் உத்தேசித்திருந்தார். ஆனாலும் ஹிம்லரின் செயலை அவரால் மன்னிக்க முடியவில்லை. தகவல் அறிந்ததும் பேயாய்க் கத்தினார். உதடு துடித்தது. இடது கை தொளதொளவென்று ஆடிக்கொண்டே இருந்தது. நெற்றியில் வந்து விழும் முடிக்கற்றையை வேகவேகமாக நீவி விட்டுக்கொண்டே அவர் ஹிம்லருக்கான தண்டனையை அறிவித்தார்.

துரோகி. மிகப்பெரிய துரோகி. தேசத்துரோகி. வெட்கம் கெட்ட ராஸ்கல். இந்தக் கணமே நான் பதவி நீக்கம் செய்கிறேன். அளித்த விருதுகளையெல்லாம் திரும்பப் பெற உத்தரவிடுகிறேன். அவன் அப்படியே தொலைந்து போகட்டும்.

ஹிம்லர் அப்போது நாஜிப்படைகளின் தளபதியாக மட்டும் இல்லை. ஜெர்மன் காவல் துறையின் தலைமை அலுவலராகவும்

இருந்தார். ஜெர்மனியின் உள்துறை அமைச்சரும் அவரே. உள்நாட்டுப் பாதுகாப்புக்கான சிறப்பு ராணுவத்தின் தளபதியும் அவரே.

அத்தனை பதவிகளும் அந்த வினாடியே பறிக்கப்பட்டதாக அறிவிக்கப்பட்டது. ராணுவத்தினர் யாரும் ஹிம்லரைத் தொடர்புகொள்ள வேண்டாம், அவர் சொல்வதைக் கேட்க வேண்டாம் என்று உத்தரவுகள் பறந்தன.

இது ராணுவத்தினரிடையே மேலும் குழப்பத்துக்கு வழிவகுத்தது. ஹிட்லர் எங்கே என்று தெரியவில்லை. ஹிம்லரைத் தொடர்புகொள்ளக் கூடாது என்று உத்தரவு. எனில் யார்தான் பொறுப்பு? கடவுளா? கடவுள் மட்டும்தானா?

ஆனால் ஹிம்லரின் சரணடையும் முயற்சிகள் எதுவும் கைகூடவில்லை. அவரையோ, ஹிட்லரையோ, ஜெர்மனியையோ யாரும் அப்போது மன்னிக்கத் தயாராக இல்லை. சோவியத் படைகள் பெர்லினை முற்றுகையிட்டு, உடைத்துத் தாக்கி உள்ளே புகுந்துஅடித்துநொறுக்கத்தொடங்கிவிட்டன.மறுபுறம்முன்னேறி வந்துகொண்டிருந்த அமெரிக்கத் துருப்புகளும் ஜெர்மனியின் மேற்குப் பகுதிகளில் கணிசமான இடங்களைக் கைப்பற்றி, வீதிகளெங்கும் வாண வேடிக்கை நிகழ்த்திக்கொண்டிருந்தன.

அப்போதும் எஞ்சியிருந்த ஜெர்மானியத் தளபதிகளும் ஹிட்லருக்கு நெருக்கமான அமைச்சர்களும் திரும்பத்திரும்பச் சொன்னார்கள். பவேரியா போய்விடுங்கள். அல்லது வேறெங்காவது போய்விடுங்கள். தக்க பாதுகாப்புடன் அனுப்பிவைக்கிறோம். இப்போது தோற்றாலும், எப்போதாவது ஜெயிப்பதற்கு ஜெர்மனிக்கு நீங்கள் கட்டாயம் தேவை.

ஹிட்லர் மறுத்தார். இறுதிவரை பெர்லினை விட்டு நகர மாட்டேன் என்று சொல்லிவிட்டுத் தம் பிரசார அமைச்சரும் நெருங்கிய சகாவுமான ஜோசஃப் கெப்பல்ஸை அழைத்துத் தனக்கும் ஈவா ப்ரானுக்கும் திருமணம் நடக்க ஏற்பாடு செய்யும்படிக் கேட்டுக்கொண்டார்.

ஓ, கெப்பல்ஸ்! எத்தனை உத்தமமான சிநேகிதர். ரைன்லாந்து பகுதியில் பிறந்த ரோமன் கத்தோலிக்கர் அவர். 1924ம் ஆண்டு

ஹிட்லரால் ஈர்க்கப்பட்டு நாஜிக் கட்சியில் சேர்ந்த நாளாக அவர் ஹிட்லரின் உதடுகளாகப் பணியாற்றிக்கொண்டிருந்தார். மிகச் சிறந்த ராஜதந்திரி என்று பெயர். எதையும் எப்படியும் பிரசாரம் செய்து மக்களை நம்பவைக்க முடியும் என்பதில் அவருக்கு அசாத்தியமான நம்பிக்கை உண்டு.

நாஜிக்கட்சியை தேசத்தின் தவிர்க்கமுடியாத ஒரே சக்தி என்று நிறுவியதிலும், பாராளுமன்றக் கட்டடத்தைக் கொளுத்தி, பழியை கம்யூனிஸ்டுகளின் மீது போட்டு, அந்தத் தேர்தலில் ஹிட்லர் பெரிய வெற்றி பெறுவதற்கு வழி செய்ததிலும் கெப்பல்ஸின் பங்களிப்பு மகத்தானது.

நாஜிக்கட்சியில் அத்தனை பேருக்கும் அவர் முக்கியமானவராக இருந்தார். ஹிட்லருக்கு அடுத்தபடி கெப்பல்ஸைத்தான் அவர்கள் வழிபட்டார்கள். பின்பற்றினார்கள். யூத ஒழிப்புத் திட்டத்தை ஹிட்லர் கையில் எடுத்த காலத்தில், விஷயம் வெளியே பரவாமல் இருப்பதற்காக தினசரி ஏதாவது ஒரு புதிய பிரச்னையின்பால் மக்களின் கவனத்தைத் திருப்பி, பலகாலம் யூதப் படுகொலை விஷயமே தெரியாமல் இருக்கச் செய்தவர் அவர்.

எல்லாம் முடிந்தது என்று ஹிட்லர் தன்னை முடித்துக்கொண்ட அந்த ஏப்ரல் 30 பிற்பகல் மூன்றரை மணிக்கு கெப்பல்ஸ் தன் வாழ்வில் முதல் முறையாகக் கண்ணீர் விட்டு அழுதார். இதற்கு மேல் ஏதாவது இருக்கிறதா என்ன? ஹிட்லரே போய்விட்டார். அவரது ரகசியங்கள் அனைத்தும் எரிக்கப்பட்டுவிட்டன. இனிமேல் கெப்பல்ஸ் யாருக்காகப் பிரசாரம் செய்வார்? எதற்காகச் செய்யவேண்டும்?

'எத்தனை பெரிய பொய்யை வேண்டுமானாலும் சொல்லுங்கள். திரும்பத் திரும்பச் சொல்லுங்கள். எத்தனை முறை நீங்கள் அதை மீண்டும் மீண்டும் சொல்கிறீர்கள் என்பதில்தான் இருக்கிறது. ஒரு கட்டத்தில் கண்டிப்பாக மக்கள் அதை உண்மை என்று நம்பத் தொடங்கிவிடுவார்கள். அதன்பின் நீங்களே அதைப் பொய் என்று சொன்னாலும் அவர்கள் உங்களைத்தான் பொய்யன் என்பார்களே தவிர அந்த விஷயத்தைப் பொய் என்று ஏற்கவே மாட்டார்கள்.'

கெப்பல்ஸின் புகழ்பெற்ற பொன்மொழி அல்லது பொய்மொழி இது. ஹிட்லர் ஆட்சிக்கு வந்த நாள் தொடங்கி அந்த 1945ம் ஆண்டு ஏப்ரல் முப்பதாம் தேதி வரை கெப்பல்ஸ் சொன்ன பொய்களுக்குக்

கணக்கில்லை. அத்தனையும் ஹிட்லருக்காகச் சொல்லப்பட்ட பொய்கள். அவர் ஆத்மசுத்தியுடன் தான் அவற்றைச் சொன்னார். ஹிட்லர் இறந்தபிறகு அந்தப் பொய்களுக்கு அவசியம் ஏது?

எனவே மே 1ம் தேதி கெப்பல்ஸ் தன் குடும்பத்துடன் தற்கொலை செய்துகொண்டார்.

–

ஏப்ரல் இறுதி வாரத்தில் பெர்லின் விழத் தொடங்கிவிட்டது. இறுதி முயற்சிகளில் இருந்தார்கள் சோவியத் வீரர்கள். ஜெர்மானியர்களும் தங்கள் இறுதி முயற்சியில்தான் இருந்தார்கள். உயிர்பிழைப்பதற்கு. அல்லது இறந்துபோவதற்கு. அரசு ஆவணங்கள் அனைத்தும் மிகக் கவனமாகச் சேமிக்கப்பட்டு கொளுத்தப்பட்டன. அதிபர் மாளிகையில் எதிரிப்படை நுழையும்போது அவர்களுக்கு சாம்பல் குவியல் மட்டுமே கிடைக்கவேண்டும் என்று உத்தரவிட்டிருந்தார்கள்.

தப்ப விரும்பியவர்கள் ஓடிப்போனார்கள். போக விருப்பமில்லாதவர்கள், அல்லது துணிச்சல் இல்லாதவர்கள் ஹிட்லர் இருந்தவரை அந்த இடத்தையே நாய்க்குட்டி போல் சுற்றிச் சுற்றி வந்தார்கள். அழுவதற்குக் கூட யாருக்கும் தெம்பில்லை. தோல்வியின் பரிபூரண ருசி என்பது இப்படித்தான் இருக்கும்போலிருக்கிறது. கண்ணீரின் கரிப்பு. திகட்டும் கரிப்பு. சொற்கள் எழும்பாத நெஞ்சம். ஆ, திடீரென்று அதன் கனம் ஏன் இப்படிக் கூடிவிட்டது?

யாரும் எதுவும் பேசிக்கொள்ளவில்லை. எப்போதும் ஆரவாரமாக இருக்கும் மாளிகை அன்றைக்கு அமைதித் தெய்வம் குடிகொண்ட கோயிலாக இருந்தது. ஏப்ரல் 30. எதிரிகள் அதிபர் மாளிகைக்குச் சில நூறு மீட்டர் தொலைவில் வந்துவிட்டார்கள். மிஞ்சிப்போனால் அரைமணி அல்லது ஒரு மணி நேரம். இப்போது மணி என்ன? மூன்று? மூன்றே கால்?

பொதுவாக ஹிட்லர் ஒரு சிறு தூக்கம் தூங்கி எழுந்து தேநீர் அருந்தும் நேரம். அப்போதும் அவர் உறங்கத்தான் போனார். ஆனால் நிரந்தர உறக்கம்.

மூன்றரைக்கு எல்லாம் முடிந்துவிட்டது. ஒரு தோட்டா. ஒரு சயனைடு குப்பி. ஹிட்லரும் ஈவா ப்ரானும் இறந்துபோனார்கள்.

உடனடியாக அவர்களது உடலை எடுத்துக்கொண்டு போய் ஒரு பெரிய வாயகன்ற கேனில் திணித்து எரித்துவிட்டார்கள். எரியாமல் மிச்சமிருந்த பகுதிகளைத் திரட்டி, மாளிகையின் உட்புறம் இருந்த பூங்காவில் கொண்டுபோய் எரித்தார்கள்.

எல்லாம் முடிந்ததும் எஞ்சி இருந்தவர்களில் பலர் தற்கொலை செய்துகொண்டார்கள். சிலர் ஓடிப்போனார்கள், பிறகு என்ன ஆனார்கள் என்று தெரியவில்லை.

இந்தக் களேபரங்கள் அனைத்தும் முடிந்தபிறகுதான் இறுதியில் வரும்சினிமாபோலீஸ்காரர்கள்போல்சோவியத்படைஹிட்லரின் மாளிகைக்குள் புகுந்து தேடத் தொடங்கியது. தென்பட்ட இடங்களிலெல்லாம் இறந்து கிடந்த உடல்கள் அல்லது உயிர்கள். எரிந்த மிச்சங்கள். மாளிகைக்கு வெளியே ஜெர்மனியின் அத்தனை நகரங்களும் கிராமங்களும் அப்போது எப்படி இருந்தனவோ, அதே மாதிரிதான் அதிபர் மாளிகையும் இருந்தது. உடல்களால் ஆன மாளிகை. மரணத்தால் சூழப்பட்ட பொழுது. எங்கும் இடிபாடுகள். சிதிலங்கள்.

ஒரு மௌன அலறல் காற்றில் கலந்து ஒலித்துக்கொண்டுதான் இருந்தது. ஆனால் யார் காதிலும் விழவில்லை. அது ஹிட்லரின் குரல். அவரது அந்தராத்மாவின் ஓசையற்ற அலறல். ‘என் ஜெர்மனி.. என் ஜெர்மனி..’

அடச்சே, அதெல்லாம் இல்லை போ என்று நிர்த்தாட்சண்யமாகச் சொல்லிவிட்டது காலம்.

II

பிறகு

ஜனவரி 30, 1933 முதல் ஏப்ரல் 30, 1945 வரை ஹிட்லர் ஜெர்மனியை ஆண்டார். பன்னிரண்டு ஆண்டுகள். என் காலம் தொடங்கி, ஆயிரம் ஆண்டுகள் ஜெர்மனி உலகை ஆளும் என்று அடிக்கொருதரம் சொல்லிக்கொண்டிருந்தவர் அவர். அதிர்ஷ்டவசமாகப் பன்னிரண்டு ஆண்டுகள் ஐரோப்பாவை அச்சுறுத்தியதோடு அந்த ஆட்டம் முடிவடைந்துவிட்டது.

ஹிட்லரின் மரணத்துடன் இரண்டாம் உலக யுத்தம் முடிவடைந்தது என்று பொதுவாகச் சொல்வார்கள். உண்மையில் அவரது இறப்புக்கு எட்டு நாள்கள் கழித்துத்தான் முழு அமைதி வந்தது. பெர்லின் விழுந்தாலும் பகுதி பகுதியாக திசைகளெங்கும் நடந்துகொண்டிருந்த யுத்தம் நிற்கவேண்டியிருந்தது. அவர்களுக்கெல்லாமும் தகவல் போய்ச் சேரவேண்டியிருந்தது.

ஹிட்லர் இறப்பதற்கு முன்னால் கார்ல் டோனிட்ஸ் (Karl Donitz) என்பவரை ஜெர்மனியின் அதிபராக அவசர அவசரமாக நியமித்து இருந்தார். தோல்விக்குப் பொறுப்பேற்று எழுதிக்கொடுக்க ஒரு நபர்.

ஆனால், பிரிட்டன் கூட்டணிப் படைகளும் சோவியத் யூனியனும் பெர்லினை அடைந்துவிட்ட பிறகு அந்த திடீர் அதிபர் செல்லாதவர் என்று அறிவித்தார்கள். தோல்வி ஒப்புதல் எழுதிக்கொடுத்ததோடு அவரைக் கைது செய்து சிறைக்கு அனுப்பிவிட்டு, புதிய ஆட்சிக்கு

ஏற்பாடு செய்யத் தொடங்கினார்கள். *Allied Control Council* என்றொரு அமைப்பு நிறுவப்பட்டது.

பிரிட்டன், பிரான்ஸ், அமெரிக்கா, சோவியத் யூனியன். நான்கு பேர் பங்குதாரர்கள். நான்கு தேசங்களும் தம் ராணுவப் பிரதிநிதிகளை பெர்லினில் உட்காரவைத்தன. ஆகஸ்ட் 30, 1945 அன்று அதிகாரபூர்வமாக கவுன்சில் செயல்படத் தொடங்கியது.

முதல் காரியமாக நாஜி சட்டங்கள் அனைத்தும் நீக்கப்பட்டன. புதிய சட்டங்கள் வந்தன. ஜெர்மானிய ராணுவத்தின் பலத்தைக் கணிசமாகக் குறைக்கும் பணிகள் ஆரம்பிக்கப்பட்டன. எல்லாம் சரியாகத்தான் இருந்தது. ஆனால் பிரிட்டன், அமெரிக்கா கூட்டணியுடன் சோவியத் யூனியன் எப்படி ஒற்றுமை காக்க முடியும்?

தொடக்கத்திலிருந்தே உரசல்கள் எழுந்தன. கவுன்சில் கூட்டங்கள், நமது மாநகராட்சி கவுன்சில் கூட்டங்கள் போலாயின. பொருளாதாரக் கொள்கைகளில் இரு தரப்பும் ஒத்துப்போகவே முடியாது என்று அடம் பிடித்ததில் நிறைய குழப்படிகள் ஏற்பட்டன.

இத்தனைக்கும் யுத்தத்துக்குப் பிந்தைய ஜெர்மனியைப் பகுதி பகுதியாகப் பிரித்துத்தான் அவர்கள் ஆண்டுகொண்டிருந்தார்கள். ஜெர்மனியின் மேற்கு மாகாணங்கள் பிரிட்டன் கூட்டணியின் வசம் இருந்தது. *Federal Republic of Germany* என்று அந்தப் பிராந்தியம் அறிவிக்கப்பட்டது. சிவப்புக் கொடிகள் பறந்த கிழக்கு ஜெர்மனிக்கு சோவியத் யூனியன், *German Democratic Republic* என்று பெயர் சூட்டியது. மேற்கும் கிழக்குமாக ஜெர்மன் இரண்டாகப் பிரிக்கப்பட்டது அப்போதுதான்.

ஆனாலும் போரில் வென்ற தேசங்கள் ஒருங்கிணைந்து புதிய ஜெர்மனிக்கு வடிவம் கொடுப்பதற்காக அங்கே கவுன்சில் அமைத்து நிர்வாகம் செய்வதாகத்தான் பெயர். அங்கேதான் ஒத்துப்போகவில்லை. அடிதடி நடக்காத குறையாக நான்கு தேசங்களும் மோதிக்கொண்டன. இத்தனைக்கும் பிரான்ஸுக்கு ஜெர்மனியில் நிலப்பரப்பு ரீதியிலான உரிமைகள் ஏதுமில்லை. யுத்தத்தில் முன்னேறி வந்த வகையில் சோவியத்துக்கும் பிரிட்டன்

- அமெரிக்கப் படைகளுக்கும் மட்டுமே அந்த உரிமை இருந்தது. பிரிட்டனின் ஆள் என்கிறபடியால் பிரான்ஸையும் கவுன்சிலில் சேர்த்திருந்தார்கள்.

மூவருமாகச் சேர்ந்து சோவியத்துக்கு எதிராகவே பொருளாதார, அரசியல் கொள்கைகளை ஜெர்மனிக்காக வகுக்கத் தொடங்க, பிரச்னை பெரிதாகிப் போனது. 1948ல் இந்தப் பிரச்னை புதிய பரிமாணம் எடுத்தது. அமெரிக்க - பிரிட்டன் கூட்டணியின் கட்டுப்பாட்டில்இருந்தமேற்குஜெர்மனிக்கென்றுபிரத்தியேகமாக ஒரு நாணயத்தை (Deutsche Mark) அறிமுகப்படுத்தினார்கள். அந்த வினாடி முதல் மேற்கு ஜெர்மனி ஒரு தனி தேசம் என்று ஆகிவிட்டது.

இனி சோவியத்துடன் ஒட்டுமில்லை, உறவுமில்லை என்று சொல்லாமல் சொல்வதற்குச் சமம். சோவியத் இதனை ஆதரிக்கவில்லை. அவர்கள் கவுன்சில் கூட்டத்திலிருந்து வெளிநடப்பு செய்தார்கள். அதனாலென்ன? போகவேண்டியவர்கள்தானே என்று சும்மா இருந்துவிட்டது பிரிட்டன் தரப்பு.

எனவே, கிழக்கு ஜெர்மனியைத் தனி தேசமாக, தனி ஆட்சிப் பிரதேசமாக சோவியத் அறிவித்தது. அங்கே ஒரு கம்யூனிஸ்ட் அரசாங்கத்தைக் கொண்டுவந்து உட்காரவைத்தது.

பிரிட்டனும் அமெரிக்காவும் மேற்கு ஜெர்மனி பிரச்னையைத் தனிப்பட்ட முறையில் தங்கள் மேலாதிக்கத்துக்கு விடுக்கப்பட்ட சவாலாக எடுத்துக்கொண்டன. யுத்தத்துக்குப் பிறகு பொதுவாக தேசங்கள் எழுந்துகொள்ளவே நாளாகும் என்றுதானே சொல்வார்கள்? நாங்கள் என்ன செய்கிறோம் பார் என்று காட்டுவதற்காக மேற்கு ஜெர்மனிக்கு ஏராளமான நிதி உதவிகளைச் செய்யத் தொடங்கினார்கள். யுத்த பாதிப்புகள் செப்பனிடப்பட்டன. இடிந்த கட்டடங்கள், உடைந்த பாலங்கள், இழுத்து மூடப்பட்ட தொழிற்சாலைகள் அத்தனையும், அத்தனையும் புதுப்பொலிவடைந்தன. மிகவும் திட்டமிட்டு மேற்கு ஜெர்மனியின் நாணயத்தின் மதிப்பு சரசரவென்று ஏற்றப்பட்டது. வர்த்தக வாசல்களைத் திறந்துவைத்து உலகத்துக்கு அறைகூவல் விடுக்கப்பட்டது. யாரும் வரலாம், வர்த்தகம் செய்யலாம்.

மறுபுறம், சோவியத்தின் கட்டுப்பாட்டில் இருந்த கிழக்கு ஜெர்மனியில் வரையறுக்கப்பட்ட சுதந்தரம் மக்களுக்கு வழங்கப்பட்டது. கம்யூனிச அரசு அல்லவா? தவிரவும் சோவியத்தின் நேரடிக் கண்காணிப்பில் இயங்கிக்கொண்டிருந்த அரசு. பிரம்மாண்டமான சோவியத் யூனியனின் ஒரு மினியேச்சர் வடிவமாகவே அவர்கள் கிழக்கு ஜெர்மனியை வடிவமைத்தார்கள். வசதி வாய்ப்புகளுக்குக் குறைவில்லைதான். ஆனாலும் கட்டுப்பாடுகள் அதிகம் இருந்தன. மீடியாவுக்குக் கட்டுப்பாடு. உலகமயக் கட்டுப்பாடு. நவீனத்துவத்துக்குக் கட்டுப்பாடு.

ஐம்பதுகளின் இறுதியில் அமெரிக்க - சோவியத் பனிப்போர் தீவிரமடையத் தொடங்கியபோது ஜெர்மனிதான் அதிகம் பாதிக்கப்பட்டது. ஒரே தேசம். இரண்டு ஆட்சிகள். இரண்டு நாணயங்கள். இரண்டு கொடிகள். இருவேறு ஆட்சிமுறை அமைப்புகள். ஒருத்தரை ஒருத்தர் எப்போதும் தாக்கிக்கொண்டும், அடித்துக்கொள்ள சந்தர்ப்பம் பார்த்துக்கொண்டும் இருந்தார்கள்.

சோவியத் யூனியனின் அப்போதைய தலைவராக இருந்த நிகிதா குருட்சேவ், நிரந்தரமாக மேற்கு ஜெர்மனியின் தொடர்பைத் துண்டித்துக் கொண்டுவிட விரும்பினார். உளவாளிகள் தொல்லையில் ஆரம்பித்து, உலக அரங்கில் கேட்கப்படுகிற கேள்விகளுக்கு பதில் சொல்லவேண்டிய நெருக்கடிகள் வரை அவருக்கு அதற்கு நிறைய நியாயங்கள் இருந்தன. என்ன செய்யலாம் என்று யோசித்துக்கொண்டிருந்தார்கள்.

கிழக்கு ஜெர்மனியின் அப்போதைய ஆட்சியாளரான வால்டர் உல்ப்ரிட்ச் *(Walter Ulbricht)* ஒரு யோசனையை முன்வைத்தார்.

பக்கத்து தேசத்தின் எல்லையை வரையறுக்க இருபுறமும் போதிய வெட்டவெளிவிட்டு வேலி போடுவோம். இது ஒரே நிலப்பரப்புக்குள் இரு தேசமாக இருக்கும் சிக்கல். எனவே இரு தேசங்களின் எல்லையையும் பிரிக்கும் இடத்தில், பெர்லினில் ஒரு தடுப்புச் சுவர் எழுப்பிவிடுவோம் என்று அவர் சொன்னார்.

குருட்சேவ் இந்த யோசனைக்குச் சம்மதம் தெரிவித்தார்.

உலக அதிசயங்களில் ஒன்றாக அல்லாமல், உலக அவலங்களில் ஒன்றாக அந்தச் சுவர் எழும்பத் தொடங்கியது. ஆகஸ்ட் 13, 1961ல்

கட்டுமானம் ஆரம்பிக்கப்பட்டது. இனி நாங்கள் வேறு, நீங்கள் வேறு. இருவருக்கும் எந்தத் தொடர்பும் இல்லை.

ஆட்சியாளர்கள் சுலபமாகச் சொல்லிவிடலாம். மக்கள்?

ஒரே ஒரு சுவர்தான். சொந்தபந்தங்கள் அதன் இரு புறமும் வலுக்கட்டாயமாகப் பிரிக்கப்பட்டார்கள். நிரந்தரமாக. இனி ஒருபோதும் பார்க்கமுடியாது என்கிறபடியாக. கண்ணீரும் கதறலும் காற்றில் கலந்து விண்ணை நிறைத்த தருணம் அது.

ஜெர்மனி இரண்டாகப் பிரிக்கப்பட்டாலும் மக்கள் இருபுறமும் போய்வருவதில் அதற்குமுன் பெரிய பிரச்னை இருக்கவில்லை. 1949ம் ஆண்டு தொடங்கி 1962 வரையிலான காலக்கட்டத்தில் மொத்தமாக இருபத்தைந்து லட்சம்பேர் கிழக்கிலிருந்து மேற்குக்கும் மேற்கிலிருந்து கிழக்குக்குமாக இடம்பெயர்ந்திருக்கிறார்கள். ஆனால் சுவர் ஓராண்டில் கட்டி முடிக்கப்பட்டபிறகு குடியேற்றம் முற்றிலுமாகத் தடைசெய்யப்பட்டுவிட்டது. அங்கொன்றும் இங்கொன்றுமாக 1989 வரை அப்படி நடந்த குடியேற்றங்கள் மிஞ்சிப்போனால் ஐயாயிரத்தைத் தாண்டாது!

பெர்லின் சுவர் எழுப்பப்பட்டது, கம்யூனிஸ்ட் கிழக்கு ஜெர்மனிக்கும் சோவியத் ரஷ்யாவுக்கும் சர்வதேச அரங்கில் நிறையக் கண்டனங்களைப் பெற்றுத்தந்ததை மறுக்கமுடியாது. ஆனால் அது குறித்த விமரிசனங்களைசோவியத்யூனியன்பெரிதாக எடுத்துக்கொள்ளவில்லை. பனிப்போர் அதன் உச்சத்துக்குப் போய்க்கொண்டிருந்த வேளை அது. கவலைப்படவும் கோபப்படவும் முட்டி மோதவும் வேறு பல முக்கிய விஷயங்கள் இரு தரப்புக்கும் இருந்தன. எனவே பெர்லின் சுவரை அவர்கள் பெரிதாக எடுத்துக்கொள்ளவில்லை. பாதிக்கப்பட்டது மக்கள்தான்.

எண்பதுகளின்பிற்பகுதியில்கிழக்குஜெர்மனியின்பொருளாதாரம் சரியத் தொடங்கி, வேகமெடுத்துக்கொண்டிருந்தது. மக்களில் பெரும்பாலானோர் அங்கே உணவுக்கே கஷ்டப்பட்டார்கள். ஒரே ஒரு சுவர். அதற்கு அந்தப்பக்கம் தம் சொந்தச் சகோதரர்கள் எத்தனை சந்தோஷமாக இருக்கிறார்கள்? ஏக்கம் அவர்களை வாட்டத் தொடங்கியது.

சட்டவிரோதமாகக் கூட எல்லையில் ஊடுருவ முடியாமல் இருந்தபடியால் அவர்கள் செக்கஸ்லாவாக்கியா அல்லது ஹங்கரி வழியாகச் சுற்றிக்கொண்டு மேற்கு ஜெர்மனிக்கு இடம் பெயர ஆரம்பித்தார்கள். இது முத்தரப்புப் பிரச்னைக்கு வழி வகுத்தது. செக். அரசு தன் ஆட்சேபணையை முன்வைத்தது. செக். வழியாகப் போகிறவர்கள் சிலர். அங்கேயே தங்கிவிடுபவர்கள் பலர். இத்தனைக்கும் அப்போது செக்கஸ்லாவாக்கியாவில் இருந்ததும் ஒரு கம்யூனிச அரசாங்கம்தான். ஆனால் அகதிப் பிரச்னை என்பது மிகப் பெரிது. ஆயிரக்கணக்கானோருக்கு வாழ்வாதாரங்களை உருவாக்கித் தருவது அண்டை தேசங்களுக்கு நிரந்தரத் தலைவலி.

பலமுறை பேச்சுவார்த்தை நடத்தினார்கள். மனத்தைச் சுவராக வைத்துக்கொண்டிருப்பதன் அனர்த்தங்கள் குறித்த பேச்சுவார்த்தை. அங்கே சோவியத் யூனியனில் கோர்பசேவ் ஆட்சிக்கு வந்திருந்தார். ஒரு மறுமலர்ச்சிக்கான அறிகுறிகள் தெரியத் தொடங்கியிருந்தன. குட்டி தேசங்கள் வெட்டிக்கொண்டு போகத் துடித்துக்கொண்டிருந்தன. சர்வம் உலக மயம். இன்னும் எதற்குத் தடுப்புச் சுவர்கள்?

கிழக்கு ஜெர்மனி, தன் எல்லை வழியே மேற்குப் பகுதிக்குப் போவதற்குப் பத்து வாசல்களைத் திறக்கிறேன் என்று முதலில் சொன்னது.

ஒன்று திறந்தால் போதாதா? அவரவர் அகங்காரங்களை ஒதுக்கிவைத்துவிட்டு 1989ம் ஆண்டுத் தொடக்கத்திலேயே விசா இல்லாமல் இருபுறமும் போய்வருவதற்கான சாத்தியங்களை உருவாக்கினார்கள். மேற்பார்வை பார்த்துக்கொண்டிருந்த அமெரிக்க, பிரிட்டன் மேஸ்திரிகள் இப்போது இல்லை. அவர்கள் சுயமாக வாழவும் ஆளவும் தொடங்கிவிட்டிருந்தார்கள். எனவே முடிவுகளிலும் சுயம்.

விசா இல்லாமல் கிழக்குப் பகுதிக்குப் போய்வர மேற்கு வாசிகளுக்கு அனுமதி கொடுத்த மறுகணமே மேற்கு ஜெர்மனி நிர்வாகம், கிழக்கு ஜெர்மனி மக்களுக்கு இன்னும் பல சௌகரியங்கள் செய்து கொடுத்தது. விசா இல்லாமல் வரலாம் என்பது மட்டுமல்ல. எல்லையில் காத்திருக்கும் இலவச பஸ்களில் ஏறியே வரலாம். எத்தனை நாள் வேண்டுமானாலும் தங்கிச் செல்லலாம்.

கிழக்கு ஜெர்மனியின் ஆட்சியாளர் எரிக் ஹோன்கர் அந்த வருடம் அக்டோபரில் வலுக்கட்டாயமாக ராஜினாமா செய்யவைக்கப்பட்டார். மக்களுக்கு மகிழ்ச்சி வேண்டும். கட்டுப்பாடுகள் வேண்டாம். சுதந்தரம் வேண்டும். சோவியத் வேண்டாம். சோறு வேண்டும். சுவர்கள் வேண்டாம்.

யாரும் எதிர்பார்க்கவில்லை. வீம்புக்கு ஒரு சுவரை எழுப்பிக் கொண்டு ஒரே தேசத்தில் இரு ஆட்சிகள் எதற்கு என்று இரண்டு பக்கத்திலும் யோசித்தார்கள். விளைவு டிசம்பர் 25, 1989 கிறிஸ்துமஸ் தினத்தன்று கொண்டாட்டங்களை அதன் உச்சத்துக்குக் கொண்டுபோன பெர்லின் சுவர் இடிப்பு வைபவம் நிகழ்ந்தது. சுவர்களில் மோதிய கடப்பாறைகளும் புல்டோசர்களும், பின்னணியில் கொண்டாட்டத்தின் அடையாளமாக ஒலித்துக் கொண்டிருந்த பீத்தோவனின் ஒன்பதாவது சிம்பனியின் இசையைக் காட்டிலும் இனிமையாக சத்தமெழுப்பியது. ஜெர்மனி ஒன்றானது.

வதந்திகளும் சந்தேகங்களும்

ஹிட்லர் போன்ற மிகத் தீவிர அரசியல்வாதிகளின் வாழ்க்கையை ஆராயப் புகுந்தால், அரசியலைத் தவிர்த்த சொந்த வாழ்வு குறித்து அதிகம் பேசச் சந்தர்ப்பமே கிடைக்காது. அது எத்தனைதான் சுவாரசியமாகவே இருந்தபோதிலும்.

ஹிட்லரின் மரணத்துக்குப் பிறகு அவரைப் பற்றி நிறைய நூல்கள் வெளிவந்தன. பெரும்பாலும் அவரது பன்னிரண்டு வருடகால ஆட்சி குறித்தே பேசுகிற நூல்கள். தனிப்பட்ட முறையில் அவரது குணங்களையும் பழக்கவழக்கங்களையும் நம்பிக்கைகளையும் பேசிய நூல்களில் பெரும்பாலும் கற்பனைகள் கலந்திருந்தன, அல்லது மிகை தூக்கல்.

இத்தனைக்கும் ஹிட்லர் நமக்கு மிகச் சமகாலத்தில் வாழ்ந்து மறைந்தவர்தான். அவரது ஆவணங்கள், டைரிகள் எரிக்கப்பட்டாலும் அவர் காலத்தில் வாழ்ந்தவர்கள் ஜெர்மனியில் இன்றும்கூடப்பலபேர்இருக்கிறார்கள். கொஞ்சம்மெனக்கெட்டுத் தேடித் திரட்டி, ஹிட்லரைப் பற்றிய சொந்த விவரங்களை வெளிக்கொண்டுவரும் முயற்சி ஐம்பதுகளின் பிற்பகுதியில் ஆரம்பித்தது.

ஹிட்லரின் மருத்துவர்கள், அவரது அமைச்சரவையில் இருந்தவர்கள், செயலாளர்கள், அவரை நன்கு அறிந்தவர்கள் என்று யுத்தத்தின் இறுதியில் பிரிட்டன் கூட்டணிப் படையினரால் கைது செய்யப்பட்டவர்களிடம் விசாரித்து ஹிட்லர் குறித்த பல விவரங்கள் சேகரிக்கப்பட்டிருக்கின்றன. அவரது அரசியலைத் தவிர்த்த இம்மாதிரியான விஷயங்களை மட்டுமே உள்ளடக்கிய நூல்கள் அதன்பின் வரத்தொடங்கின.

சற்றே உற்றுக் கவனித்தால் ஹிட்லர் தம் தனிவாழ்வில் அத்தனை ஒன்றும் சுவாரசியமான மனிதர் இல்லை என்றுதான் தோன்றும். தம் மரணத்துக்குப் பின் தன் வாழ்க்கை குறித்த பல சர்ச்சைகளை அவர் கொடையாக வைத்துவிட்டுப் போனார் என்றாலும் கூட வாழ்ந்த காலத்தில் பெரிய சுவாரசியங்கள் ஏதும் இருந்ததற்கான அறிகுறிகள் எதுவுமில்லை.

அவருக்கு நிறைய பயங்கள் இருந்திருக்கின்றன. சிறு வயது முதலே இருந்துவந்த பயங்கள். அந்த பயங்கள்தான் அவரை எதற்கும் துணிந்த தன்னம்பிக்கைவாதியாக, எதிர்மறையாக வெளிப்படுத்திக்கொள்ளச் செய்திருக்கின்றன.

உதாரணமாகஹிட்லருக்குச்சாகும்வரைதனக்குகேன்சர்இருக்குமோ என்கிற பயம் இருந்திருக்கிறது. மிக இளம் வயதில் தன் தாய் கேன்சரில் இறந்ததிலிருந்து அவரைத் தொற்றிக்கொண்ட பயம் அது. அவரது மருத்துவர்கள் குறைந்தது மாதம் ஒருமுறையாவது அவருக்கு கேன்சர் இல்லை என்று சூடம் அணைத்துச் சத்தியம் செய்தும் ஹிட்லருக்கு அந்தக் கவலை போகவே இல்லை.

கடவுள் விஷயத்திலும் ஹிட்லருக்கு பயம் இருந்தது. அவர் ரோமன் கத்தோலிக்கக் குடும்பத்தில் பிறந்தவர். சிறு வயதில் தினசரி தேவாலயத்துக்குப் போகச் சொல்லி வீட்டில் வற்புறுத்துவார்கள். பைபிள் படி. இயேசுவை வணங்கு. பக்திமானாக வாழ்க்கையை அமைத்துக்கொள்.

ஆனால் தந்தை சரியில்லாமல், சகவாசமும் சரியில்லாமல் போனதில் ஹிட்லருக்கு ஆன்மிகத்திலோ, பக்தியிலோ அப்போது பெரிய நாட்டமில்லாமல் போய்விட்டது. அவர் சர்ச்சுக்குப் போவதாகச் சொல்லிவிட்டுப் பெரும்பாலும் ஏதாவது ஏரிக்கரை அல்லது குளக்கரைக்குத் தான் போவார். நண்பர்களுடன் அரட்டை. தன் வாழ்வில் கடவுளுக்குப் பெரிய இடமில்லை என்றுதான் ஹிட்லர் நினைத்தார்.

ஆனால் முதல் உலக யுத்தத்தில் விஷ வாயு தாக்கி, கண் போய்விடுமோ என்று கவலைப்பட்டுக்கொண்டிருந்த தருணத்தில் அவருக்குக் கடவுள் விஷயத்தில் மீண்டும் கொஞ்சம் ஈர்ப்பு உண்டாகத் தொடங்கியது. ஒருவேளை சிறு வயதில்

தாம் கடவுளைப் பழித்ததால்தான் கண் போய்விட்டதோ என்று கூட அவர் கலங்கி அழுதிருக்கிறார். மருத்துவமனைக்கு வாரம் தோறும் அப்போது வந்துகொண்டிருந்த பாதிரியாரிடம் தனியே பாவமன்னிப்பெல்லாம் கேட்டிருக்கிறார்.

அரசியலில் இறங்கி, பேட்டை தாதா போல் அவர் ரகளை பண்ண ஆரம்பித்த காலத்தில் மீண்டும் கடவுளை மறந்துபோனார். ஆனால் ஆட்சிக்கு வந்து பொதுமக்கள் முன்னிலையில் பேசும்போது, ஒவ்வொரு சொற்பொழிவிலும் தவறாமல் கடவுளைக் குறிப்பிட்டுப் பேசாமல் இருந்ததில்லை. ஒரு சமயம் தன் நெருங்கிய நண்பரான கெப்பல்ஸிடம், 'நான் ஒரு ஆத்திகவாதிதான் என்று நினைக்கிறேன். ஆனால் ஒரு நல்ல கிறித்துவனா என்று தெரியவில்லை' என்று சொல்லியிருக்கிறார். தம் மதத்தில் அவருக்குப் பெரிய பற்றுதல்கள் இருந்ததில்லை. ஜெர்மனியின் சான்சிலராக அவர் பொறுப்பேற்ற அந்த ஒரு தினம் தவிர, அதன்பின் அவர் தேவாலயம் எதற்கும் சென்றதில்லை.

இந்த வகையில் அவரது பக்திக்கும் உணவு முறை மற்ற வாழ்க்கை முறைக்கும் பெரிய வித்தியாசங்கள் இல்லை. எதிலும் நிச்சயமற்ற, தீர்மானமற்ற தனிவாழ்க்கைதான் அவருடையது.

தொடக்க காலத்தில் ஹிட்லர் இறைச்சி சாப்பிட்டிருக்கிறார். முதல் உலக யுத்த சமயத்தில். பிறகு உலகிலேயே மிக உயர்ந்த இனத்தைச் சேர்ந்தவன் நான், என் ரத்தம் பரிசுத்தமானது என்று அவருக்குத் தோன்றிவிட, ஒரே நாளில் அவர் வெஜிடேரியன் ஆகிவிட்டார். ஏகப்பட்ட காய்கறிகளும் பழங்களும்தான் அவரது உணவில் முக்கிய இடம் வகிக்கும். நிறைய சாக்லேட் சாப்பிடுவார். இனிப்பு என்றால் உயிர். ஒரு கப் தேநீருக்கு ஏழு அல்லது எட்டு ஸ்பூன் சர்க்கரை கேட்கிற நபர் அவர்.

இதெல்லாம் உடல் நலத்துக்குக் கெடுதல் என்று மருத்துவர்கள் சொல்லும்போது ஹிட்லர் அளிக்கும் பதில்: 'எனக்கா? ஒன்றும் ஆகாது. நான் வெஜிட்டேரியன் அல்லவா?'

அவரது இனிப்பு மோகம், அவருடைய பற்களைப் பதம் பார்த்துவிட்டன. பொது இடங்களில், கூட்டங்களில், பேட்டிகளில் ஹிட்லர் மருந்துக்குக் கூடச் சிரிக்கமாட்டார். எங்கே தன் பற்களின் லட்சணத்தைப் பார்த்துக் கிண்டல் செய்வார்களோ என்கிற பயம்.

உணவுவிஷயத்தில்எந்தஒழுங்கையும்அவர்கடைப்பிடித்ததில்லை - சைவ உணவு என்பதைத்தவிர. நேரத்துக்குச்சாப்பிடுவது என்பதை மீறுவதில் ஹிட்லர் அளவுக்கு சாதித்தவர்கள் இருக்கமுடியுமா என்பது சந்தேகம். ஒரு வேளை உணவுக்கும் அடுத்த வேளை உணவுக்கும் இடையில் அவர் இருபது மணிநேரம், முப்பது மணிநேர இடைவெளி கூட விட்டிருக்கிறார். அதே சமயம் ஒன்றரை மணி நேர இடைவெளியில் ஒரு நாளைக்கு ஏழு முறை, எட்டு முறை கூட உணவு உட்கொள்கிற வழக்கம் அவருக்கு இருந்திருக்கிறது.

இதனால் அவருக்கு நிறையப் பிரச்னைகள் இருந்தன. வயிற்று வலி. அல்சர். எளிதில் ஜீரணமாகாத அவஸ்தை இன்னபிற. தவிரவும் எப்போதும் உடனிருந்த பார்கின்சன் நோய். ஹிஸ்டீரியா. உறக்கத்துக்காகப் பயன்படுத்திய (இறுதிக் காலத்தில் - மூன்று வருடங்கள் தொடர்ச்சியாக.) போதை மருந்துகள் அனைத்தும் அவரது உடல் நலத்தை மிகவும் பாதித்திருந்தன.

அவரதுமரணத்துக்குப்பிறகுஅவருடையபர்சனல்மருத்துவர்களை விசாரித்துச் சேகரித்த தகவல்களின் அடிப்படையில், ஹிட்லருக்கு borderline personality disorder என்கிற ஒருவித மன நோயும் இருந்திருப்பது தெரியவந்தது. தான் நினைப்பது ஒன்றே சரி என்பதை மிகத் தீவிரமாக நம்புகிற இயல்பு அது. மருத்துவத் துறையில் இதனைக் கறுப்பு - வெள்ளைச் சிந்தனை என்று சொல்வார்கள். அடிக்கடி உணர்ச்சிவசப்படுவது, திரும்பத்திரும்பச் சொன்னதையே சொல்வது, திடீரென்று கற்பனையில் மூழ்கி, உலகையே மறந்துவிடுவது, சுய கட்டுப்பாடு இல்லாமல் நடந்துகொள்வது என்று இதற்கான விளைவுகள் பல.

பல மன நல வல்லுநர்கள் ஹிட்லரின் மருத்துவ அறிக்கைகள், ஹிட்லரின் மருத்துவர்கள் எழுதிவைத்திருந்த குறிப்புகளை ஆராய்ந்து, அவருக்குக்கண்டிப்பாகச்சற்றேமனநிலைக்கோளாறும் இருந்திருக்க வேண்டும் என்று சொன்னார்கள். இல்லாது போனால், சளைக்காமல் அறுபது லட்சம் கொலைகளை அவரால் எவ்வித நெருடலும் இல்லாமல் செய்திருக்க முடியாது. கடைசிவரை தான் செய்தது குறித்த வருத்தம் அவருக்கு இருந்ததில்லை. ஒரு சந்தர்ப்பத்திலும் அவர் வருந்தியதில்லை, அல்லது பரிதாபமாக ஒரு சொல் கூடப் பேசியதில்லை.

‘ஜெர்மனியில் யூதர்களே இல்லாது போயிருந்தால்கூட ஹிட்லர் வேறு யாரையாவது அப்படிக் கொன்றுதான் இருப்பார்’ என்று எழுதுகிறார்கள் பல மருத்துவ வல்லுநர்கள்.

“A Psychological Analysis of Adolf Hitler: His Life and Legend” என்றொரு புத்தகம் 1943ம் ஆண்டு அமெரிக்காவில் வெளியிடப்பட்டது. அமெரிக்க உளவுத்துறையின் சார்பில் வெளியிடப்பட்ட நூல் அது.

இப்புத்தகத்தில் ஹிட்லரை மூன்று விதமாகப் பிரித்துக்கொண்டு அலசுகிறார்கள். ஹிட்லர் தனக்குத்தானே எப்படி நடந்துகொண்டார்? நாட்டு மக்களிடம் எப்படி நடந்துகொண்டார்? தனக்கு நெருங்கியவர்களிடம் எப்படி நடந்துகொண்டார்?

மிகவும் அதிர்ச்சிகரமான விஷயங்களைப் பேசுகிற இந்நூல், ஹிட்லரின் பாலியல் ரீதியிலான பிரச்னைகள் குறித்தும் பல கருத்துகளைத் தெரிவிக்கிறது.

ஹிட்லரின் காதலிகளாக இருந்த மூன்று பேரும் (மிமி ரெய்டர் என்கிற பெண்ணை 1920களில் ஹிட்லர் காதலித்தார். கெலி ராபல் - அவர் சான்சிலராவதற்குச் சிலகாலம் முன்னர்வரை அவரது காதலியாக இருந்தவர். பிறகு ஈவா ப்ரான்.) தற்கொலை செய்துகொண்டுதான் இறந்திருக்கிறார்கள். ஈவாவின் தற்கொலை மட்டும் அதற்கான காரணத்துடன் வெளியே தெரிந்தது என்றாலும் மற்ற இருவரின் தற்கொலைகளுக்கு இன்றுவரை காரணம் கண்டுபிடிக்கப்பட்டதில்லை.

இதனையே முக்கியப் புள்ளியாக வைத்துத் தன் அலசலை ஆரம்பிக்கும் மேற்படி நூல், ஹிட்லரின் செக்ஸ் உணர்ச்சி, மேலதிக வன்முறை கலந்தது என்று சொல்கிறது. வன்முறை மட்டுமல்லாமல், அருவருப்புணர்வும் கலந்தது. எந்தப் பெண்ணாலும் தாங்கமுடியாத அளவுக்கு ஹிட்லர் அவர்களைப் படுக்கையில் பல்வேறு விதமான அருவருப்பான காரியங்களைச் செய்யச் சொல்லி வற்புறுத்துவார் என்றும், பணியாத தருணத்தில் அடிக்கத் தொடங்குவார் என்றும் இந்நூல் குறிப்பிடுகிறது.

இந்தக் குற்றச்சாட்டுகளுக்கான சரியான ஆதாரங்கள் கிடையாது. ஆனால் ஹிட்லரின் காதலிகள் அனைவரும் இருந்த சுவடு தெரியாமல் தற்கொலை செய்துகொண்டு இறந்ததற்கு மட்டும் ஆதாரங்கள் இருக்கின்றன.

இது இப்படியிருக்க சாமுவேல் இக்ரா *(Samuel Igra)* என்கிற ஒரு யூத சரித்திர ஆசிரியர், *'Germany's National Vice'* (ஐரோப்பாவில் ஓரினச் சேர்க்கையாளர்களை *German Vice* என்று குறிப்பிடுவது வழக்கம்.) என்கிற நூலில் ஹிட்லரை ஒரு ஹோமோசெக்ஸ் என்றும், மிக இளம் வயதிலேயே அவர் வியன்னாவின் வீதிகளில் பாலியல் தொழிலில் ஈடுபட்டவர் என்றும் குறிப்பிட்டிருக்கிறார். இதன் நம்பகத்தன்மையும் கேள்விக்குரியதே என்றாலும் வேறு பல ஹிட்லர்வாழ்க்கை வரலாற்றாசிரியர்களும் அவரை ஒரு ஹோமோ செக்ஸ் என்று சொல்லியிருக்கிறார்கள்.

இந்தக் குற்றச்சாட்டுகள் காலத்துக்குக் காலம், இடத்துக்கு இடம் புதுப்புது அவதாரம் எடுத்து, புதிய கதைகளைத் தம்முடன் சேர்த்துக்கொண்டு உலாவந்திருக்கின்றன. ஹிட்லர்சம்பந்தப்பட்ட முக்கிய ஆவணங்கள் (அவரது மருத்துவ அறிக்கைகள் உள்பட) அனைத்தும் அவர் தற்கொலை செய்துகொண்ட அன்றே எரிக்கப்பட்டுவிட்டன என்பது மறுக்கமுடியாத உண்மை. யுத்தத்துக்குப் பிறகு விசாரணைக்கென்று கைது செய்து அழைத்துச் செல்லப்பட்ட ஜெர்மனியின் அரசாங்க ஊழியர்கள், மருத்துவர்கள், வழக்கறிஞர்கள், இஞ்சினியர்கள், ராணுவத் தளபதிகள் சொன்னதாகத்தான் இவையெல்லாம் வெளிவந்தன.

ஹிட்லரின் குடும்பத்தில் எஞ்சியிருந்த யாரும் இது குறித்தெல்லாம் வாய் திறந்ததில்லை. அவரது ஒரே சகோதரியான பவுலா ஹிட்லர், ஹிட்லர் இறந்தபிறகு அமெரிக்க ராணுவத்தினரால் கைது செய்யப்பட்டு விசாரணைக்கு உட்படுத்தப்பட்டார். கடைசி வரை தன் சகோதரர் அத்தனை பெரிய இனப்படுகொலைகளைச் செய்திருப்பார் என்பதைத் தன்னால் நம்பமுடியவில்லை என்றே அவர் சொல்லிக்கொண்டிருந்தார்.

பல விதங்களில் விசாரித்துப் பார்த்தும் அவரிடமிருந்து ஹிட்லர் தொடர்பாக எவ்விதத் தகவலையும் அமெரிக்காவால் பெறமுடியவில்லை. இரண்டாம் உலகப்போர் முடிகிற தினம் வரை பவுலா, பெர்லினில் ஒரு ராணுவ மருத்துவமனையில் நர்ஸாகப் பணியாற்றிக்கொண்டிருந்தார். தனது சகோதரரை எப்போதாவதுதான் சந்திப்பது வழக்கம் என்று மட்டும் அவர் சொல்லியிருக்கிறார். 'ஹிட்லரைப் பற்றி எனக்கு எதுவும் தெரியாது. இளம் வயதில் அவர் வியன்னாவுக்குப் பிழைப்புத்

தேடிப் போனதுடன் எங்கள் நெருக்கம் முடிந்துவிட்டது. அவர் ஆட்சிக்கு வந்ததும் நான் பெர்லினுக்கு வர ஏற்பாடு செய்தார். இங்கு இந்த மருத்துவமனையில் உத்தியோகம் பார்த்து, மாதச் சம்பளம் வாங்கிப் பிழைப்பை நடத்தினேன்' என்றுதான் அவர் தன்னைப் பற்றித் தெரிவித்திருந்தார்.

சுமார் ஒருவருட காலம் பவுலாவைச் சிறையில் வைத்து விசாரித்த அமெரிக்க ராணுவம், அவரிடமிருந்து உருப்படியாக ஒரு தகவலையும் பெறமுடியாமல் போய்விடவே, அடுத்த ஆண்டே அவரை விடுதலை செய்து அனுப்பிவிட்டது. அவர் வியன்னாவுக்குத் திரும்பி, அங்கே ஒரு கலைப்பொருள் விற்பனை நிலையத்தில் பணியாற்றினார். 1952ம் ஆண்டு பெர்லினுக்கு வந்து தனியே இரண்டு அறைகள் கொண்ட ஃப்ளாட் ஒன்றில் வாடகைக்குத் தங்கியிருந்தார்.

1960ம் ஆண்டு அவர் இறக்கும்போது வயது 64. திருமணம் செய்துகொள்ளவில்லை. கடைசிவரை தனியாகத்தான் இருந்தார்.

ஹிட்லரின் தந்தையான அலாய்ஸ் ஹிட்லரின் இன்னொரு மனைவிக்கு ஒரு மகனும் மகளும் உண்டு. அலாய்ஸ் ஹிட்லர் ஜூனியர், ஏஞ்சலா என்று அவர்களுக்குப் பெயர். பார்வையாளர்கள் போல ஹிட்லரின் ஆட்சியையும் வீழ்ச்சியையும் தள்ளி நின்று கவனித்துக்கொண்டிருந்தவர்கள். யுத்தத்துக்குப் பிறகு இவர்களையும் இவர்களது வாரிசுகளையும் பிரிட்டிஷ் கூட்டணிப் படையினர் விசாரணைக்கு அழைத்துச் சென்றபோது, 'ஹிட்லர் எங்களுக்கு ஒரு வகையில் சகோதரர்தான். ஆனால் தொடர்பு ஏதுமில்லை' என்று சொல்லிவிட்டார்கள்.

ஹிட்லரின் உடல் நிலை, மனநிலை, பாலியல் பிரச்னைகள் குறித்த சர்ச்சைகள் இன்னும் உயிருடன் இருப்பதற்குக் காரணம், அவரது உறவினர்களாக எஞ்சியிருந்த மேற்படி நபர்கள் ஏதும் வாய்திறக்காமல் இருந்ததே.

யாரும் பேச விரும்பவில்லை. அல்லது பேச பயந்தார்கள். அவ்வளவுதான்.

–

www.ingramcontent.com/pod-product-compliance
Ingram Content Group UK Ltd.
Pitfield, Milton Keynes, MK11 3LW, UK
UKHW042019190726
13854UKWH00005B/2366